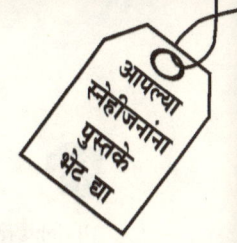

# बुद्धिबळ शिका

लेखक
ना. रा. वडनप

मेहता पब्लिशिंग हाऊस

**BUDDHIBAL SHIKA** by **N. R. WADNAP**
**बुद्धिबळ शिका : ना. रा. वडनप** / मार्गदर्शनपर

© डॉ. नीलेश नागनाथ वडनप

प्रकाशक : सुनील अनिल मेहता, मेहता पब्लिशिंग हाऊस,
१९४१ सदाशिव पेठ, माडीवाले कॉलनी, पुणे - ४११०३०.

मुखपृष्ठ : अशोक बोकील

प्रकाशनकाल: ऑगस्ट, १९९६ / मार्च, २००० / जानेवारी, २००३ / ऑक्टोबर, २००५ / ऑक्टोबर, २००८ / जुलै, २०११ / डिसेंबर, २०१३ / पुनर्मुद्रण : ऑगस्ट, २०१७

P Book ISBN 9788177663662
E Book ISBN 9789386745965
E Books available on : play.google.com/store/books
www.amazon.in/b?node=15513892031

सौभाग्यवती मंदाकिनी
हीस

# मनोगत

**बुद्धिबळ शिका** हे नवोदित खेळाडूंना अत्यंत उपयुक्त, मार्गदर्शक पुस्तक लिहिण्याचे मुख्य कारण असे आहे की, 'बुद्धिबळे' (४४० पृष्ठे, ४६४ आकृत्या व ३० फोटोंसह असणारा ग्रंथ) महाराष्ट्र राज्य साहित्य संस्कृती मंडळाने डिसेंबर, १९७५ मध्ये प्रकाशित केला होता. या ग्रंथाची भारत सरकाच्या केंद्रीय शिक्षण व समाज कल्याण खात्याने १९७६ - ७७ सालच्या राष्ट्रीय स्पर्धेत पारितोषिकासाठी निवड केली होती. तसेच, महाराष्ट्र राज्य साहित्य संस्कृती मंडळाने शाळा - कॉलेजांसाठी या ग्रंथाची संदर्भग्रंथ म्हणून शिफारस केली होती. परिणामी, प्रकाशित झाल्यानंतर पाच-सहा वर्षांतच या ग्रंथाच्या सर्व प्रती हातोहात विकल्या गेल्या होत्या. वाचकांच्या आग्रहावरून हा ग्रंथ पुनर्मुद्रित करण्यासाठी मी महाराष्ट्र राज्य सरकारला पंधरा-वीस पत्रे लिहून विनंती केली; परंतु त्याला कोणताही प्रतिसाद मिळाला नाही. हे मी उत्सुक वाचकांना, खेळाडूंना कळविले, तेव्हा त्या सर्वांनी 'बुद्धिबळे' या ग्रंथातील आदि पर्व, मध्यम पर्व व अंतिम पर्व हे नवीन व सोप्या भाषेत लिहून काढा, असा आग्रह केला. मी ही हकिगत सांगून 'बुद्धिबळ शिका'चे पहिले प्रकरण 'साप्ताहिक सकाळ'चे संपादक श्री. सदा डुंबरे यांना दाखविले. त्यांना ते पसंत पडले आणि ता. ८ जानेवारी, १९९४ पासून हे सदर दर आठवड्याच्या 'साप्ताहिक सकाळ'मध्ये प्रसिद्ध करण्यात आले. उत्सुक नवोदित खेळाडूंनी ही प्रकरणे वाचून ती संकलित करून पुस्तकरूपाने प्रसिद्ध करण्याचा आग्रह धरला. हे 'साप्ताहिक सकाळ'चे संपादक श्री. सदा डुंबरे यांच्या मी निदर्शनास आणले. त्यांनी खुशीने संमती दिली, त्याबद्दल मी त्यांचा ऋणी आहे. हे संकलित लिखाण घेऊन मी मेहता पब्लिशिंग हाऊसचे श्री. सुनील मेहता यांना भेटलो व ते प्रकाशित करण्याची विनंती केली. ती त्यांनी आपुलकीने मान्य केली, त्याबद्दल मी त्यांचा अत्यंत आभारी आहे.

'बुद्धिबळे' या ग्रंथाहूनही 'बुद्धिबळ शिका' हे पुस्तक सरस ठरेल. कारण

अत्यंत सोप्या व सहज समजेल, अशा रीतीने हे सारे लिखाण केले आहे. त्यात बुद्धिबळ या खेळाचे नियम, त्यातील खेळी, लेखन व वाचन तर दिले आहेच. त्याशिवाय प्रत्येक धड्यानंतर स्वाध्याय पाठ देऊन वाचकांना त्यांची उत्तरे शोधण्याचे आवाहन केले आहे. तेव्हा हे पुस्तक म्हणजे बुद्धिबळ खेळाचा जणू स्वयंशिक्षकच आहे, याचे प्रत्यंतर येईल.

श्री. मंगेश वाडेकर यांनी त्यांच्या संगणक संचाद्वारा या पुस्तकाचे अक्षरजुळणीच्या दृष्टीने किचकट असणारे काम केले. तसेच या पुस्तकातील आकृत्या बिनचूक करण्याचे क्लिष्ट काम श्री. अद्वैत परांजपे यांनी केले आहे. त्याबद्दल या दोघांचाही मी आभारी आहे.

मुद्रणाच्या दृष्टीने विषय किचकट असूनही मेहता पब्लिशिंग हाऊसमधील सर्वांनी उत्तम सहकार्य दिले, त्याबद्दल मी सर्वांचा आभारी आहे.

श्री. श्री. वा. फडके, निवृत्त कार्यकारी अभियंता यांनी या पुस्तकाची सर्व मुद्रिते अत्यंत काळजीपूर्वक तपासून, त्यांमध्ये नेमकेपणा आणण्यात आम्हाला जे साहाय्य केले आहे, त्याबद्दल मी त्यांचा अत्यंत ऋणी आहे.

पुस्तक छापण्याविषयी आग्रह करणाऱ्या बुद्धिबळप्रेमी वाचकांचे मी मन:पूर्वक आभार मानतो.

श्री गजाननाच्या कृपेने मी आजही या वयात थोडेबहुत लेखन करू शकतो, तसेच यापुढील मध्यम पर्व व अंतिम पर्व, बुद्धिबळातील पेचप्रसंग भाग २ लिहिण्याचा मानस आहे. हेही गजाननाच्या कृपेने मी पार पाडू शकेन, अशी उमेद वाटते.

या पुस्तकात काही दोष आढळल्यास विद्वानांनी लेखकाच्या निदर्शनास आणावेत, ही विनंती.

**ना. रा. वडनप**

# अनुक्रमणिका

# १. बुद्धिचातुर्याचा खेळ

चतुरंग म्हणजेच बुद्धिबळ खेळ होय. बुद्धिबळ हा मूळ भारतीय खेळ असून, प्राचीन काळी तो 'चतुरंग' या नावाने ओळखला जात असे. हा बौद्धिक कौशल्यावर आधारलेला एक बैठा खेळ आहे. बहुतेक खेळांत यश मिळविण्यामध्ये कौशल्याबरोबरच योगायोगाचाही भाग असतो. मात्र बुद्धिबळाच्या खेळात योगायोग मुळीच नसतो, तर केवळ बुद्धिचातुर्याच्या आणि तंत्रकौशल्याच्या बळावरच खेळाडूला विजय हस्तगत करता येतो.

चतुरंगचा खेळ प्राचीन काळी भारतातच सुरू झाला, हे आता निर्विवादपणे सिद्ध झाले आहे. 'रॉयल एशियाटिक सोसायटीचे'चे अध्यक्ष सर विल्यम जोन्स, ऑक्सफर्डचे टॉमस हाईड, तसेच मरी, स्टॉन्टन इ. अनेक संशोधकांनी बुद्धिबळाचा उगम भारतातच झाला असल्याचे दाखवून दिले आहे. 'सिंहासन बत्तिशी'मध्ये व काही पुराणांतही या खेळाचा उल्लेख सापडतो. 'राजावली'मध्ये बुद्धिबळाचा शोध ख्रिस्तपूर्व २३८८ वर्षी लागला, असे लिहिले आहे. इ.स. पाचव्या शतकापासून या खेळाचे निश्चित उल्लेख सापडतात.

चतुरंगला महाराष्ट्रात बुद्धिबळ खेळ म्हणतात; परंतु भारतात इतरत्र तो 'शतरंज' या नावाने ओळखला जातो. भारतातून हा खेळ इराण, अरबस्तानमार्गे युरोपमध्ये, तसेच काश्मीरमार्गे चीनमध्ये जाऊन तेथून कोरिया, जपान इ. ठिकाणी प्रसृत झाला असावा. रशियात तो तिबेट-पर्शियामार्गे गेला असण्याचा संभव आहे. पर्शियन 'छतरंग', अरबी 'शतरंज, मलायी 'छतोर' इ. मूळ संस्कृत चतुरंगाचीच विविध रूपे होत.

चतुरंग या प्राचीन खेळात चार खेळाडू आणि चार रंगाच्या (काळ्या, हिरव्या, तांबड्या व पिवळ्या) सोंगट्या असत. प्रत्येक खेळाडूकडे राजा, हत्ती, घोडा, नौका आणि प्यादी अशा आठ सोंगट्या असत. पटात चौसष्ट घरे असत. चार खेळाडूंपैकी एकमेकांसमोरचे खेळाडू भागीदार होऊन त्यांच्याकडे हिरव्या-काळ्या आणि तांबड्या-पिवळ्या सोंगट्या येत. पटाच्या चार कोपऱ्यांमध्ये पहिल्या ओळीत राजा, हत्ती, घोडा, नौका (किंवा रथ), पुढच्या ओळीत समोर चार प्यादी, अशी मांडणी करून, फासे टाकून खेळत असत.

राजा, हत्ती, घोडा नौका आणि प्यादी यांना अनुक्रमे ५,४,३,२ व १ असे गुण दिले जात. दान पडेल त्याप्रमाणे प्यादे, हत्ती, घोडा किंवा नौका यांची खेळी असे. घोडा, हत्ती, राजा यांच्या चाली सध्याच्या बुद्धिबळाप्रमाणेच होत्या. रथ किंवा नौका किंवा उंट मोहऱ्यांची चालही तिरपी असे; परंतु ते उडी मारून दोनच घरे जात असत. या सर्व खेळ्या दान पडेल त्याप्रमाणे खेळावयाच्या असल्याने, हळूहळू हा खेळ पूर्णपणे द्यूतमय होऊ लागला. याला 'अष्टपद किंवा 'अष्टक्रीडा' असेही म्हणत असत.

या खेळाचा उल्लेख संस्कृत, पाली आणि इतर बौद्ध वाङ्मयातही सापडतो. चतुरंग या खेळाला जे जुगारी स्वरूप प्राप्त झाले, त्याचा अतिरेक म्हणजे या जुगारामध्ये खेळणारे आपली स्थावर व जंगम मालमत्ता, आपले सर्वस्व पणाला लावीतच; पण ते हरल्यावर आपल्या शरीराचे अवयव- हाताची बोटे, हात-पाय इ. पणाला लावीत व हरल्यास ते अवयव तोडून देत. भारतात हस्तिदंताचा जास्तीत जास्त उपयोग बुद्धिबळाची मोहरी व प्यादी करण्यासाठी केला जात असल्याचा निर्देश इ.स. ९५० मध्ये अल् मसुदी या अरबी इतिहासकाराने केला आहे. या मोहऱ्यांचे व प्याद्यांचे आकार एवढे मोठे असत की, त्यांची ने-आण नोकरांकरवीच केली जात असे. पुढे कठोर राजकीय निर्बंधांमुळे चतुरंगमधून फाशांचे उच्चाटन करण्यात आले. चौघांऐवजी हा खेळ दोघांमध्ये खेळला जाऊ लागला. प्रत्येकाने दोन हत्ती, दोन घोडे, दोन रथ, एक राजा, एक वजीर व आठ प्यादी असे चतुरंगाचे परिवर्तन साधारणपणे सहाव्या-सातव्या शतकांत घडले असावे. मात्र खेळाचे नाव 'चतुरंग' हेच राहिले. मोहऱ्यांच्या आणि प्याद्यांच्या हालचालीही निश्चित करण्यात आल्या. फासे वापरण्यावर बंदी आल्याने खेळातील दैवाधीनता संपुष्टात येऊन केवळ बौद्धिक कौशल्यालाच प्राधान्य आले.

पाचव्या शतकापासून ते पंधराव्या शतकापर्यंत भारतात बुद्धिबळ खेळात अनेक परिवर्तने होत गेली. याच काळात तो जगभर प्रसृतही होत गेला. हा खेळ युद्धसदृश असल्याने, राजेरजवाड्यांमध्ये तो अत्यंत लोकप्रिय होता. कित्येक राजांनी व सरदारांनी आपल्या पदरी निष्णात बुद्धिबळपटू बाळगले होते. मोगल साम्राज्य काळात उत्तर भारतात हा खेळ फारच लोकप्रिय झाला. जहांगीर बादशहाला बुद्धिबळाचा फार शौक होता. साधारणपणे अठराव्या शतकापर्यंत भारतामध्ये भारतीय व युरोपमध्ये पाश्चात्त्य पद्धतीनुसार हा खेळ खेळला जाऊ लागला.

## प्राचीन चतुरंग

प्राचीन 'चतुरंग'मध्ये पुढील बंधने होती –

१) प्याद्यांची एक घर चालण्याची क्षमता, २) प्यादे अंती ज्या मोहऱ्याच्या

घरात पोहोचेल त्याच मोहऱ्यात त्याचे बढतीचे रूपांतर करण्याचे बंधन, ३) प्यादे वाटमारीचा अभाव, ४) शह दिल्याशिवाय राजा न हलणे, ५) राजाला किल्लेकोटची चाल करून दुर्गाश्रयाची (कॅसलिंगची) अनुपस्थिती, ६) वजिराच्या चालीवर बंधने

अशा जाचक बंधनांमुळे प्राचीन चतुरंगातील चैतन्यावर दडपण आले. तशात प्राचीन 'चतुरंग'मध्ये एका बाजूची सर्व मोहरी मारली गेली म्हणजे 'बुर्जी' होण्याचा एक कनिष्ठ प्रकारचा डाव होत असे, तसेच 'जोराजोरी', 'मारामारी' अशा प्रकारच्या गौण डावांनाही मान्यता होती. जोराजोरीत पटावरील बुद्धिबळाला स्वपक्षाचा जोर असेल तर ते मारता येत नसे.

प्राचीन चतुरंगात श्रेष्ठ विजय संपादन करण्याचे कौशल्य वाखाणण्यासारखे होते. यामध्ये शत्रूचा एकतरी मोहरा पटावर ठेवून 'प्यादेमात' करण्याची पराकाष्ठा करायची असते. उदा. 'हुचमल्ली' म्हणजे विरोधी उंटाला पटावर राखून ठेवून केलेली प्यादेमात; 'घोडमल्ली' म्हणजे विरोधी घोड्याला राखून ठेवून केलेली प्यादेमात; 'गजमल्ली' म्हणजे विरोधी हत्तीला राखून ठेवून केलेली प्यादेमात, 'राजहंसी' किंवा 'वजीरमल्ली' म्हणजे विरोधी वजिराला राखून ठेवून केलेली प्यादेमात होय. अशा तऱ्हेने उच्च प्रतीची मात करून श्रेष्ठ विजय संपादन करण्याच्या मोहात पडल्याने प्राचीन चतुरंगाच्या शास्त्रोक्त वाढीला खीळ बसत गेली आणि तो मागे पडला, तसेच त्यावर फारशी ग्रंथनिर्मितीही झाली नाही.

साधारणपणे पंधराव्या शतकापासून युरोपियन लोकांनी प्राचीन 'चतुरंग'मध्ये विधायक दृष्टिकोनातून रीतसर बदल केले. उदा. १) वजिराला (क्वीनला) महान शक्तिशाली सामर्थ्य दिले. २) प्याद्याला (पहिल्या चालीत, हवे असल्यास) दोन घरे चालण्याची मुभा दिली. ३) प्याद्यांची वाटमारी. ४) प्यादे बढतीचे रूपांतर हवे असणाऱ्या मोहऱ्यात करण्याची क्षमता. ५) शह नसतानाही राजा हलू शकतो. ६) राजाला (सुरक्षिततेसाठी) किल्लेकोटची चाल करून 'दुर्गाश्रय' करण्याची मुभा इ. नवीन सुविधाही डावात निर्माण केल्या. अशा नावीन्यपूर्ण विशेष गुणांमुळे या खेळात नवचैतन्य ओतले गेले. बुद्धीला आणि कल्पनाशक्तीला जोरदार चालना मिळाल्याने, या खेळाला त्वरित लोकप्रियता लाभली. बुद्धिबळ खेळाची रीतसर जोपासना होऊन त्याला शास्त्रोक्त नियमबद्ध स्वरूप देण्यात आले. खेळावर विपुल लिखाण होऊ लागले आणि बरीच ग्रंथनिर्मितीही झाली.

बुद्धिबळ खेळाचा जन्म भारतात झाला; पण लालनपालन आणि विकास मात्र झाला नाही. युरोप, अमेरिका आणि रशिया यांनी या खेळाचे परिपूर्ण शास्त्रासारखे शास्त्र तयार केले आणि हजारो ग्रंथांतून ते साऱ्या जगाला खुले केले.

## पटावरील युद्ध

बुद्धिबळ म्हणजे पटावरील युद्ध होय. बुद्धिबळ खेळात अथवा प्रत्यक्ष युद्धामध्ये पुढील सूत्रबद्ध तंत्राच्या बाबी अत्यंत महत्त्वाच्या असतात. त्या म्हणजे- वेळ (टाइम), क्षेत्र (स्पेस), सेनासामर्थ्य (मटेरियल) या होत. कोणतीही लढाई वा युद्ध हे विशिष्ट प्रकारचे क्षेत्र विशिष्ट सेनादले आणि कालमर्यादा या त्रिकोणात लढले जात असते. जसे क्षेत्र तसे डावपेच व तशी लढाई केली जाते. कोणत्या प्रकारच्या शस्त्रास्त्रांनी युक्त अशी सैन्यदले आपणाजवळ आहेत व प्रतिपक्षांजवळ आहे, ते किती प्रमाणात आहे, कोणत्या परिस्थितीत आहे, आदी घटकांवर युद्धातील बलाबल व निर्णय ठरतात; परंतु श्रेष्ठ बल म्हणजे विजयाची निश्चिती, असे कधीच म्हणता येत नाही. कारण काळ, वेळ व क्षेत्राच्या मर्यादित हालचाली जमाव्या लागतात व पारही पाडाव्या लागतात. तिसरा घटक 'काळ'. ही कल्पना अमर्याद आहे. योग्य क्रमाने व योग्य वेळी घटना घडण्याला फार महत्त्व असते. घोडदळाच्या चढाईच्या वेळी त्याची लगेच कूच झालीच पाहिजे. जरा विलंब झाला, की प्रतिपक्षाला त्याचा सुगावा लागलाच. हल्ल्याची अचानकता, अनपेक्षितता हे महत्त्वाचे घटक या कालमर्यादेत बसतात. त्यामुळे गतिमानता, चपळाई, गरुडझेप आदी घटक युद्धाच्या रणांगणावर, तसेच बुद्धिबळाच्या पटावरील रणक्षेत्रांवरही मोठा परिणाम करून जातात. काही मोजक्या उदाहरणांवरून याची कल्पना येईल.

इ.स. १६५९ मधील शिवाजीराजे व अफजलखान यांच्यातील ऐतिहासिक संग्राम हा क्षेत्र आकुंचनाच्या दृष्टीने महत्त्वाचा मानावा लागेल. मोठ्या सुसज्ज सैन्यनिशी तसेच तोफखाना, गजदल, घोडदल घेऊन आलेल्या विजापूरच्या कसलेल्या व कर्तबगार सेनापतीशी पोरसवदा शिवाजीराजाने व त्याच्या छोट्याशा सैन्याने उघड सामना देणे म्हणजे सर्वनाशच होता. तेव्हा अफजलखानाच्या मोठ्या सैन्याची धार प्रथम बोथट करणे शिवाजीराजांना भाग होते. यासाठी शिवाजीराजांनी त्यास आमिष दाखवून, भूलथापा देऊन वाईच्या उघड्या मैदानातून प्रतापगड-जावळीच्या डोंगरी व जंगली मुलखात खेचले. साहजिकच अफजलखानाच्या सैन्याच्या हालचालींवर फार मोठे बंधन पडले. शिवाजीराजांनी प्रतिहल्ला करून त्याचे बरेच सैनिक गारद करून, इतरांना थेट पन्हाळगडापर्यंत पिटाळून लावून जय मिळविला. क्षेत्र आकुंचनाच्या या व्यूह उद्दिष्टांची (स्ट्रॅटेजीची) अशी ही विजिगीषू परिस्थिती पटावरील बुद्धिबळ दलांच्या युद्धातही बऱ्याच वेळा दिसून येते. बुद्धिबळाच्या पटावरील युद्धातही आपण प्रतिपक्षाच्या सैन्यदलांची कोंडी करून हे साधत असतो.

पुढे पन्हाळगडाला विजापूरच्या सिद्धी जोहारने वेढा घातला असताना व त्याच वेळी उत्तरेकडून मोगल सरदार शाहिस्तेखान पुण्यावर चालून येत असल्याचे शिवाजीराजांना समजले, तेव्हा या दुहेरी हल्ल्याविरुद्ध स्वसंरक्षणासाठी कुठेतरी

सुरक्षित ठिकाणी आसरा घेणे शिवाजीराजांना भाग होते, तेव्हा शिवाजीराजांनी 'विशालगडा'वर आसरा घेतला होता. बुद्धिबळ खेळातही सुरुवातीच्या चालीनंतर जेव्हा माऱ्यासाठी क्षेत्र खुले होते, तेव्हा राजाला किल्लेकोटाची चाल करून दुर्गाश्रयात सुरक्षित आश्रयाला नेण्याची (कॅसलिंगची) पद्धत आहे. अशीही व्यावहारिक युद्धतंत्रे बुद्धिबळ खेळात प्रत्यक्षात युरोपियनांनी आणली आणि पटावरील युद्धात नवचैतन्य ओतले.

तेव्हा प्राचीन चतुरंगमधील क्लिष्टता काढून टाकून त्यात विधायक दृष्टिकोनातून मागे निर्देश केलेली, रीतसर बदल केलेली आणि नवनवीन सुविधायुक्त अशी आधुनिक पद्धती जगन्मान्य झाली आहे. हल्ली सर्वत्र प्रचलित आंतरराष्ट्रीय बुद्धिबळ खेळच प्रमाणभूत मानला जातो.

**प्रचलित बुद्धिबळाचे स्वरूप**

बुद्धिबळाचा खेळ दोन प्रतिस्पर्धी खेळाडू बुद्धिबळाचा पट मध्ये ठेवून खेळतात. हा बुद्धिबळाचा पट आलटूनपालटून पांढऱ्या आणि काळ्या रंगाच्या सारख्या आकाराच्या एकूण ६४ चौरसांचा अथवा घरांचा मिळून झालेला असतो. दोन खेळाडूंमध्ये हा पट ठेवताना पटाच्या कोपऱ्यातील पांढरे घर खेळाडूंच्या उजव्या हातास असावे लागते.

या पटावर आठ उभे स्तंभ (म्हणजे उभ्या पट्ट्या) असतात. या उभ्या पट्ट्यांत आठ-आठ घरे असतात. हे स्तंभ आणि त्यामधील घरे अनुक्रमे **ए, बी, सी, डी, ई, एफ, जी, एच** या अक्षरांनी संबोधली जातात. या स्तंभांशी काटकोनात आठ आडव्या रांगा असतात. या आडव्या रागांमध्ये आठ-आठ घरे असतात. या रांगा आणि त्यांतील घरे अनुक्रमे १,२,३,४,५,६, ७,८ या आकड्यांनी ओळखली जातात. या स्तंभांची अक्षरे आणि रांगांचे अनुक्रमांक मिळून पटावरील प्रत्येक घराचे नाव तयार करता येते. ती घरांची नावे आकृती क्र. २ मध्ये दाखविली आहेत.

समानरंगी एकमेकांना कोपऱ्यात स्पर्श करणाऱ्या घरांना कर्ण म्हणतात. उदा. पट मध्यावर

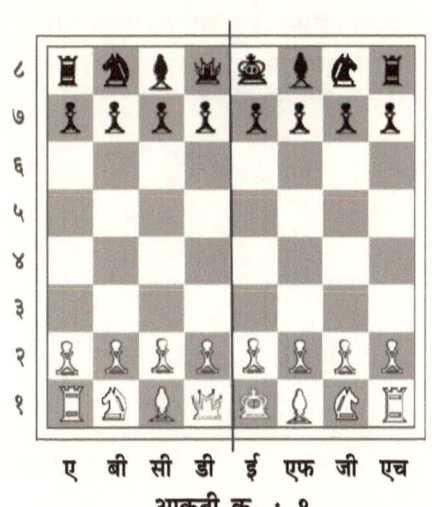

ए बी सी डी ई एफ जी एच

**आकृती क्र. : १**

काळी

| | | | | | | | | |
|---|---|---|---|---|---|---|---|---|
| ८ | ए८ | बी८ | सी८ | डी८ | ई८ | एफ८ | जी८ | एच८ |
| ७ | ए७ | बी७ | सी७ | डी७ | ई७ | एफ७ | जी७ | एच७ |
| ६ | ए६ | बी६ | सी६ | डी६ | ई६ | एफ६ | जी६ | एच६ |
| ५ | ए५ | बी५ | सी५ | डी५ | ई५ | एफ५ | जी५ | एच५ |
| ४ | ए४ | बी४ | सी४ | डी४ | ई४ | एफ४ | जी४ | एच४ |
| ३ | ए३ | बी३ | सी३ | डी३ | ई३ | एफ३ | जी३ | एच३ |
| २ | ए२ | बी२ | सी२ | डी२ | ई२ | एफ२ | जी२ | एच२ |
| १ | ए१ | बी१ | सी१ | डी१ | ई१ | एफ१ | जी१ | एच१ |
| | ए | बी | सी | डी | ई | एफ | जी | एच |
| | a | b | c | d | e | f | g | h |

पांढरी

**आकृती क्र. २**

**ए१-एच८** हा काळा कर्ण, तर **ए८-एच १** हा पांढरा कर्ण होय. इतर लहान-मोठे कर्णही आहेत.

डावाच्या सुरुवातीला एक खेळाडू १६ पांढरी बुद्धिबळ दले, तर दुसरा खेळाडू १६ काळी बुद्धिबळ दले आकृती क्र. १ मध्ये दाखविल्याप्रमाणे मांडतात. या आकृतीमध्ये दाखविल्याप्रमाणे पहिल्या व आठव्या रांगांमध्ये मोहरी आहेत. ती ज्या घरात दाखविली आहेत, ती घरे त्या त्या मोहऱ्यांची स्वगृहे आहेत, तसेच दुसऱ्या आणि सातव्या रांगांमधील घरात दाखविलेली प्यादी ही त्या त्या प्याद्यांची स्वगृहे आहेत. या मोहऱ्यांची आणि प्याद्यांची नावे त्यांच्या आद्याक्षराने त्या त्या दलाच्या संक्षिप्त नावासह दिली आहेत. मोहरी आणि प्यादी मिळून बुद्धिबळ दले होतात. बैजिक पद्धतीने खेळीलेखन करताना या आकृतीमधील मोहऱ्यांची संक्षिप्त नावे व आकृती २ प्रमाणे घरांची नावे वापरतात. बैजिक पद्धतीने खेळीलेखन करताना प्याद्यांचे 'प्या' हे संक्षिप्त नाव गाळतात.

दोन खेळाडूंनी प्रत्येक वेळी एक याप्रमाणे आलटूनपालटून खेळी करावयाची असते. पांढरी बुद्धिबळ दले घेऊन खेळणारा खेळाडू डावाची सुरुवात करतो. आता बुद्धिबळ खेळाचा डाव सुरू करण्याअगोदर या प्रचलित खेळातील आधुनिक सूत्रे, त्यातील अद्ययावत तंत्र याची ओळख प्रथम करून घेणे आवश्यक ठरते. याची माहिती पुढील प्रकरणांतून दिली जाईल.

◆

## २. बुद्धिबळ दलांच्या चाली, गती, पल्ला

पटावर खेळताना जेव्हा एखादे प्यादे अथवा मोहरे हलवले जाते, त्याला चाल किंवा खेळी म्हणतात. डावाची सुरुवात पांढरी मोहरीवाला करतो, त्याच्यानंतर काळा मोहरीवाला खेळतो. अशा रीतीने खेळाडू आळीपाळीने पांढरी आणि काळी बुद्धिबळ दले खेळत जातात. ज्या घरात आपले बुद्धिबळ दल आहे, त्या घरात खेळाडू आपले दुसरे प्यादे किंवा मोहरे नेऊ शकत नाही. कोणत्याही दिलेल्या समयी पटावर विखुरलेल्या बुद्धिबळ दलाच्या परिस्थितीला 'स्थिती वाचकता' अथवा 'स्थिती' म्हणतात.

प्रकरण एकमधील आकृती 'एक' मध्ये डावाच्या सुरुवातीची अथवा प्रारंभीची स्थिती दाखविली आहे. बुद्धिबळ दल जेव्हा पटावरील आडव्या रांगेतील किंवा उभ्या स्तंभातील (पट्टीतील) अथवा तिरकस कर्णघरातून हलतात तेव्हा त्यांच्या चालीला अनुक्रमे 'आडवी चाल' 'उभी चाल' आणि 'तिरकस चाल' असे म्हणतात.

एका खेळीत एका दिशेला बुद्धिबळ दल जास्तीत जास्त किती घरे चाल करू शकते, त्यावर त्याची गती अवलंबून असते. तसेच निरनिराळ्या चालींनी जास्तीत जास्त घरे ताब्यात ठेवण्याच्या कुवतीवर त्याचा पल्ला अवलंबून असतो, आणि ती घरे त्या बुद्धिबळ दलाच्या माऱ्यात आहेत, असे म्हणतात. गती, पल्ला आणि मारा या सर्व गोष्टी बुद्धिबळ दलाच्या चालींवर आधारलेल्या आहेत. प्रत्येक बुद्धिबळाची हलण्याची चाल आणि गती वेगवेगळ्या असतात. उदा. रिकाम्या पटावर या चाली प्रत्यक्ष पाहू या :- (सूचना- यापुढे दिलेल्या चित्रांमधील 'मोहरी' व 'प्यादे' यांची चित्रे प्रत्यक्ष खेळातील बुद्धिबळ दलांची आहेत. तर प्रतीक चिन्हाची चित्रे बुद्धिबळ खेळावरील लेख, पुस्तके, मासिके वा वर्तमानपत्रे इत्यादींमध्ये येणाऱ्या आकृत्यांमध्ये वापरतात.

**१) हत्ती :** हत्ती आडव्या चालीने रांगेतील अथवा उभ्या चालीने स्तंभातील कोणत्याही एका घरात हलतो. हत्तीची गती जास्तीत जास्त सात घरे आहे आणि त्याचा पल्ला आणि मारा १४ घरांवर पोचू शकतो.

आकृती क्र. ३ मधील पांढऱ्याचा हत्ती 'ई' स्तंभातील किंवा चौथ्या रांगेतील कोणत्याही घरात जाऊ शकतो, म्हणजे तो १४ घरांपैकी कोणत्याही एका घरात जातो.

**स्वाध्याय पाठ**

आकृती ३ पाहा.

१) आकृती ३ मधील पांढऱ्याचा हत्ती कोणकोणत्या घरात जातो, त्या (घरांची) नावे द्या.

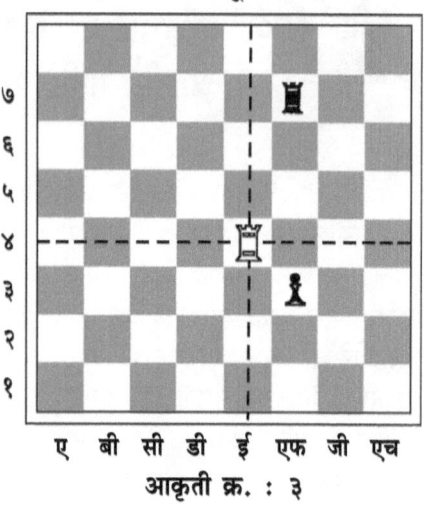

ए  बी  सी  डी  ई  एफ  जी  एच

**आकृती क्र. : ३**

२) आकृती ३ मध्ये दाखविलेल्या स्थितीतील काळ्याचा हत्ती 'एफ' पट्टीतील कोणत्या घरात जाऊ शकतो.

**सूचना :** या व तसेच पुढील स्वाध्याय पाठातील उत्तरे प्रकरणाशेवटी दिली आहेत.

**२) उंट :** उंट एका खेळीत तिरकस चालीने कर्णघरातून एका वेळी एका दिशेत जातो. उंट फक्त एकाच रंगाच्या म्हणजे फक्त पांढऱ्या किंवा फक्त काळ्या रंगाच्या कर्णघरातून हलू शकतो. उंटाची गती जास्तीत जास्त सात घरे आहे. केंद्रस्थ घरातून उंटाचा पल्ला आणि मारा तेरा घरांवर पोहोचू शकतो.

आकृती 'एक' मधील डाव सुरुवातीच्या स्थितीचे अवलोकन केले असता आपल्याला दिसून येईल की, प्रत्येक खेळाडूकडे असणारा एक उंट फक्त पांढऱ्या कर्णघरातून हलू शकतो, तर दुसरा उंट फक्त काळ्या कर्णघरातून हलू शकतो. सर्वसाधारणपणे त्यांना पांढऱ्या घरातील अथवा काळ्या घरातील उंट असे संबोधतात.

आकृती ४ मधील डी ४ मधील पांढऱ्याचा उंट ए१ –एच८ आणि जी १ –

ए७ या कर्णावरील एकूण १३ घरांपैकी कोणत्याही एका घरात जाऊ शकतो. म्हणजे या उंटाचा पल्ला व मारा या १३ घरांवर पाहोचू शकतो. पांढऱ्याच्या दुसऱ्या उंटाचा पल्ला व मारा फक्त ७ घरांपुरताच आहे.

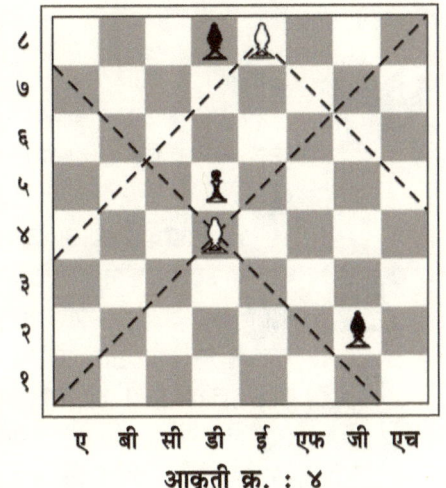

आकृती क्र. : ४

**स्वाध्याय पाठ**

आकृती ४ पाहा.

१) आ. ४ मधील काळ्या घरातील काळ्याच्या उंटाचा पल्ला (कोठे कोठे) पोहोचू शकतो, त्या घरांची नावे द्या.

२) एच२ – ए८ या कर्णातील कोणत्या घरात पांढऱ्या घरातील काळ्याच्या उंटाला जाता येणार नाही?

**३) वजीर :** वजीर रांगेतील अथवा स्तंभातील किंवा कर्णातील कोणत्याही एका घरात अनुक्रमे आडव्या अथवा उभ्या किंवा तिरकस चालीने हलू शकतो. वजीर म्हणजे हत्तीची अधिक वजीर ज्या घरात उभा आहे त्या रंगाच्या म्हणजे पांढऱ्या किंवा काळ्या कर्णघरातील उंटाची मिळून होणारी संयुक्त चाल, पल्ला व मारा यांचे एकवटलेले महान सामर्थ्य होय.

आकृती ५ मध्ये डी ४ या केंद्र घरात असणाऱ्या वजिराचा पल्ला आणि मारा एकूण २७ घरांवरती पोचतो. अशा हालचालींचे महान सामर्थ्य असणारा वजीर, हा अत्यंत शक्तिशाली मोहरा आहे.

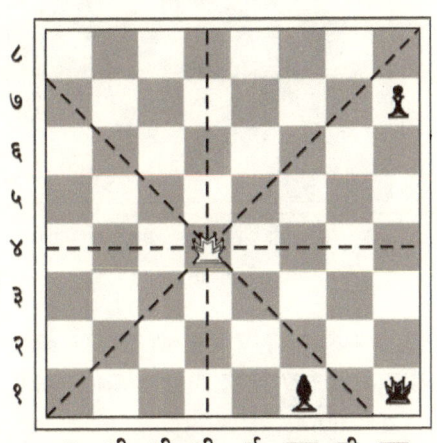

आकृती क्र. : ५

**स्वाध्याय पाठ**

आकृती ५ पाहा.

१) (अ) काळ्याच्या वजिराचा पल्ला कोणकोणत्या घरांवर पोचू शकतो. (ब) तो एच ८ या घरात जाऊ शकतो का?

**४) घोडा :** घोड्याला उड्डाणचालीचे वरदान आहे. तो अडीच घरांच्या उड्डाणचालीने हलतो. आकृती ६ पाहा. ई ५या काळ्या घरात उभा असणारा पांढऱ्याचा घोडा, टिंब असलेल्या आठ पांढऱ्या घरांपैकी एका पांढऱ्या घरात उड्डाणचालीने झेप घेऊन जाऊ शकतो. घोडा ज्या घरात उभा असतो, त्यालगत असणाऱ्या स्तंभातील किंवा रांगेतील घरांवरून उड्डाण करून तो विरुद्ध रंगाच्या घरात एका झेपेत जातो (किंवा तेथे असणाऱ्या विरोधी मोहोरा किंवा प्याद्याला मारून त्या घरात जातो).

आकृती ६ मधून दिसून येईल, की ई ५ या काळ्या घरातील घोडा डी५, सी५ घरांवरून उड्डाण करून तो सी ४ वा सी ६ मध्ये किंवा ई ६, ई ७ वरून डी७ वा एफ७ मध्ये, किंवा एफ५, जी५ वरून जी ४ वा जी ६ किंवा ई ४, ई३ वरून डी ३ किंवा एफ ३ मध्ये झेपावून जातो.

**आकृती क्र. : ६**

पांढऱ्या रंगाच्या घरात उभा असणारा घोडा नेहमी काळ्या रंगाच्या घरांमध्ये झेप घेऊन जातो किंवा याउलट काळ्या रंगाच्या घरात उभा घोडा नेहमी पांढऱ्या रंगाच्या घरांमध्ये झेपावून जातो.

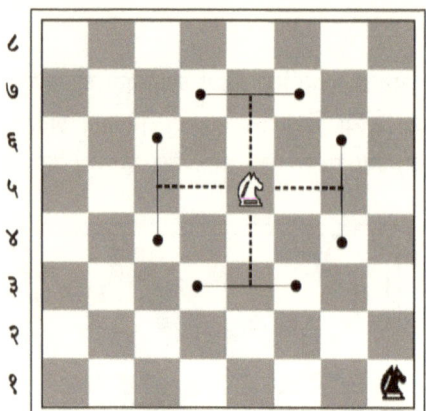

आकृती ७ पाहा. पांढऱ्याचा घोडा, स्वपक्षाच्या व विरोधी दलाच्या वेढ्यात अडकलेला असला तरी त्या बुद्धिबळ दलांचा कसलाही अडथळा न होता, टिंबांनी दाखविलेल्या घरात तो झेपावून जातो.

## स्वाध्याय पाठ

**आकृती क्र. : ७**

आकृती ७ पाहा.

काळयाचा घोडा कोणकोणत्या घरांमध्ये जाऊ शकतो? (व कोणत्या घरात जाऊ शकत नाही.)

एक नामांकित बुद्धिबळ समस्या अशी आहे की, ज्यामध्ये घोड्याचे असे मार्ग शोधा, की जेणेकरून तो पटावरील प्रत्येक घरात फक्त एकदाच जाऊ शकेल. गणिततज्ज्ञांच्या मते, ३० दशलक्षांहूनही अधिक मार्ग निघू शकतील. काही मान्यवरांनी अनेक शतके याचा खोलवर अभ्यास करूनही त्यांना याबाबतचा नक्की आकडा सांगता आला नाही.

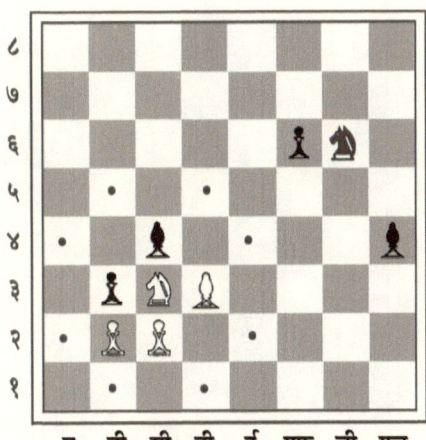

**(५) राजा :** एका खेळीत लगतच्या कोणत्याही स्तंभातील रांगेतील अथवा कर्णातील एका घरात हलतो. म्हणजे राजाची चाल आणि गती एका घरापुरतीच आहे. राजा विरोधी बुद्धिबळाच्या माऱ्यातील घरात जाऊ शकणार नाही. राजाचा बळी घेत नसतात. राजा जरी मरू शकणार नसला तरी त्याच्या सुरक्षिततेवरच बुद्धिबळाचा डाव अवलंबून असतो.

**आकृती क्र. : ८**

आकृती ८ व आकृती ९ मध्ये राजा कोणत्या घरामध्ये हलू शकतो ते टिंबांनी दाखविलेले आहे. पटाच्या कडेपट्टीत राजाच्या

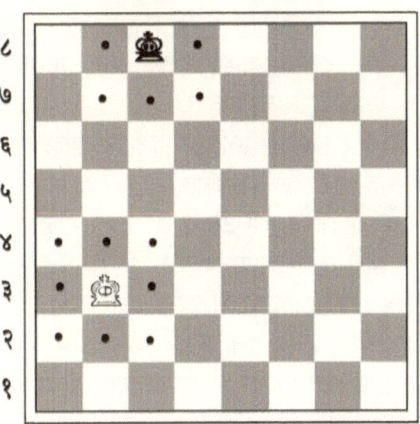

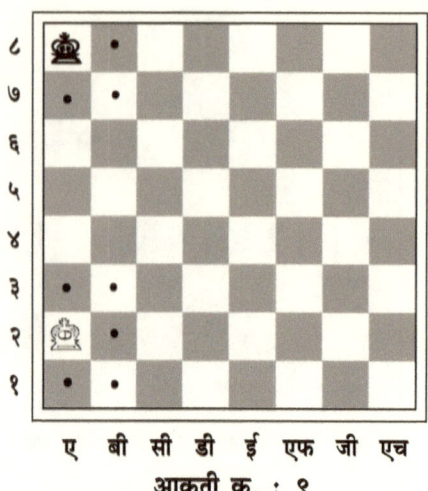

**आकृती क्र. : ९**

हालचालीची क्षमता कमी होते, त्याच्या हालचालीसाठी केवळ ५ घरे उरतात. आणि जेव्हा राजा पटाच्या कोपऱ्यातील घरात असतो तेव्हा राजाच्या हालचालीसाठी केवळ ३ घरेच उरतात.

**स्वाध्याय पाठ**

आकृती ८ व ९ मधील काळा राजा कोणकोणत्या घरांत हलू शकतो त्यांची नावे सांगा.

**मारामारीचे तंत्र**

मोहोरी त्याच्या हलण्याच्या चालीच्या मार्गात येणाऱ्या विरोधी मोहऱ्याला मारू शकतात. म्हणजे मोहरा त्यांच्या हलण्याच्या चालीनेच मारतात. तेव्हा विरोधी मोहरा वा प्याद्याला मारून त्याचे पटावरील घरातून उच्चाटन करून, त्याच्याऐवजी चाल करणारा मोहरा त्या घरात ठेवतात, अशा या तीन निरनिराळ्या क्रिया असणारी ही चाल संपते. ज्या घरांत विरोधी मोहरा किंवा प्यादे उभे असते, तेथे चाल करून जाणारा मोहरा किंवा प्यादे, त्या विरोधी बुद्धिबळाला मारू शकते. बुद्धिबळ दलांच्या चाली, पल्ला, गती निरनिराळ्या आहेत. त्यामुळे त्यांची तौलनिक मूल्येही निरनिराळी होतात.

वजीर आणि हत्ती ही मोठी बुद्धिबळ दले होत. वजिराचे तौलनिक मूल्य ९ असते, तर हत्तीचे तौलनिक मूल्य ५ असते. उंट, घोडा व प्यादे ही लहान बुद्धिबळ दले आहेत आणि उंटाचे व घोड्याचे तौलनिक मूल्य प्रत्येकी ३ असते, तर प्याद्याचे तौलनिक मूल्य फक्त १ असते.

**शह :** जेव्हा विरोधी बुद्धिबळ दलाच्या मारक चालीने राजावर हल्ला होतो, म्हणजे काळ्या बुद्धिबळ दलाचा पांढऱ्या राजावर अथवा पांढऱ्या बुद्धिबळ दलाचा काळ्या राजावर हल्ला होतो, तेव्हा हल्ल्यात सापडलेला राजा शहात आहे असे म्हणतात किंवा राजाला 'शह' लागला, असे म्हणतात. आकृती १० पाहा.

आकृती १० मध्ये पांढऱ्याचा वजीर एकाच वेळी हत्तीला किंवा उंटाला मारू शकतो. परंतु हत्तीचा मोहरा उंटाहून मूल्यवान असल्याने, तिरकस चालीने पांढरा

वजीर डी ४ मधील हत्ती मारून डी -४ च्या घरात जातो तेव्हा तो ए ४ मध्ये असणाऱ्या काळ्या राजावर आडव्या चालीने शह-मारा करतो. तेव्हा या चालीचे खेळीलेखन १ व डी ४+, असे किंवा १ व डी ४ शह, असे करतात ('+' हे चिन्ह शहसाठी आहे.)

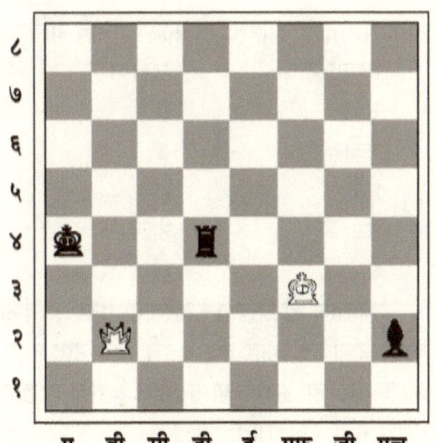

आकृती क्र. : १०

आकृती ११ पहा.

वजिराने हत्ती मारल्यानंतरची स्थिती

आकृती क्र. : ११

ज्या खेळाडूला बुद्धिबळ खेळावयाचे आहे, त्याने डावामधील खेळी, चाली लिहिणे आवश्यक आहे. सामन्यांमध्ये भाग घेणाऱ्या एखाद्या स्पर्धकाने खेळीलेखन करण्याचे नाकारले अथवा असमर्थता दाखविली, तर जागतिक बुद्धिबळ महासंघाच्या (फीडेच्या) नियम क्र. १३ नुसार, त्या खेळाडूला सामन्यात भाग घेण्यापासून स्पर्धा डायरेक्टर रोखू शकतात. फीडेने बैजिक पद्धतीच्या (अल्जिब्रिक मेथडच्या) खेळीलेखनास मान्यता दिली आहे. हल्ली सर्व आधुनिक बुद्धिबळ खेळावरील पुस्तकांमध्ये, लेखांमध्ये, मासिकांमध्ये, वर्तमानपत्रे, साप्ताहिके, पाक्षिकांमध्ये बैजिक पद्धतच वापरतात. यासाठी आणि पुढे दिलेल्या डावामधील चाली, टीका, टिप्पणी, पर्यायी चाली नीट समजण्यास सोपे जावे म्हणून 'बुद्धिबळ शिका' या लेखमालेत बैजिक पद्धती अवलंबिली आहे.

डाव सुरुवातीची स्थिती आकृती क्र. 'एक'मध्ये दाखविली आहे ती पाहा, तसेच पुढे दिलेल्या तक्त्यामध्ये बुद्धिबळ दलांची मराठी नावे त्यांच्या संक्षिप्त

नावांसह दिली आहेत. ही संक्षिप्त नावे बैजिक खेळीलेखनात वापरतात.

| मराठी नाव | | संक्षिप्त नाव |
|---|---|---|
| राजा | - | रा |
| वजीर | - | व |
| हत्ती | - | ह |
| उंट | - | उं |
| घोडा | - | घो |

प्याद्याचे खेळीलेखन करताना 'प्या' हे संक्षिप्त नाव गाळतात. फक्त प्यादे ज्या घरात हलविले आहे त्या घराचे नाव नोंदवतात. प्याद्याने मारामारीची चाल केली असल्यास ज्या स्तंभाच्या घरातील विरोधी बुद्धिबळ दल मारले आहे, त्या स्तंभातील घराचे नाव नोंदवतात.

**एक अलिखित नियम (कन्व्हेन्शन) :**

पुस्तकात किंवा वर्तमानपत्रात बुद्धिबळाची आकृती देतात तेव्हा त्या आकृतीत डावाच्या सुरुवातीला आकृती क्र. एकमध्ये दाखविल्याप्रमाणे वरच्या बाजूस काळी बुद्धिबळ दले असतात, तर खालच्या बाजूला पांढरी बुद्धिबळ दले असतात. पांढरी प्यादी खालून वर चालवतात, तर काळी प्यादी वरून खाली चालवतात, असा हा एक अलिखित नियम (कन्व्हेन्शन) आहे.

**बुद्धिबळ खेळीलेखन :**

खेळीलेखन करताना जे बुद्धिबळ दल हलविले आहे, त्याचे संक्षिप्त नाव वरील तक्त्यामध्ये दाखविल्याप्रमाणे प्रथम लिहून त्याच्यापुढे छोटी आडवी रेघ देतात. ही रेघ ऐच्छिक आहे. (हल्ली ही छोटी रेघ गाळतात.) पुढे ते बुद्धिबळ दल ज्या घरात हलविले आहे त्या घराचे नाव आकृती क्र. दोन (बैजिक पद्धतींसाठी) मध्ये दाखविल्याप्रमाणे लिहितात.

**आ. एकमध्ये दाखविलेल्या स्थितीतून पुढीलप्रमाणे सुरुवातीच्या चाली केल्या आहेत -**

पांढऱ्याने त्याच्या राजापुढील प्यादे दोन घरे पुढे चालविले आहे, काळाही तशीच उत्तरदायी चाल करतो; (२) पांढरा त्याचा 'रा' घोडा रा. उं प्याद्यापुढील घरात चालवितो. काळाही त्याचा 'व' घोडा तसाच पुढे आणतो... अशा तऱ्हेने पांढऱ्याने आणि काळ्याने प्रत्येकी ७, ७ खेळी केल्या; त्यानंतरची स्थिती आकृती क्र. बारामध्ये दाखविली आहे ती पाहा. उपरिर्निर्दिष्ट 'सात' चालींचे बैजिक पद्धती (बै.प.) मध्ये 'खेळीलेखन, पुढीलप्रमाणे होईल.

**खेळी पांढरी** **काळी**

**क्र.**

(१) ई ४, ई ५;

(२) घो एफ ३, घो सी ६;

(३) उं सी ४, उं सी ५;

(४) डी ४, ई × डी ४ (म्हणजे काळ्या 'रा' प्याद्याने पांढरे प्यादे मारले [ × ही मारल्याची खूण आहे.])

(५) ०-०-घो एफ ६,

(६) ई ५, - डी ५,

(७) ई × डी (वा मा), उं × डी ६ (म्हणजे 'डी ६' मध्ये वाटमारीची चाल करून आलेल्या पांढऱ्या प्याद्याला मारून उंट डी ६ मध्ये आला आहे.)

या चालीनंतर येणारी स्थिती आकृती क्र. बारा मध्ये दाखविली आहे, ती पाहा.

**आकृती क्र. १२**

आकृती बारामधील बुद्धिबळ दलांची स्थिती बैजिक पद्धतीमध्ये पुढीलप्रमाणे लिहितात -

पांढरी बुद्धिबळ दले - रा जी १, ह ए १, ह एफ १, उं सी १, उं सी ४, घो बी १, घो एफ ३, आणि प्यादी -ए २, बी २, सी २, एफ २, जी २ एच २;

काळी बुद्धिबळ दले - रा ई ८, व डी ८, ह ए ८, ह एच ८, उं सी ८, उं डी ६, घो सी ६, घो एफ ६ आणि प्यादी ए ७, बी ७, सी ७, डी ४, एफ ७, जी ७, एच ७.

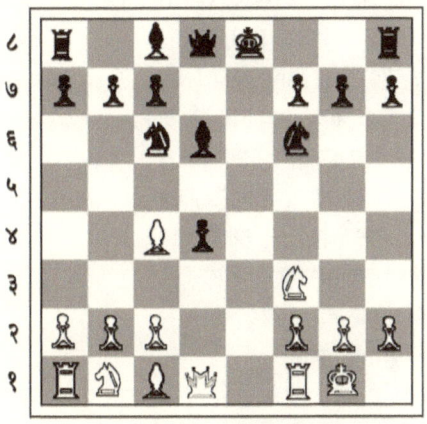

बैजिक पद्धतीमध्ये प्याद्याची खेळी लिहिताना 'प्या' हे संक्षिप्त अक्षर, तसेच व घो, व उं, व ह आणि रा घो, रा उं, रा ह, यांमधील 'व' आणि 'रा' ही आद्याक्षरेही गाळतात.

या पद्धतीमध्ये खेळी लिहिताना पुढे दाखविल्याप्रमाणे 'चिन्हे' वापरतात. जेव्हा पांढऱ्याच्या वा काळ्याच्या खेळीचा उल्लेख खेळीलेखनात करावयाचा

नसतो तेव्हा... अशी तीन टिंबे वापरतात.
०-० राजाच्या बाजूचा किल्लेकोट.
०-०-० वजिराच्या बाजूला किल्लेकोट.
- कडे हालविले.
':' किंवा '×' ला मारले.
वा. मा. वाटमारीने प्यादे मारले आहे.
दु. शह - दुहेरी शह. आणि काटशहा.
या पद्धतीत शहासाठी + हे चिन्ह, दुहेरी तहासाठी ++ हे चिन्ह किंवा 'शह' असे स्पष्ट लिहितात. आणि मातसाठी ‡ किंवा ‡‡ हे चिन्ह वापरतात. किंवा 'मात' असे स्पष्ट लिहितात.
! चांगली खेळी
!! अत्युत्तम खेळी
? वाईट खेळी
?? अति वाईट खेळी (घोडचूक)
/ = व वजीरप्राप्तीची बढती
± पांढऱ्याचा डाव वरचढ आहे.
± काळ्याचा डाव वरचढ आहे.
+ – पांढऱ्याला निर्णायक लाभ
– + काळ्याला निर्णायक लाभ
!? लक्षवेधी चाल आहे
?! शंकास्पद चाल आहे
ऽ कोणतीही खेळी
= समान स्थिती

वरील सात चालींचे खेळीलेखन पुढीलप्रमाणेही करतात. उदा. १ ई ४. ई ५, घो एफ ३, घो सी ६; ३ उं सी ४, उं सी ५; ४ डी ४, ई × डी ४; ५ ०-०, घो एफ ६; ६ ई ५; डी ५, ७ ई × डी ६. (वा.मा.) उं × डी ६.

काळ्याच्या ४ थ्या खेळीवर टीप देताना प्रथम पांढऱ्याच्या खेळीसाठी..., अशी तीन टिंबे नंतर स्वल्पविराम देऊन मग खेळी व टीप लिहितात.

काळ्याच्या ४ थ्या खेळीवर टीप देताना प्रथम पांढऱ्याच्या खेळीसाठी..., अशी तीन टिंबे नंतर, विराम देऊन मग खेळी व टीप लिहितात. उदा. ४..., ई × डी ४ (म्हणजे काळ्या 'रा' प्याद्याने पांढरे 'व' प्यादे मारले - '×' ही मारलेली खूण आहे.)

स्पष्ट खेळीलेखन करावे लागते. उदा. (आकृती १२ मध्ये) पांढऱ्याची ८ वी

खेळी लिहिताना नुसते ८ घो डी २, ..., असे लिहिले तर एफ ३ चा घोडा की बी २ चा घोडा डी २ मध्ये गेला, याचा स्पष्ट बोध होत नाही. समजा येथे एफ ३ तला घोडा डी २ त हलवला असला तर मग ८ घो (एफ) डी २,..., असे स्पष्टपणे लिहिले असता घोटाळा होत नाही.

आकृती १३ पहा.

पुढे वर्णन केल्याप्रमाणे खेळीलेखन केले आहे. उदाहरणार्थ

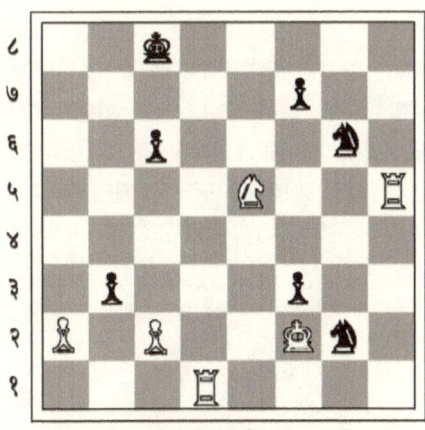

ए बी सी डी ई एफ जी एच

**आकृती क्र. : १३**

**(क)** काळ्या प्याद्याने 'सी २' मधले पांढरे प्यादे मारले आणि (१) **'प्या × प्या'** असे खेळालेखन केले.

**(ख)** पांढऱ्या घोड्याने **'एफ- ३'** मधले काळे प्यादे मारले व (१) **घो × एफ** असे खेळीलेखन केले.

**(ग)** पांढऱ्याने **'डी१'** मधला हत्ती **'एच १'** मध्ये हलविला आणि (१) ह × **एच १** असे खेळालेखन केले.

**(घ)** काळ्याने **'जी६' मधला घोडा 'एच४'** मध्ये हलविला आणि (१) **'घो-एच४'** असे खेळीलेखन केले.

**प्रश्न : उपरिनिर्दिष्ट 'क' 'ख' 'ग' 'घ'** मध्ये केलेले खेळीलेखन बरोबर आहे की चूक आहे, ते कारणासह सांगा.

एखाद्या वैयक्तिक प्याद्याचा उल्लेख करावयाचा झाल्यास ते प्यादे ज्या उभ्या पट्टीत (स्तंभात) अथवा घरात असते त्याच्या नावाने ते ओळखले जाते. उदा. एफ-प्यादे अथवा बी ४ प्यादे वगैरे.

डाव सुरुवातीच्या (आ. एक पाहा) स्थितीत ज्या ज्या मोहऱ्यांसमोर प्यादी उभी असतात, त्या त्या मोहऱ्यांच्या नावाने प्यादी ओळखली जातात. उदा. व प्यादे, (डी प्यादे), रा. प्यादे (ई प्यादे), ह प्यादे (ए किंवा एच प्यादे), घो प्यादे (बी किंवा जी प्यादे) उं-प्यादे (सी किंवा एफ प्यादे)

**६) प्यादे :** प्यादे, उभ्या चालीने पट्टीत सरळ एक एक घर हलू शकते; परंतु एकदा पुढे गेलेले प्यादे मागे घेता येत नाही. कोणतेही प्यादे स्वगृहात असते, तेव्हा

त्याला त्याच्या अगदी पहिल्या खेळीत (ती डावाची पहिली खेळी असतेच असे नाही) त्याच्या समोरील पहिल्या अथवा एकदम एका खेळीत दोन घरे पुढे जाण्याची मुभा असते. (आकृती १ पाहा) प्रमाण चालीने पांढरी प्यादी काळ्या बाजूकडे चालतात, तर काळी प्यादी पांढऱ्या बाजूकडे चालतात. प्यादे त्याच्या समोरून डावीकडील अथवा उजवीकडील कोणत्याही एका कर्णघरातील विरोधी बुद्धिबळ मारू शकते. तेव्हा प्याद्याची हलण्याची चाल सरळ आणि मारण्याची चाल तिरकी असते.

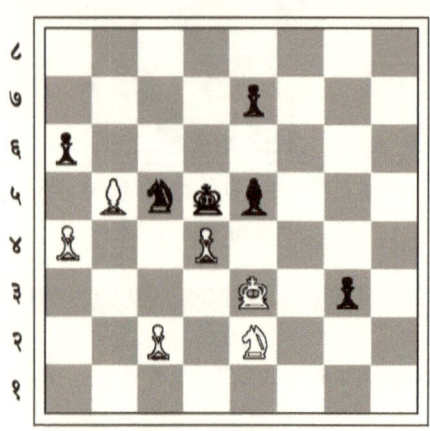

आकृती क्र. १४

आकृती क्र. १४ पहा.

या आकृतीमधील प्याद्यांची चाल कशी काय करता येते ते आपण अभ्यासू. पांढऱ्याचे ए ४- चे प्यादे फक्त एकच घर पुढे जाऊ शकते. १, ए ५, 'सी' प्यादे ज्या अर्थी त्याच्या स्वगृहात आहे, तेव्हा ते १. सी ३ आणि १. सी ४ + अशा दोन्ही चाली करू शकते. पांढऱ्याचे 'डी ४' मधले प्यादे काळ्या राजाला धाक देऊ शकत नाही; परंतु ते दोहोंपैकी एक काळा मोहरा गारद करू शकते.

१. डी× सी ५ किंवा १. डी × ई ५.

काळा पुढीलप्रमाणे प्याद्यांच्या चाली करू शकतो.

१..., ए.५, १...,ए × बी५, १ ई६,

१... जी२.

**प्याद्याची वैशिष्ट्ये**

प्याद्याचे वैशिष्ट्य त्याच्या सुप्त सामर्थ्यात आहे. प्याद्याचे सुप्त सामर्थ्य, प्याद्याच्या बढतीत आणि प्याद्याच्या वाटमारीत प्रकटपणे दिसून येते.

**प्याद्याची बढती :**

प्याद्याची सर्वांत मोठी ठळक बाब म्हणजे एकदा पुढे गेलेले प्यादे परत फिरत नाही. यामधून एक समस्या उभी राहते, ती म्हणजे प्यादे आठव्या (म्हणजे प्रतिस्पर्ध्याच्या पहिल्या) घरात गेल्यावर त्याचे भवितव्य काय? कारण त्यापुढे त्याला आगेकूच करता येत नाही; ही बाब प्याद्याच्या बढतीने सोडविली आहे. प्यादे

उभ्या पट्टीतील आठव्या घरात पोचले की लगेच त्या प्याद्याचे रूपांतर नववजिरात, किंवा हत्तीत, किंवा उंटात किंवा घोड्यामध्ये करता येते अशा रीतीने प्याद्याचे आठवे घर हे त्याच्या उच्चपदप्राप्तीचे-बढतीचे स्थान ठरते. प्याद्याची बढती करताना पुढील तीन गोष्टी करतात-

१) प्यादे आठव्या घरात हलवून, २) ते पटाबाहेर काढून ठेवून. ३) त्याच्या ऐवजी पटावर त्या घरात त्याच्या बाजूचा- पक्षाचा नववजीर किंवा नवा मोहरा ठेवतात. यातील तीन क्रिया जरी निरनिराळ्या असल्या तरी त्या सर्व एकाच खेळीचे भाग आहेत.

वजीर सर्व मोहऱ्यांमध्ये महान सामर्थ्यवान मोहरा आहे, म्हणून प्यादे बढतीचे रूपांतर करताना बहुधा नववजीर घेतात. अशा वेळी जर पटावर मूळचा वजीर जिवंत असला, तरी खेळाडूला आपले प्यादे आठव्या घरात चालवून आणखी एक नववजीर तो प्यादे बढतीने पटावर आणू शकतो.

आकृती १५ मध्ये दाखविलेल्या स्थितीत पांढरे प्यादे डी-८ च्या घरात जाते. त्याचे खेळीलेखन १. डी-८ = व असे करतात, म्हणजे पांढऱ्याने त्याचे प्यादे डी-८ मध्ये चालवून त्याचे बढतीचे रूपांतर नववजिरात केले आहे. हे प्यादे ई-८ मधला उंट मारूनही बढतीने वजीर होऊ शकते. '१.डी × ई-८ = व'; पांढरा या प्याद्याचे कोणत्याही नवमोहऱ्यात रूपांतर करू शकतो. आकृती १५ च्या स्थितीत,

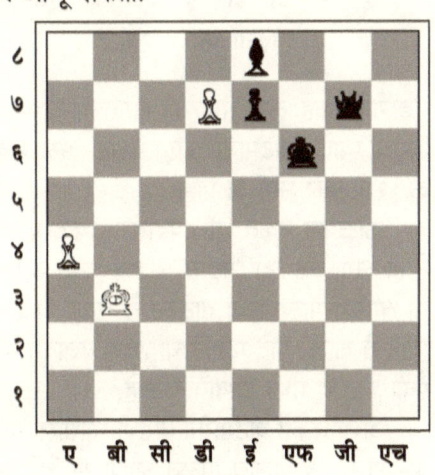

ए बी सी डी ई एफ जी एच
**आकृती क्र. : १५**

पांढऱ्याला उंट मारून प्याद्याच्या बढतीचे रूपांतर नवघोड्यात करणे अत्यंत फायदेशीर ठरते, कारण नवघोडा काळ्या राजावर शहमारा करून काळ्या वजिरावर मरणांतिक हल्ला एकाच वेळी करतो.

## प्याद्याची वाटमारी

प्राचीन काळी (चतुरंगाचा डाव खेळत असताना) प्यादे नेहमीच एका खेळीत फक्त एकच घर पुढे जात असे; परंतु आता त्याच्या अगदी पहिल्या खेळीत एकदम दोन घरे पुढे जाण्याचा हक्क प्राप्त झाला; तेव्हा काही विशिष्ट परिस्थितीत

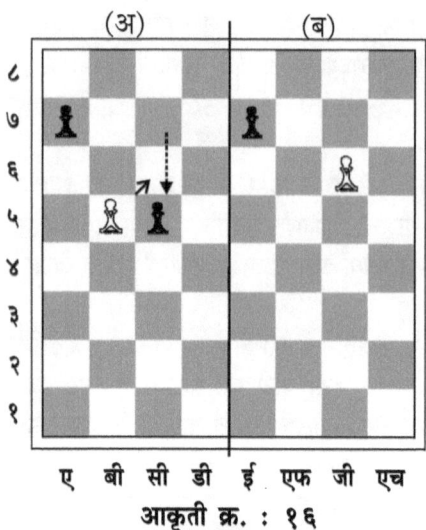

**आकृती क्र. : १६**

वाटमारीने विरोधी प्यादे मारण्याचा हक्कही प्राप्त होतो. बाब अशी आहे की, प्यादे एक घर पुढे चालविण्याऐवजी एकदम दोन घरे पुढे गेल्याने, काही वेळेला लगतच्या पट्टीतील विरोधी प्याद्याच्या मारण्याच्या वाटेतून एकदम पुढे जाते आणि त्यामुळे ते, त्या विरोधी प्याद्याने मारण्याच्या कचाट्यातून सुटू शकते. तेव्हा एक खास नियम तयार करण्यात आला तो असा की, अशा प्रकारे एकदम दोन घरे पुढे आलेल्या प्याद्याला (जणू काय ते एक घर पुढे गेले आहे असे समजून) लगतच्या उभ्या पट्टीतील पाचव्या घरात असणारे विरोधी प्यादे, 'वाटमारीने' (एन पासंट- मूळ फ्रेंच शब्द आहे) मारू शकते. आकृती क्र. १६ पैकी भाग अ पाहा :

काळ्याने नुकते 'सी' पट्टीतील प्यादे एकदम दोन घरे पुढे चालविले आहे, तेव्हा लगतच्या 'बी' पट्टीत ५ व्या घरात असलेल्या पांढऱ्या प्याद्याच्या 'सी ६' या त्याच्या मारण्याच्या वाटेतून ते काळे प्यादे एकदम पुढे जात असल्याने पांढरे प्यादे ते काळे प्यादे मारण्याचा हक्क बजावून 'सी ६' मध्ये जाते, हे आकृती १६ पैकी भाग ब मध्ये दाखविले आहे.

अशा तऱ्हेने वाटमारीने विरोधी प्याद्याला मारण्याचे वरदान फक्त पाचव्या रांगेत असणाऱ्या प्याद्यालाच मिळते आणि या विशिष्ट मारामारीला प्याद्याची 'वाटमारी' (वा.मा.) असे म्हणतात. या चालीची नोंद पुढीलप्रमाणे करतात,

१, ..., सी ५; २, बी × सी ६, (वा.मा.)...; पाचव्या रांगेतील प्याद्याच्या माऱ्यातून पुढे जाणाऱ्या विरोधी प्याद्याला वाटमारीने मारणे ही (जर दुसरी एखादी कायदेशीर खेळी करण्याजोगी असेल तर) एक ऐच्छिक बाब आहे; आणि असा वाटमारीने बळी घ्यावयाचा असेल तर तो लगेचच्याच खेळीला घ्यावा लागतो. अशा रीतीने नेहमीच्या मरण्याच्या पद्धतीशिवाय, प्यादे वाटमारीच्या चालीने विरोधी प्यादे (परंतु विरोधी मोहरा नाही) मारू शकते.

पुढील चालीतून आकृती १७ मधील स्थिती उद्‌भवली आहे. १. ई ४, ई ६ २. डी ४, डी ५, ३. ई ५, एफ ५ तेव्हा अशा स्थितीत, एफ स्तंभातीत काळे

प्यादे वाटमारीच्या चालीने मारण्याचा हक्क पांढऱ्याला पोचतो. ही वाटमारीची चाल करण्यासाठी पांढरा 'एफ' स्तंभातील काळे प्यादे पटाबाहेर उचलून ठेवतो आणि आपले ई स्तंभातील प्यादे एफ ६ च्या घरात ठेवतो. आणि प्यादे खेळीलेखन ४. ई × एफ ६ (वा.मा.) (वा.मा. म्हणजे वाटमारीने) असे करतो. आकृती १८ पाहा. येथे काळ्याने जर ३,...., एफ ५ या चालीऐवजी

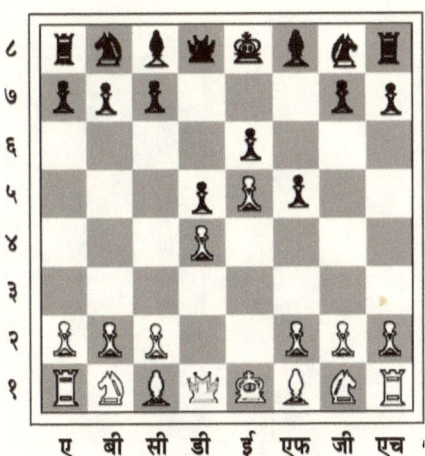

आकृती क्र. : १७

३,...., एफ ६ ची जर केली असती, तर अशीच परिस्थिती उद्भवली असती. यावरून दिसून येईल की, प्यादे जेव्हा त्याच्या स्वगृहातून एकदम दोन घरे पुढे चालून जाते आणि ते जेव्हा लगतच्या स्तंभात उभ्या असणाऱ्या विरोधी प्याद्याच्या आडव्या पट्टीच्या समपातळीत येते, तेव्हा ते विरोधी प्यादे, त्या एकदम दोन घरे पुढे आलेल्या प्याद्याला वाटमारीने मारू शकते. अशा या चालीला वाटमारीची चाल म्हणतात. आकृती १७ मध्ये उद्भवलेल्या स्थितीत पांढऱ्याने जर ई × एफ ६ ही चाल लगेच केली नाही, तर मग तो असे वाटमारीने प्यादे मारण्याचा हक्क गमावतो.

फक्त पाचव्या रांगेत असणारे पांढरे प्यादे आणि फक्त चवथ्या रांगेत असणारे काळे प्यादे वाटमारीने विरोधी प्यादे मारू शकते.

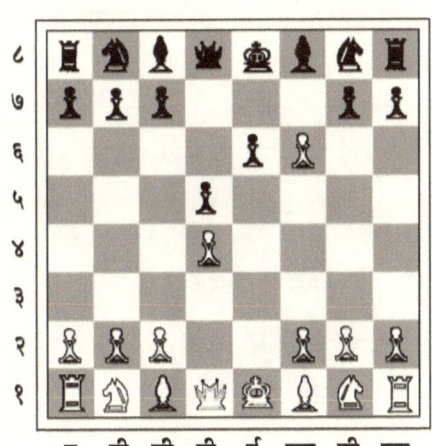

आकृती क्र. : १८

## स्वाध्याय पाठ

आ. १९ पाहा. (अ.भाग पाहा.) पांढऱ्याने नुकतेच सी २ चे प्यादे एकदम दोन

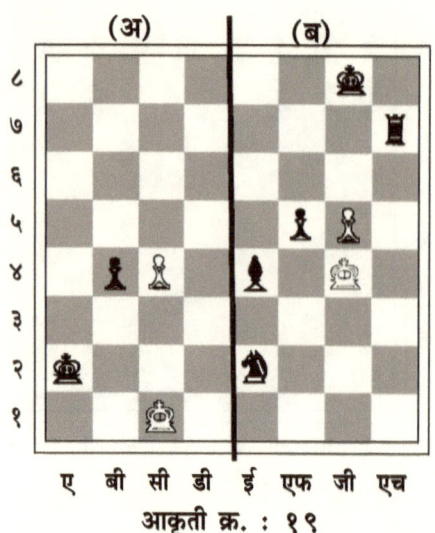

आकृती क्र. : १९

घरे सी ४ मध्ये चालवून १. सी४ची चाल पुरी केली आहे; तेव्हा पाचव्या घरात बी४ मध्ये असणाऱ्या काळ्या प्याद्याच्या माऱ्यातून पांढरे प्यादे नुकतेच पुढे गेले आहे. तरीही काळ्याने ते प्यादे वाटमारीने न मारता, त्याने १..., बी३ ही खेळी केली आहे. त्यामुळे आता पांढरे प्यादे वाटमारीतून वाचले आहे.

आ. १९ अ - काळ्याने वाटमारीने पांढरे प्यादे मारण्याची संधी मिळाली असतानाही ते प्यादे का मारले नाही?

आ. १९ ब पाहा – १...., एफ५ + ही चाल नुकतीच पुरी केली आहे. तेव्हा पांढऱ्याने आता नेमकी कोणती खेळी करावी व का ते सांगा?

आकृती २० मध्ये पांढरी सहा आणि काळी सहा अशी प्रत्येकी सहा-सहा प्यादी आहेत; त्यांच्या विशिष्ट स्थितीमुळे ती पुढे दिलेल्या नावांनी ओळखली जातात.

**प्यादेविरहित पट्टी किंवा मोकळी पट्टी :**

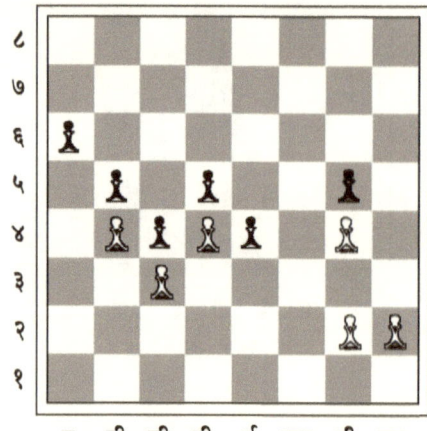

आकृती क्र. : २०

१) एफ पट्टीखेरीज बाकी सर्व पट्ट्यांत 'प्यादी' आहेत. प्यादेविरहित पट्टीला 'मोकळी पट्टी' असे म्हणतात. मोकळ्या पट्ट्या हत्तीच्या सहजसुलभ हालचालींना अत्यंत उपयुक्त असतात; कारण हत्तीला प्रतिस्पर्धी बुद्धिबळांच्या गोटात प्रवेश करण्यास किंवा मुसंडी मारण्यास मोकळ्या पट्ट्या उपयुक्त ठरतात.

२) 'ए' पट्टी आणि 'एच'

पट्टी या 'अर्ध्या मोकळ्या पट्ट्या' आहेत; कारण या पट्टीमध्ये फक्त एकेकच प्यादे आहे. 'ई' पट्टीतही एक काळे प्यादे आहे, पण ते बढत प्यादे आहे. पुढे (५) पाहा.

३) ए ६, बी ५ आणि सी ४ मधील काळी प्यादी ही विशिष्ट रचनादर्शक आहेत; या रचनेला 'प्याद्यांची साखळी' असे म्हणतात. कारण या रचनेत प्रत्येक प्यादे, लगतच्या पट्टीतील त्याच्या पुढील प्याद्याला जोर देऊन रक्षण करत आहे. उदा. एफ ६ चे प्यादे बी ५ च्या प्याद्याला जोर देत आहे, आणि बी ५ चे प्यादे सी ४ मधील प्याद्याला जोर देते; याशिवाय :

४) सी ४ मधील प्याद्याला डी ५ मधील प्याद्याचा आणखी एक जोर मिळाला आहे; बी ५ व सी ४ आणि डी ५ मधील काळ्या प्याद्यांनी शत्रूच्या गोटात 'पाचर' मारली आहे; ती जणू शत्रूच्या फळीत शिरलेल्या प्यादेरूपी भाल्याच्या टोकासारखी भासते.

५) ई ४ मधील काळे प्यादे हे 'बढत प्यादे' आहे. कारण वजिरीकरणाच्या घराकडे जाणाऱ्या मार्गातील घरात विरोधी प्यादी नाहीत, त्याशिवाय त्याच्या लगतच्या (म्हणजे 'एफ' किंवा 'डी' पट्टीत) विरोधी पांढऱ्या प्याद्यांचा मारा त्याच्या बढतीवर होणार नसल्याने ई ४ मधील बढत प्यादे विनाअडथळा पुढे वजिरीकरणाच्या घराकडे जाऊ शकेल.

६) ए ६ मधील काळ्या प्याद्याच्या बढतीला विरोध करणारे पांढरे प्यादे ए पट्टीत नाही; परंतु त्याच्या बढतीला मारक असे बी ४ मधील पांढरे प्यादे आहे; कारण या पांढऱ्या प्याद्याच्या माऱ्यात असणारे ए ५ हे घर ओलांडल्याशिवाय ए ६ मधील काळे प्यादे पुढे जाऊ शकणार नाही. अशा प्याद्याला 'मागासलेले प्यादे' म्हणतात.

७) जी ५ मधील 'काळे प्यादे' हे 'सुटे प्यादे' आहे; कारण त्याच्या लगतच्या दोन्ही पट्ट्यांत (येथे एफ किंवा एच पट्टीत) त्याच्या रंगाचे दुसरे जोर देऊ शकणारे प्यादे नाही.

८) जी पट्टीत जी २ आणि जी ४ मध्ये एकाच रंगाची पांढरी प्यादी आहेत, त्यांना (एक पट्टी, एक रंगी) 'दुहेरी प्यादी' म्हणतात. (जी ४ मधील प्यादे एफ पट्टीमधून विरोधी बुद्धिबळाला मारून पुढे आले असावे.)

९) जी २, एच २ मध्ये पांढरी प्यादी आहेत. यालगतच्या पट्टीतील प्याद्यांना 'प्याद्यांची जोडी' म्हणतात. प्याद्यांच्या जोडीत एका रंगाची दोन्ही प्यादी एकमेकांच्या लगतच्या घरात शेजारी शेजारी असतात.

वर वर्णन केलेल्या विशिष्ट स्थितीतील प्याद्यांतूनच 'प्यादीरचना' निर्माण होतात. या 'प्यादीरचनेच्या भक्कमपणावर किंवा कमकुवतपणावरच डावाचा 'शेवट' बऱ्याच वेळा अवलंबून असतो. कारण साधेसुधे दिसणारे हे प्यादे डाव सावरून

धरू शकते किंवा मोडून टाकू शकते. उदा. ई ४ मध्ये असलेले 'बढत प्यादे' अत्यंत फायदेशीर असते; कारण विरोधी बुद्धिबळ दलांना जातीने त्या (बढत प्याद्या)ची आगेकूच थोपवावी लागते. याउलट प्यादी रचनेत कमकुवतपणा आणणारी वर ८ मध्ये वर्णन केलेली 'दुहेरी प्यादी' असतात. दिसावयास दोन असली तरी एका पाठोपाठ एक असल्याने त्यांची सद्य परिस्थितीत किंमत 'एक' धरतात. म्हणूनच 'डाववाढ' करणारी त्याच वेळी सुस्थितीत असणारी भक्कम पायावर आधारलेली प्यादीरचना डावाच्या अंतिम पर्वामध्ये अनुकूल आणि उपयुक्त कामगिरी करू शकते. यासाठीच अगदी सुरुवातीच्या खेळीपासूनच प्याद्याची चाल योजनापूर्वक करावी लागते. 'डाववाढ', 'सुस्थिती' वगैरेसंबंधीची माहिती पुढे देण्यात येईल.

वर वर्णन केलेल्या निरनिराळ्या प्रकारच्या प्याद्यांची नावे मराठीत आणि इंग्रजी भाषेत पुढे दिली आहेत.

| **मराठी** | **इंग्रजी** |
|---|---|
| १) मोकळी पट्टी | Open file |
| २) अर्धमोकळी पट्टी | Half Open file |
| ३) प्याद्यांची साखळी | Pawn chain |
| ४) पाचर | Wedge |
| ५) बढत प्यादे | Passed pawn |
| ६) मागासलेले प्यादे | Backward pawn |
| ७) सुटे प्यादे | Isolated pawn |
| ८) दुहेरी प्यादे | Doubled pawn |
| ९) प्याद्यांची जोडी | Adjacent pawn |
| १०) वाटमारीचे प्यादे | Enpassent pawn |

**स्वाध्याय पाठ – उत्तरे**

**आकृती ३ :**

१) पांढरा ह 'ई' स्तंभातील ई १, ई २, ई ३, व, ई ५, ई ६, ई ७, ई ८ आणि चौथ्या रांगेतील ए ४, बी ४, सी ४, डी ४ व एफ ४, जी ४, एच ४ मध्ये जातो.

२) काळा हत्ती एफ ८, एफ ६ व एफ ५ मध्ये जाऊ शकतो. तो एफ ३ मधील स्वपक्षाच्या प्याद्याला ओलांडून पुढे जाऊ शकत नाही, तो एफ ३, एफ २, एफ१ मध्ये जाऊ शकत नाही.

**आकृती ४ :**

१) ए ५, बी ६, सी ७, एच ४, जी ५, एफ ६ ई ७

२) डी ५, सी ६, बी ७, ए ८

**आकृती ५ :**

१ (अ) जी १, एच २, एच ३, एच ४, एच ५, एच ६, जी २, एफ ३, ई ४, डी ५, सी ६, बी ७, ए ८, (ब) नाही, कारण एफ ७ मधील स्वपक्षाचे प्यादे अडथळा करते.

**आकृती ७ :**

एफ ४, ई ५, ई ७, एफ ८ व एच ८; घोडा एच ४ मध्ये जाऊ शकणार नाही, कारण एच ४ मध्ये त्याच्याच पक्षाचा उंट तेथे उभा आहे.

**आकृती ८ :**

बी ८, बी ७, सी ७, डी ७, डी ८

**आकृती ९:**

ए ७, बी ७, बी ८

**आकृती १३ :**

(क) बैजिक खेळीलेखन करताना 'प्या' हे संक्षिप्त अक्षर गाळतात. आणि फक्त काळ्यासाठीच्या खेळीलेखनाची सुरुवात "१..., असे लिहून मग करतात. तेव्हा येथे १..., बी × सी २; असे स्पष्ट खेळीलेखन करावे.

(ख) १ घो × एफ हे खेळीलेखन संदिग्ध आहे. कारण, एफ ७ की एफ ३ या घरांपैकी नेमक्या कोणत्या घरातले प्यादे पांढऱ्या घोड्याने मारले आहे, याचा स्पष्ट बोध होत नाही. तेव्हा १ घो × एफ ३, असे स्पष्ट खेळीलेखन करावे.

(ग) १ ह × एच १ हे खेळीलेखन संदिग्ध आहे, कारण डी १ मधला हत्ती की एच ५ मधला हत्ती एच १ मध्ये हलविला आहे, याचा स्पष्ट बोध होत नाही. तेव्हा १. ह (डी १) × एच १..., असे स्पष्ट खेळीलेखन करावे.

(घ) १ घो एच ४ हे खेळीलेखन संदिग्ध आहे. कारण (एक) काळ्याची सुरुवात १..., असे लिहून मग करतात. (दोन) 'जी ६' मधला घोडा की 'जी २' मधला घोडा एच ४ मध्ये हलविला आहे, याचा स्पष्ट बोध होत नाही. तेव्हा १...घो (जी ६) एच ४, असे स्पष्ट खेळीलेखन करावे.

**आकृती १९ अ पाहा.**

काळ्याने वाटमारीने पांढरे प्यादे मारल्यास काळे प्यादे 'सी' पट्टीत पांढऱ्या

राजापुढे आयते आले असते आणि काळ्याला त्या प्याद्याचा वजीर करून डाव जिंकण्याची संधी गमवावी लागली असती. तेव्हा वाटमारीने पांढरे प्यादे न मारता काळा 'बी' पट्टीत प्यादे पुढे सारून, केवळ दोन चालीत, त्या प्याद्याचा यशस्वी रीतीने वजीर करून डाव जिंकू शकतो. कारण बी १ या वजिरीकरणाच्या घरावर काळ्या राजाचा ताबा आहे.

### आकृती १९ ब पाहा

पांढऱ्याला एकच कायदेशीर चाल करणे भाग पडते. आणि ती म्हणजे १. जी × एफ६ (वा.मा.)... ही होय.

कारण एकदम दोन घरे पुढे येऊन शह देणारे काळे प्यादे, पांढऱ्याने जर वाटमारीने मारले नाही तर त्याच्यावर 'प्यादेमात' होते.

◆

# ३. शह, मात, किल्लेकोट मारामारीचे तंत्र

## राजाची वैशिष्ट्ये

राजा हेच एकमेव मोहरे, की ज्याला विरोधी मोहऱ्याच्या किंवा प्याद्याच्या माऱ्यातील घरांत जाण्याचा हक्क नाही. तसेच विरोधी दलाच्या (शह) माऱ्यात ठेवता येत नाही.

**आकृती क्र. २१ पहा.**

आता जर पांढऱ्याची खेळी असेल, तर तो १उं × बी२ किंवा १. रा × बी१ अशा चाली करू शकतो; परंतु त्याला १. रा × बी२ ही चाल करणे अशक्य आहे. कारण मग तो सी ३ मधील काळ्या उंटाच्या माऱ्यातील बी२ च्या घरात येतो. तसेच त्याला १. रा × सी३ ची चाल करणे अशक्य आहे. कारण बी१ मधल्या काळ्या घोड्याच्या माऱ्यात सी ३ चे घर आहे. आणि बी ३, डी ३, डी २ या घरांमध्येही पांढऱ्या राजाला जाता येणार नाही. कारण ही सर्व घरे काळ्याच्या ताब्यात आहेत.

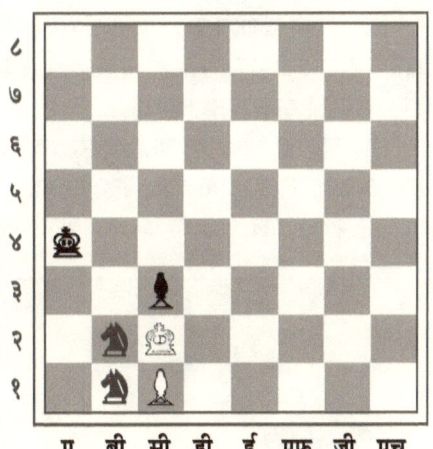

**आकृती क्र. : २१**

### शह

राजाचे आणखी एक वैशिष्ट्य म्हणजे राजावर हल्ला झाला, तर त्याचा तत्काळ बचाव करावा लागतो. राजावरील हल्ल्यास 'शह' म्हणतात. (+ हे चिन्ह 'शह'च्या खेळीलेखनातील चिन्ह होय.)

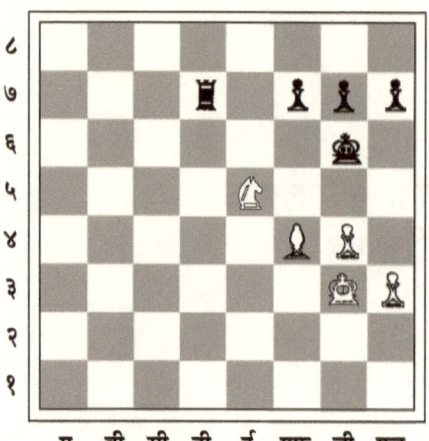

**आकृती क्र. : २२**

आकृती २२ पाहा. पांढऱ्याने नुकतीच १. घो ई५ +,ची चाल करून एकाच वेळी काळ्या राजावर शह मारा करून हत्तीवर मर्मभेदक हल्ला चढविला आहे. बुद्धिबळ खेळाच्या नियमानुसार, राजाला विरोधी दलाच्या माऱ्यात, म्हणजेच शहमध्ये ठेवता येत नाही. आ. २२ च्या स्थितीत काळ्याच्या दृष्टीने हत्तीचे मूल्य त्याला कितीही वाटो, हत्तीला त्याच्या दैवावर सोडून देणे भाग पडते. कारण येथे राजाची सुरक्षितता ही सर्वांत पहिली बाब आहे; तेव्हा दुसरी कोणतीही खेळी न करता, प्रथम राजाला शह माऱ्याबाहेर काढणे भाग पडते. १..., रा एफ ६ ची खेळी करून तो राजाला शह माऱ्याबाहेर प्रथम काढतो. मग पांढरा, २घो × डी ७+ देतो आणि पुढे जिंकतो.

राजाला शह लागला असता, दुसरी कोणतीही खेळी न करता प्रथम राजावरील शह काढावा लागतो; राजाला शह माऱ्यातून सोडविण्याचे तीन मार्ग आहेत. आकृती २३ मधील १ व डी ७+ यामधील स्थितीत राजाचा शह माऱ्यातून बचाव करता येणाऱ्या तीन मार्गांची शक्यता दाखविली आहे.

**आकृती क्र. : २३**

(एक) : शह देणाऱ्या विरोधी बुद्धिबळ दलाला मारून शहाचे निवारण करणे. उदा. १... व × डी ७ काळ्याने शह देणाऱ्या मोहऱ्याला (येथे वजिराला) मारून शहाचे निवारण केले आहे.

(दोन) : शहाच्या माऱ्याबाहेर राजाला हलविणे, म्हणजे जे घर प्रतिस्पर्ध्याच्या माऱ्यात नाही, त्या घरात हलविणे. उदा. १..., रा जी ८.

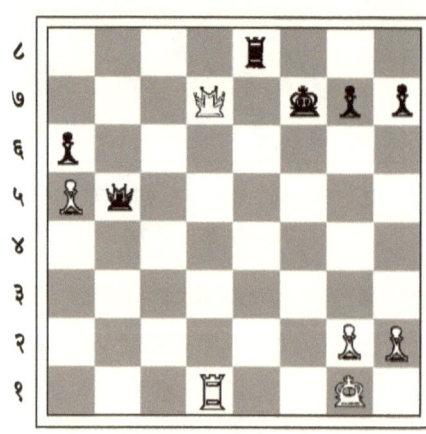

(तीन) : राजा आणि शह देणाऱ्या विरोधी बुद्धिबळामध्ये राजाच्या रंगाचे (पक्षाचे) एखादे बुद्धिबळ दल (मोहरे या प्यादे) ढालीसारखे मध्ये आणून ठेवून शहाचे निवारण करणे उदा. १...., ह ई७. काही झाले तरी राजावर घोड्याचा शह मारा झाल्यास असा तिसरा (ढालीचा) मार्ग अनुसरता येत नाही.

आकृती क्र. २४ मध्ये काळ्या घोड्याने १... घो सी ५+ ची चाल करून पांढऱ्या राजावर शह मारा केला आहे. तेव्हा पांढऱ्याला राजाचा बचाव करण्यास फक्त दोनच मार्ग उरतात- (एक) राजाला शह माऱ्याबरोबर हलविणे. उदा. २ रा ए २, (किंवा रा बी २, सी २, सी ३, सी ४ किंवा बी ४) अथवा (दोन) घोड्याला मारणे (२. उं × सी ५) कारण राजाला शह मारा झालेल्या (बी ३च्या) घरात, तसेच शह मारा होणाऱ्या (ए ४ च्या) घरात ठेवता येत नाही.

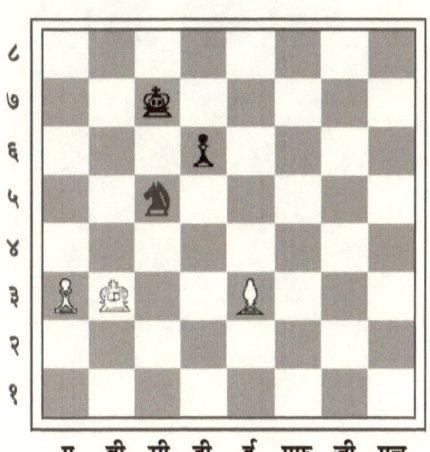

आकृती क्र. : २४

## राजाची खास वैशिष्ट्ये

राजा हाच एकमेव मोहरा आहे की, त्याचा बळी घेता येत नाही. राजा जरी मरू शकणार नसला, तरी त्याच्या सुरक्षिततेवरच बुद्धिबळाचा डाव अवलंबून असतो. डाव चालू असता, सर्व मोहरी वा प्यादी मारता येतात; परंतु डावाच्या शेवटापर्यंत राजा पटावर राहतो. शेवटी मोहरी व प्यादी यांच्याहूनही अगदी वेगळेपणा म्हणजे राजा विरोधी राजावर माराच करू शकत नाही. कारण त्याला जर मारा करावयाचा असेल, तर विरोधी राजाच्या लगतच्याच घरातून त्याला तसे करावे लागेल; परंतु ते घर विरोधी राजाच्याही माऱ्यात- ताब्यात असते आणि बुद्धिबळ खेळाच्या नियमानुसार त्या घरात त्याला जाता येणार नाही. यासाठीच दोन्ही राजांना किमान एक घर मध्ये ठेवून वेगवेगळे ठेवतात.

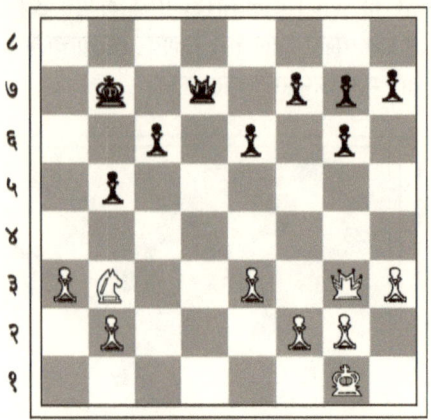

## स्वाध्याय पाठ

**आकृती क्र. : २५**

आकृती २५ पहा. द्विघाती हल्ला करून (अ) पांढऱ्याची खेळी असता पांढरा, काळा वजीर कसा मारतो. (ब) काळ्याची खेळी असता, काळा घोडा कसा मारतो?

आतापर्यंत आपण शह मारा केला असता त्याचा बचाव कसा करावयाचा असतो, याची उदाहरणे पाहिली.

मातचे स्वरूप समजण्यास पुढील दोन गोष्टी लक्षात ठेवाव्यात.

(१) सर्वसाधारणपणे माऱ्यात सापडलेल्या बुद्धिबळांचा बळी घेतात; परंतु शह माऱ्यात अडकलेल्या राजाची बळी घेता येत नाही.

(२) विरोधी बुद्धिबळ दलाच्या (जरी ते बुद्धिबळ दल मोहरे वा प्यादे - इरेस धरलेले असले तरीही त्याच्या) माऱ्यातील घरामध्ये राजा केव्हाही जाऊ शकत नाही.

शह दिला असता त्या विरुद्धचा बचाव उरला नसेल तर त्याला शह मात (#) किंवा नुसती 'मात' म्हणतात. मात घोषित केल्यावर डावाचे अंतिम उद्दिष्ट साध्य होते. जी बाजू मात घोषित करते, ती डाव जिंकते. बऱ्याच डावांमध्ये मातदर्शक अवस्था येत नसते आणि मात टाळता येणे अशक्य आहे, असे दोन्ही खेळाडूंपैकी एकाच्या लक्षात येताच, तो डावाचा राजीनामा देतो आणि डाव हरल्याचे मान्य करतो.

**आकृती क्र. : २६**

आकृती २६ पहा. राजाच्या

जोरात वजिराने मात केल्याचे हे एक नमुनेदार उदाहरण आहे. मात घोषित करणाऱ्या वजिराला काळा राजा मारू शकत नाही, कारण तो पांढऱ्या राजाच्या (ताब्यातील) माराच्या घरात जाऊ शकत नाही. त्याच वेळी डी ७ मध्ये शहमात करणारा वजीर, विरोधी राजाला सी ८, सी ७, ई ७, ई ८ या पलायन घरात जाण्यापासून वंचित करतो.

आ. २७ मध्ये पिछाडीच्या रांगेतून केलेल्या मातचे उदाहरण पाहावयास मिळेल. मात घातक शह देणाऱ्या पांढऱ्या हत्तीला, काळा मारूही शकत नाही, तसेच तो आपल्या बाजूच्या बुद्धिबळ दलाला ढालीसारखे मध्ये आणून बचावही करू शकत नाही. आणि त्याचीच प्यादी सुरक्षित पलायन घरात पळून जाण्यापासून काळ्या राजाला वंचित करतात. अडथळा आणतात.

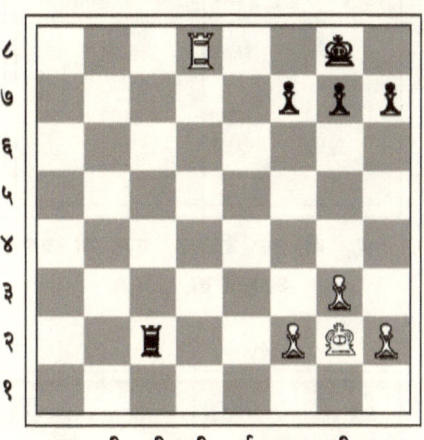

आकृती क्र. : २७

आकृती २८ पहा. एका चालीत मात अशी कराल?
(अ) पांढऱ्याची खेळी असताना
(ब) काळ्याची खेळी असताना.

आकृती २९
(पैकी भाग अ) पाहा.

(क) पांढऱ्याची खेळी आहे, तर तो कोणती कायदेशीर चाल करू शकतो ते सांगा.

(ख) काळ्याची खेळी आहे, तो कोणती योग्य बचावात्मक आणि त्याच वेळी आक्रमक अशी चाल करू शकतो?

आकृती २९
(पैकी भाग ब) पाहा.

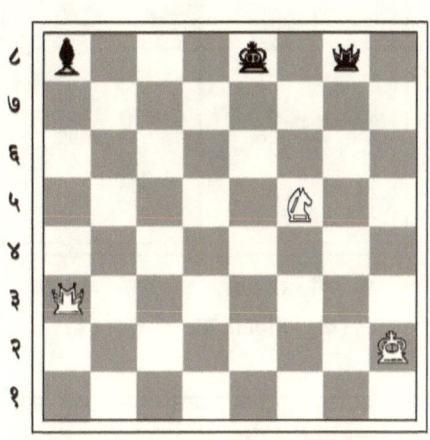

आकृती क्र. : २८

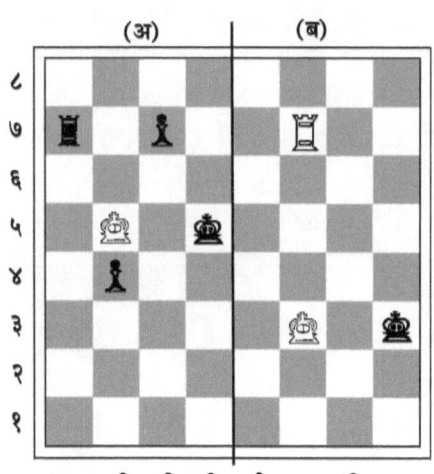

(अ)　　　　(ब)

ए बी सी डी ई एफ जी एच

आकृती क्र. : २९

(ग) दोन्ही राजांपैकी कोणत्या राजाला सुलभ हालचाल करण्याची मुभा आहे ते सांगा.

(घ) दोन्हीपैकी कोणता राजा जास्त बलवान आहे? का?

(च) आकृती २९ (पैकी भाग ब) मध्ये दाखविलेल्या वस्तुस्थितीवरून डावाच्या अगदी सुरुवातीपासून ते शेवटपर्यंत प्रतिस्पर्धी खेळाडूंमध्ये कशासाठी सतत चुरस लागते ते सांगा.

## आकृती ३० व आकृती ३१ पहा.

(एक) : आ. ३० मधील (अ), (ब), (क), (ड) आणि आ. ३१ मधील च, छ, ज, झ या आठ भागांत मात करण्यासाठी आवश्यक असणाऱ्या एका खेळी आधीची स्थिती दाखवली आहे. ज्याची खेळी आहे, तो एक खेळीत तत्काळ मात कशी करतो, ते चालीसह सांगा.

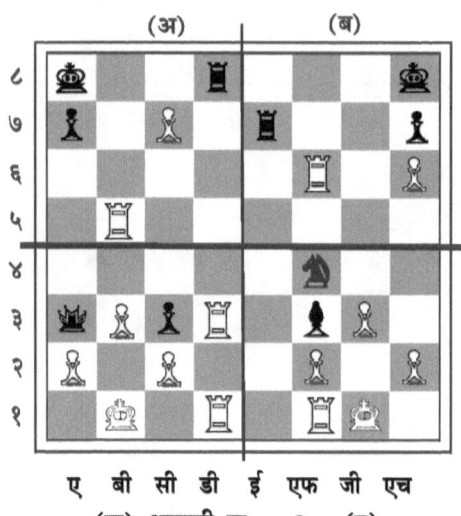

(अ)　　　　(ब)

ए बी सी डी ई एफ जी एच

(क) आकृती क्र. : ३० (ड)

(दोन) : आ. ३१ छ पहा : समजा आता काळ्याची खेळी आहे. त्याने नेमकी कोणती बचावात्मक चाल करावयास हवी आहे?

**आकृती ३१ ज पहा :** काळ्याने चुकून १...., बी × ए ३ अशी खेळी केली तेव्हा पांढऱ्याने २. रा × ए ३ ची चाल गडबडीत केली, या पांढऱ्याच्या २. रा

× ए ३ चालीनंतर उद्भवणाऱ्या
स्थितीनंतरही काळ्याला
पांढऱ्यावर मात करता येते का?
येत असल्यास ती कशी ते
चालीसह सांगा.

**आ. ३१ झ पाहा :**
समजा आता पांढऱ्याची खेळी
आहे. त्याने मात वाचविणारी
नेमकी कोणती खेळी करावी?

**आ. ३१ च पहा :** पांढऱ्याने
चुकून १., ह बी ७? ही चाल
केली, तर मग काय होईल?

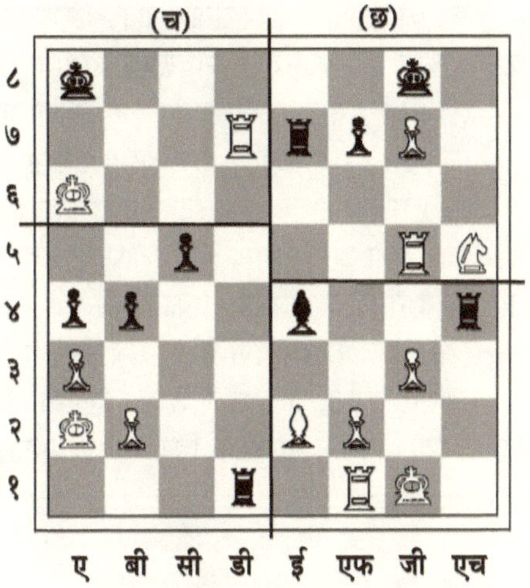

डावाच्या अंतिम
पर्वातील मात आणि बरोबरी.

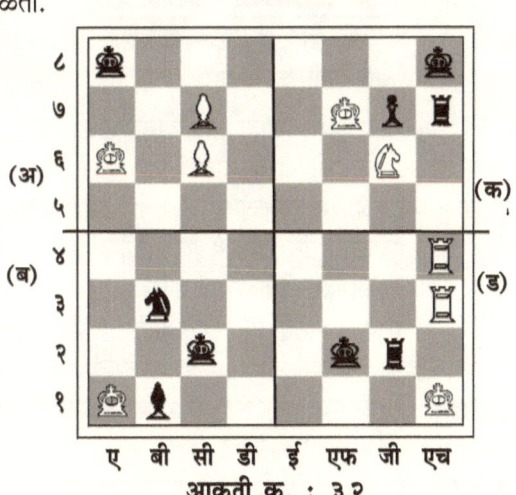

(ज) आकृती क्र. : ३१ (झ)

## अंतिम पर्व

अंतिम पर्वात डावाचा शेवट जिंकण्यात किंवा बरोबरीत होतो. जो खेळाडू डाव
जिंकतो त्याला एक गुण मिळतो आणि जो हरतो त्याला शून्य गुण मिळतात. जेव्हा
सक्तीने मात करावयास आवश्यक असणारे कमीत कमी बुद्धिबळ दल नसते किंवा
डाव कुंठित होतो आणि इतर काही प्रकारांनी डाव बरोबरीने सुटतात तेव्हा प्रत्येक
खेळाडूला अर्धा गुण मिळतो.

सक्तीने मात करून
डाव जिंकण्यासाठी
आवश्यक असे कोणते
बुद्धिबळ दल असावे
लागते ते तक्ता क्र.१
मध्ये दाखविले आहे.
आणि बरोबरीनेच डाव
तक्ता क्र. २ मध्ये
दाखविला आहे.

**तक्ता क्र.१**

**मात (Mate)**

आकृती क्र. : ३२

एकाकी विरोधी राजावर सक्तीने मात करण्यासाठी आपल्याकडे पुढे दाखविल्याप्रमाणे कमीत कमी बुद्धिबळ दल आवश्यक असावे लागते.

(वि) (१) राजा आणि वजीर (२) राजा आणि हत्ती

(ज) (१) राजा आणि दोन उंट (आकृती ३२ पैकी अ पाहा.)

(२) राजा अधिक एक उंट आणि घोडा (आकृती ३२ पैकी भाग ब पाहा.)

(य) राजा आणि प्यादे (त्या प्याद्याचा नवा हत्ती किंवा वजीर केल्यानंतर, वर 'वि' मध्ये दाखविल्याप्रमाणे एकाकी विरोधी राजावर मात करता येते.)

(श्री) डाव सोडून देणे किंवा राजीनामा देणे (by resigning)

अंतिम पर्वात, पटावर बुद्धिबळ दलांची संख्या कमी होणाऱ्या परिस्थितीत, लाभदायक बाजूच्या खेळाडूने विजय मिळविण्याच्या धांदलीत, प्रतिस्पर्ध्याचा डाव

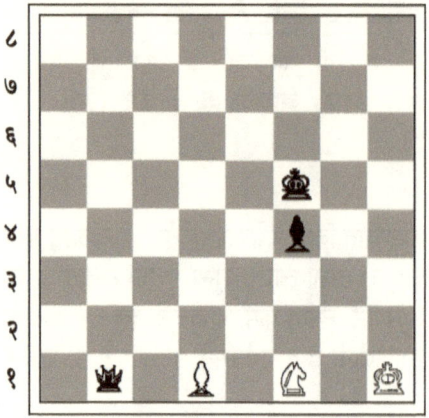

आकृती क्र. : ३३

कुंठित तर होणार नाही ना, याची दक्षतापूर्वक दखल घेणे आवश्यक असते, कारण कमकुवत बाजूचा खेळाडू, बहुदा आपल्या मोहऱ्याचे बलिदान करण्याच्या मिषाने, सक्तीने डाव कुंठित करण्याचे मार्ग नेहमीच धुंडीत असतो.

आकृती. ३३ च्या स्थितीत जर काळ्याची खेळी असती, तर वजीर व उंटाच्या साहाय्याने त्याने सहज मात केली असती, कारण त्याच्याकडे जादा बलिष्ठ

वजीर आहे ना! परंतु आता पांढऱ्याची खेळी आहे. आणि तो पुढीलप्रमाणे धक्कादायक बलिदानी चाली करतो. उदा. १. उं सी २+ देऊन द्विघाती मर्मभेदक हल्ला करून वजीर मारण्याची धमकी देतो. आणि उंटाचे बलिदान करतो? १...., व × सी २ फुकटात उंट गारद केल्याच्या आनंदात काळा असताना, पांढरा २ घो ई ३ + शह देऊन द्विघाती हल्ल्यात वजीर मारण्याची धमकी देतो तेव्हा काळा २... उं × ई ३ ची चाल मोठ्या दिमाखात करतो. आणि फसतो बुडत्याचा पाय खोलात म्हणतात तसा. कारण मग पांढऱ्याला त्याची खेळी असूनही त्याच्या एकाकी राजाला चाल करण्याचे सुरक्षित घर राहत नसल्याने डाव कुंठित होतो.

**आकृती ३४ पाहा :** शोध घ्या व चालीसह सांगा.

३४ । बुद्धिबळ शिका

(अ) पांढरा खेळतो व जिंकतो

(ब) काळा खेळतो व डाव बरोबरीत सोडवितो.

## तक्ता क्र.२

## बरोबरीचे डाव

(ब) कुंठित डाव (Stale Mate)

(रो) 'शह सातत्याने' अथवा 'अविरत शहाने' बरोबरी (Perpetual Check)

(ब) एकाच डावात एका

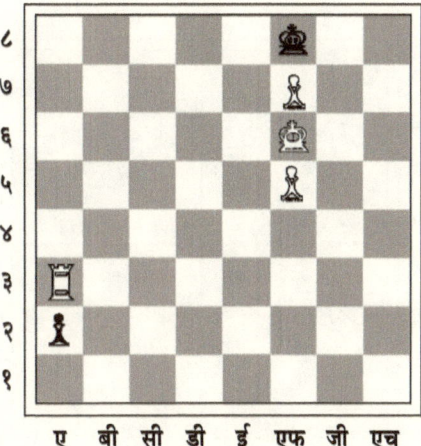

आकृती क्र. : ३४

पाठोपाठ तीच ती स्थिती परत परत तीन वेळा येण्याने बरोबरी (Same position three times in a game.)

(री) संमतीने ठरविलेली बरोबरी (Draw by agreement)

(डा) पन्नास चालींचा नियम (Fifty moves rule)

(व) तक्ता क्र. १ मध्ये 'वि' 'ज' 'य' मध्ये निर्देश केलेले - सत्तीने मात करावयास लागणारे कमीत कमी बुद्धिबळ दल नसल्याने होणारी बरोबरी.

तक्ता क्र. १ मध्ये 'वि' 'ज' 'य' मध्ये निर्देशिलेल्या बुद्धिबळ दलाशिवाय आपल्याकडे आणखी जास्त बुद्धिबळ दल असल्यास मात करणे सहज शक्य होते; परंतु कधी कधी अशी चमत्कारिक परिस्थिती निर्माण होते, की चालींच्या चक्रात गुरफटलेल्या राजाला स्वतःच्याच बुद्धिबळ दलाचा अडथळा होतो आणि अशा वेळी विरोधी बुद्धिबळाचा शह बसला असता, त्या बंदिस्त राजाला सुरक्षित ठिकाणी पळून जाता येईल, असे पलायन घर उरत नाही. तेव्हा तक्ता क्र.१ मधील 'वि' 'ज' 'य' मध्ये उल्लेखिलेल्या कमीत कमी बुद्धिबळ दलाशिवाय कमी बुद्धिबळ दलाच्या साहाय्याने मात करणे कधी कधी शक्य होते. उदा. आकृती क्र. ३२ पैकी भाग क पाहा. यामध्ये पांढरा १ घो जी ६ चालीने शह मात करतो. काळ्याकडे हत्ती आणि प्यादे असूनही त्याच्यावर मात होते. अशा तऱ्हेची मात करणे अपवादात्मक असते. आपण बरोबरीने डाव कशा परिस्थितीत होतात हे पाहू.

आकृती क्र. ३२ पैकी भाग ड मध्ये काळा पुढीलप्रमाणे शह सातत्याने मात करतो.

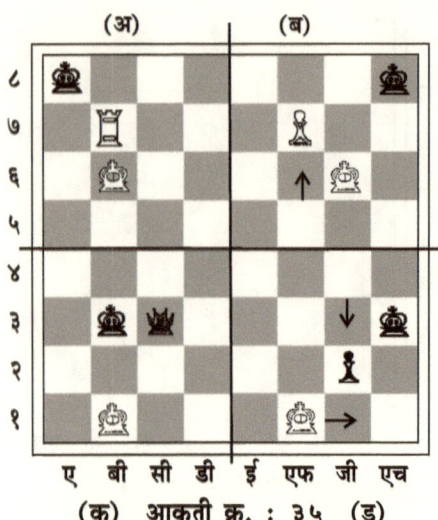

(अ) (ब)

(क) आकृती क्र. : ३५ (ड)

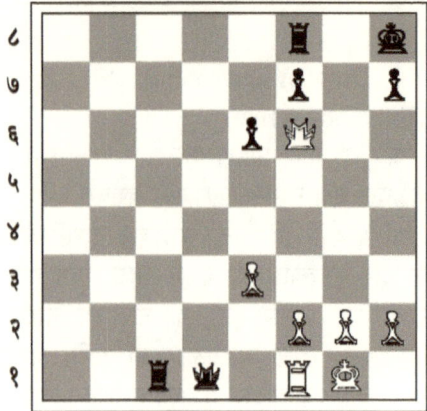

आकृती क्र. : ३६

उदाहरणार्थ १...., ह जी १+ २, रा एच २, ह जी २+ ३, रा एच १, ह जी १ + वगैरे

**आकृती ३५ पाहा.**

आकृती ३५ पैकी भाग अ मध्ये पांढऱ्याने नजरचुकीने १ ह-बी ७;...ही खेळी केल्याने काळ्याची खेळी असूनही त्याला त्याचा राजा हलविता येत नाही. त्यामुळे डाव कुंठित होतो आणि बरोबरीत सुटतो. त्याचप्रमाणे आकृती ३५ पैकी भाग ब मध्ये पांढऱ्याने चुकून १. एफ ७, ही खेळी केल्याने डाव कुंठित होतो, तर आकृती क्र. ३५ पैकी भाग क मध्ये काळ्याने चुकून १...., व -सी ३, ही खेळी केल्याने डाव कुंठित होतो. आता आकृती ३५ पैकी भाग -ड पाहा. यामध्ये काळ्याने १... जी २+ ही चाल केल्याने डाव बरोबरीत सुटतो. २. रा-जी १ कारण, जर २...., रा-जी ३ मग पांढऱ्या राजाची खेळी असूनही चाल उरत नाही आणि जर २... रा. एच ४

जी किंवा जी ४, मग पांढरा ३. रा × जी २ ही खेळी करून बरोबरी करतो.

वर तक्ता क्र. २ मधील 'ब' मध्ये निर्देश केल्याप्रमाणे बऱ्याच वेळेला बहुधा शह सातत्याने, एकाच डावात, एका पाठोपाठ तीच ती स्थिती परत परत तीन वेळा येण्याने बरोबरी जाहीर करावी लागते. यामध्ये एकपाठोपाठ शह लागत असल्याने विरोधी राजाला अशा प्रकारच्या शह-ससेमिऱ्यातून सुटका करून घेता येत नाही उदा. आकृती क्र. ३६च्या स्थितीत, पुढीलप्रमाणे चाली होतात. १....., रा जी ८, २ व जी ५+, रा एच ८; ३ व एफ ६+, (आ. ३६ मध्ये दाखविल्याप्रमाणे

पटावर तीच स्थिती उद्‌भवते.)

३... रा जी ८, ४ व जी ५+ रा एच ८ आणि आता पांढरा, त्याची पुढची चाल न करता, पंचाच्या निदर्शनास आणतो की, पुढील ५ व एफ ६ + नंतर तिसऱ्यांदा पटावर तीच ती स्थिती येत असल्याने डाव बरोबरीचा झाला, असे घोषित करण्यास सांगतो.

आकृती क्र. : ३७

आ. ३७ मधील स्थितीत काळा हत्ती १..., ह ए १+.... परत २..., ह ए २+ असे एका पाठोपाठ एक शह देतच राहतो आणि मागील आ. ३६ पेक्षा या आ. ३७ मधील स्थितीत पांढऱ्या राजाच्या चालींसाठी बरीच घरे आहेत खरी; परंतु काळ्याच्या अशा या शह ससेमिऱ्यातून पांढऱ्या राजाची सुटका होत नसल्याने त्याला बरोबरी टाळता येत नाही.

डाव खेळताना, तीनदा परत परत त्याच त्या चालींमुळे बरोबरी अथवा तक्ता क्र. २ मधील (व) मध्ये निर्देश केलेल्या ५० चालींच्या नियमांमुळे होणाऱ्या बरोबरीबद्दल पंचांना प्रत्यक्ष न पाचारण करता, दोघे खेळाडू आपापसात बरोबरीचा डाव झाल्याचे मान्य करतात व तशी नोंद करतात.

## किल्लेकोट–दुर्गाश्रय

**किल्लेकोट**– डावाचा सर्व डोलारा राजाच्या भवितव्यावर अवलंबून असतो. तेव्हा राजाला विरोधी बुद्धिबळ दलापसून भक्कम संरक्षण द्यावे लागते. राजाच्या संरक्षणाचा योग्य असा प्रदीर्घ आणि परिणामकारक उपाय म्हणजे किल्लेकोटची चाल करून दुर्गाश्रयास जाणे, हा हुकमी इलाज होय. 'किल्लेकोट' ही अशी वैशिष्ट्यपूर्ण चाल आहे की, या एकाच चालीमध्ये दोन मोहरी उदा. राजा आणि हत्ती एकाच वेळी हलविली जातात. अशी ही संरक्षणात्मक चाल सबंध डावात फक्त एकदाच करता येते.

'किल्लेकोट' करण्यावर कायमस्वरूपाचे दोन निर्बंध आहेत, १) जर राजा आधीच हलविला असेल, तर किल्लेकोट करणे अशक्य होते, २) ज्या हत्तीने किल्लेकोट करावयाचा असतो, तो आधीच हरविला असल्यास, त्या हत्तीने

किल्लेकोट करणे अशक्य होते.

किल्लेकोट करण्यावर पुढे दिलेले तात्पुरते निर्बंध आहेत :

१) राजा आणि हत्ती यांच्यामधील घरे रिकामी नसतील तेव्हा,

२) किल्लेकोटासाठी राजाला विरोधी बुद्धिबळ दलाच्या माऱ्यातील घर ओलांडून जावे लागत असेल तर,

३) किल्लेकोटासाठी ज्या घरात राजाला जावे लागेल, त्या घरावर विरोधी बुद्धिबळ दलाचा मारा होत असेल तर, आणि

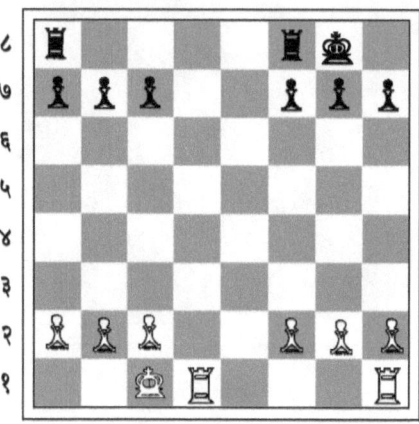

आकृती क्र. : ३८

४) स्वगृहात असणाऱ्या राजाला शह दिला असताना, किल्लेकोट करणे अशक्य होते.

राजाचा बाजूचा किल्लेकोट 'o-o' असा लिहितात. तो करण्यासाठी पांढरा राजा जी१ मध्ये आणि हत्ती एफ१ मध्ये हलविताता आणि काळ्यासाठी काळा राजा जी८ आणि हत्ती एफ ८ मध्ये हलवितात. वजिराच्या बाजूचा किल्लेकोट 'o-o-o' असा लिहितात. तो करण्यासाठी पांढरा राजा सी १ मध्ये आणि हत्ती डी १ मध्ये आणि काळ्यासाठी, काळा राजा सी८ मध्ये आणि हत्ती डी ८ मध्ये हलवितात.

आ. ३८ पहा. यामध्ये पांढऱ्याने वजिराच्या बाजूचा किल्लेकोट केला आहे, तर काळ्याने राजाच्या बाजूचा किल्लेकोट केला आहे.

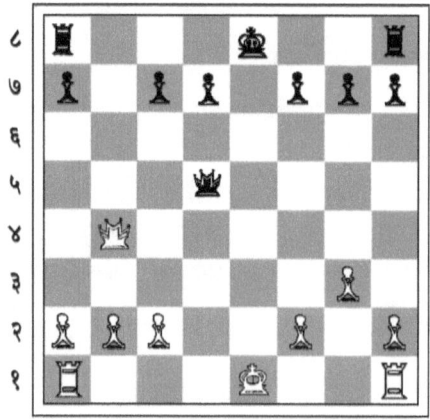

आकृती क्र. : ३९

आवृत्ती ३९ मध्ये पांढऱ्याला फक्त राजाच्या बाजूचा किल्लेकोट, तर काळ्याला फक्त

वजिराच्या बाजूचा किल्लेकोट करणे शक्य आहे.

किल्लेकोटची चाल करून खेळाडूला राजाला त्वरित सुरक्षित ठिकाणी दुर्गाश्रयात हलविता येते, तसेच त्याच वेळी हत्तीला खेळात उतरविता येते. अशा प्रकारे बुद्धिबळ दलांच्या हालचालींची क्षमता वाढविता येणारी ही चाल अत्यावश्यक ठरते.

**स्वाध्याय पाठ**

**आकृती ४०**

क) पांढऱ्याला आताच १,०-० ही खेळी करता येते का?

ख) पांढऱ्याने सद्य:स्थितीत नेमके काय करावयास हवे? आणि तसे केल्याने

ग) पांढरा एक गोष्ट सहज साधू शकतो ती कोणती?

आ. ४० पाहा (दोन) काळ्याची खेळी आहे.२

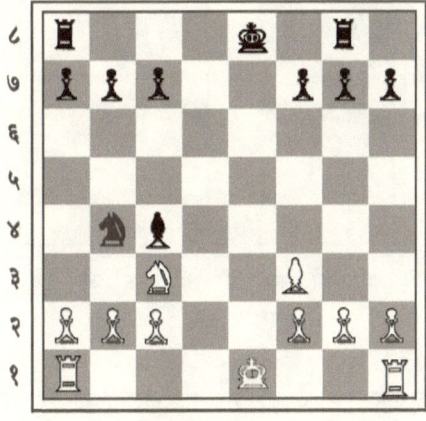

**आकृती क्र. ४०**

क) काळा कोणती एकच खेळी करून पांढऱ्याला किल्लेकोट करणे अशक्य करतो, ते चालीसह सांगा.

ख) काळ्याला, १..., ०-० ही चाल करता येते का?

**मारामारीचे तंत्र**

बुद्धिबळांच्या हालचालींना जास्तीत जास्त वाव मिळवून देऊन त्यांना कार्यप्रवृत्त करण्यासाठी खेळाडू मारामारी करण्यास उद्युक्त होतो. जर मारामारी करताना चुकीचे तंत्र वापरले गेले, तर मोठा तोटा होतो. परंतु योगय रीतीने मारामारी केल्यास ती फायदेशीर ठरते. तेव्हा ते मारामारीचे तंत्र पुढील आकृतीतून योग्य रीतीने समजावून घेऊ.

**स्वाध्याय पाठ**

आकृती क्र. ४१ पैकी भाग अ पाहा. येथे काळ्या उंटावर पांढऱ्यांचा दुहेरी मारा होत आहे आणि त्याचा बचाव फक्त घोडा करीत आहे. पुढीलप्रमाणे (क), (ख) या दोन प्रकारांनी मारामारी करता येते (क) १. उं × बी ५, घो × बी ५ व

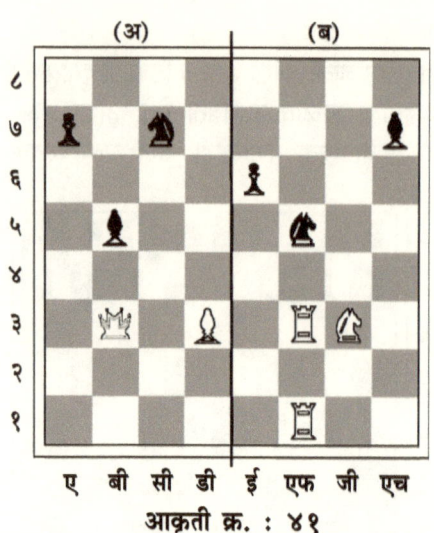

× बी ५...., (ख)

१. व बी ५, घो × बी ५

२. उ × बी ५,....

३. उ × बी ५....

(भ) : या दोहोंपैकी कोणती मारामारी योग्य (फायदेशीर) आहे ते सांगा.

(य) : ४१ पैकी भाग अ मध्ये जर काळे प्यादे 'ए ६' मध्ये असेल तर कशी मारामारी कराल? आता उल्लेखनीय अशी कोणती बाब प्रकर्षाने दिसून येते ते सांगा.

आकृती क्र. : ४१

आकृती क्र. ४१ पैकी भाग ब पाहा. (म) येथे काळ्या घोड्याला (प्याद्याचा उंटाचा असा) दुहेरी जोर आहे आणि त्याच्यावर पांढऱ्याचा (२ हत्ती आणि घोड्याचा मिळून) तिहेरी मारा जारी आहे.

पांढऱ्याने नेमकी कोणत्या पद्धतीने मारामारी करावी, आणि कोणत्या पद्धतीने करू नये? का?

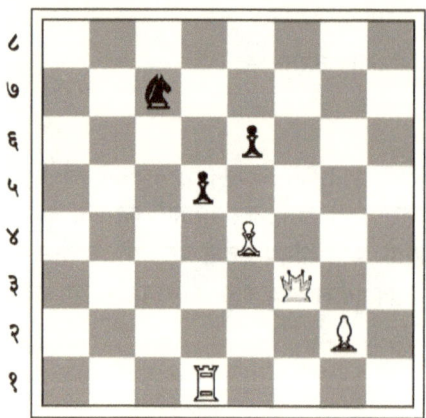

**आकृती ४२ पाहा.**

(अ) डी ५ मधील काळ्या प्याद्याला दुहेरी जोर आहे आणि त्याच्यावर पांढऱ्याचा चौफेर मारा होत आहे, पांढऱ्याने नेमक्या कोणत्या पद्धतीने मारामारी करावी? का?

(ब) मारामारीचे तंत्र सांभाळताना नेमक्या कोणत्या गोष्टी लक्षात ठेवाव्यात, हे थोडक्यात सांगा.

आकृती क्र. : ४२

**आकृती क्र.४३**

आकृती क्र. : ४३

**पांढऱ्याची खेळी आहे.**

**आ. ४३च्या स्थितीत पांढरा त्याचा घोडा ई ३ मधून सी ४ मध्ये हलवतो, १, घो सी ४ ची चाल करतो, आणि तो एकाच वेळी बी ६ मधल्या काळ्या हत्तीवर आणि डी ६ मधल्या काळ्या प्याद्यावर दुहेरी हल्ला चढवितो. अशा दुहेरी हल्ल्याला 'द्विघाती हल्ला' म्हणतात तेव्हा काळा१..., ह बी ८ मध्ये हलवितो आणि पांढरा, २ घो × डी ६** ची चाल करून काळे प्यादे गारद करतो. तेव्हा काळ्यावर आणखी एक आपत्ती कोसळते.

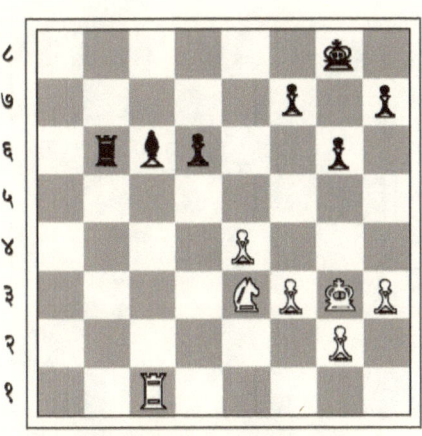

**आकृती आ.४४ पहा**

आकृती क्र. : ४४

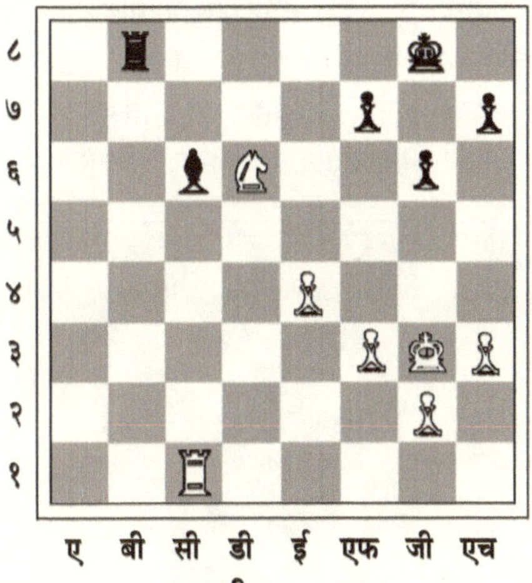

सी ६ मधील काळ्या उंटावर सी१ मधील हत्तीचा मारा जारी होतो. हा मारा टाळण्यासाठी काळा२..., **उं डी७;** ही चाल करून तो त्याचा उंट वाचवतो.

**काळ्याची खेळी आहे.**

**आ. ४५ पाहा.**

काळा उंट १..., उं डी५ ची चाल करतो व द्विघाती हल्ला करून पांढऱ्याचे एक मोहरे फुकटात मारतो.

**स्वाध्याय पाठ**

**आकृती ४६ पहा**

पांढऱ्याची खेळी आहे. आ. ४६ च्या स्थितीत पांढरा कोणकोणती काळी दले मारू शकतो त्यांची यादी खेळीलेखनासह द्या. आकृती ४७ च्या स्थितीत,

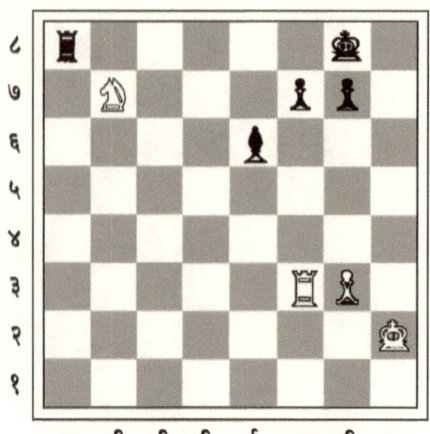

ए बी सी डी ई एफ जी एच

**आकृती क्र. : ४५**

काळ्याच्या द्विघाती हल्ल्याची यादी द्या.

मोहरी आणि प्यादी यांचे तुलनात्मक बलाबल : डाव खेळत असताना विशेषतः मारामारीच्या प्रसंगामध्ये मोहऱ्यांचे आणि प्याद्यांचे तुलनात्मक मूल्य माहीत असणे, आवश्यक असते.

मागे (प्रकरण २ मध्ये) उल्लेख केल्याप्रमाणे वजीर हा महान सामर्थ्यवान मोहरा आहे. वजीर हा जवळ जवळ दोन हत्ती किंवा एक हत्ती, अधिक एक लहान मोहरा, अधिक दोन प्याद्यांसमान मानतात. परंतु, एक हत्ती अधिक दोन लहान मोहरी ही वजिराहून बलवान आहेत. त्याच्यानंतर दुसऱ्या क्रमांकावरील सामर्थ्यवान मोहरा म्हणजे हत्ती होय. उंट किंवा घोड्याहून हत्ती जास्ती शक्तिशाली व मूल्यवान आहे. तेव्हा लहान मोहऱ्यावर हत्ती गमावणे म्हणजे, ही मारामारी तोट्याची आहे असे मानतात. याउलट त्याच्या प्रतिस्पर्ध्याच्या दृष्टीने ही लाभदायक मारामारी आहे, असे म्हणतात. सर्वसाधारणपणे हत्तीचे मूल्य हे एक घोडा किंवा एक उंट अधिक दोन प्यादी एवढे मानतात. पटावरील स्थिती पाहता, मारामारीतील असा तोटा एक प्यादेही भरून काढू शकते.

ए बी सी डी ई एफ जी एच

**आकृती क्र. : ४६**

उंट व घोडा यांचे बल समान आहे. तीन प्याद्यांचे बल समान लहान मोहरी असतात. बुद्धिबळाच्या सैन्यदलांमध्ये, प्यादे दल हे सर्वांत दुबळे दल आहे; परंतु त्याला तुच्छ लेखून चालणार नाही. डाव शेवटात, पटावर जेव्हा मात करता येण्याजोगे समर्थ दल उरलेले नसते, तेव्हा ज्या बाजूकडे बढत प्यादे असते, त्याची यशस्वीरीतीने

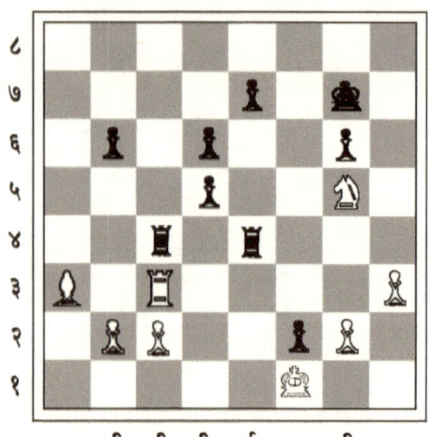

नववजिरात बढती करून ती बाजू विजयश्री खेचून आणते. यावरून दिसून येईल की डावाच्या अंतिम पर्वात प्याद्याचे महत्त्व व महती उत्तरोत्तर वाढत जाते. थोडक्यात, ज्याच्याकडे बढत प्यादे असते, त्याच्याकडे विजयश्री झुकते!

आकृती क्र. : ४७

राजाचे मोहरे हे अत्यंत मूल्यवान आहे, कारण डावाचे भवितव्य राजावरच अवलंबून असते. तेव्हा 'राजा सलामत तो चाली पचास.' मात साधण्यासाठी प्रसंगी प्याद्यांचे आणि मोहऱ्यांचे बलिदानही करतात. तरीदेखील इतर मोहऱ्यांहून राजाचा मोहरा भिन्न आहे, कारण त्याचे मूल्यमापन त्याच्या बलाएवढे नसते.

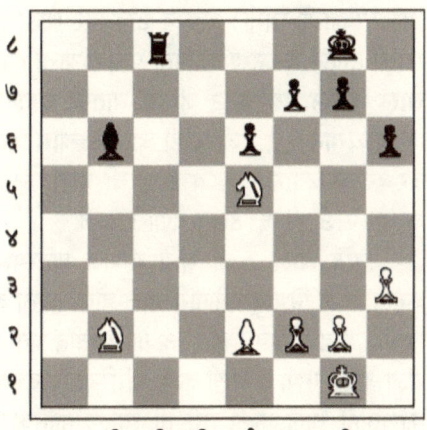

डावाची सुरुवात करताना, डाव सुरुवातीला (आदि पर्वात) त्याचप्रमाणे, डावाच्या मध्य पर्वात, राजाचे मोहरे कमकुवत असते आणि सर्व शक्य त्या मार्गांनी त्याचे संरक्षण करणे हे आवश्यक असते; परंतु डावाच्या अंतिम पर्वात पटावर उरलेल्या थोड्याशा मोहऱ्यांनिशी राजावर जेव्हा मात होण्याचा धोका संभवत नसतो, तेव्हा राजाची शक्ती, लहान मोहरे आणि हत्ती यांच्यामधील बलाबल उत्तरोत्तर वाढत जाते. परंतु सर्व परिस्थितींमध्ये हे तितकेसे खरे मानता येणार नाहा; कारण ही काही दगडावरची रेघ नव्हे, की परिपूर्ण सूत्र नाही. अनुभवी बुद्धिबळपटूंना माहीत असते की, कोणत्याही मोहऱ्याचे वा प्याद्याचे मूल्य स्थिर नसते. स्थितीनुसार त्यांचे मूल्य बदलत असते. उदा. आ. ४८ पाहा.

आकृती क्र. : ४८

या आ. ४८ मध्ये पांढऱ्याच्या उंटाविरुद्ध काळ्याचा वजीर असे काळ्याकडे

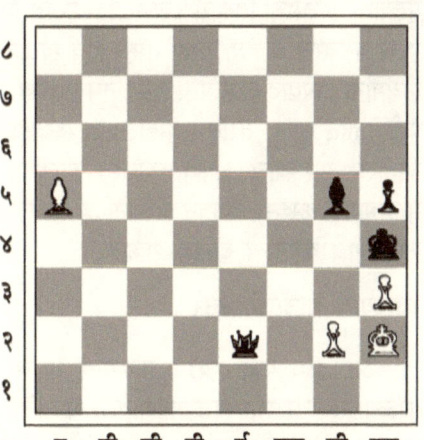

शह, मात, किल्लेकोट मारामारीचे तंत्र । ४३

(प्रतिस्पर्ध्याची छाती) दडपून टाकणारे श्रेष्ठत्व आहे. तरीसुद्धा पांढऱ्याला शस्त्र खाली टाकून देऊन शरणागती पत्करण्याची काही घाई नाही. तो **१ उं सी ७! ची चाल करून पुढे २ उं जी ३ मातची दहशत देतो. १,... व एफ २**, येथे जर काळ्याने १,... जी ४ ही चाल केल्यास पांढरा २, उं डी ८ मात करतो आणि जर का काळ्याने १... व ई १ ची चाल केली, तर मग पांढरा २, जी ३ मात करतो **२.उं डी ६** उसंत देणारी चाल.

**उसंत चाल :** ही संज्ञा म्हणजे प्रतिस्पर्ध्याला चाल करण्याची मुभा देऊ करून, वेळ निभावून नेणारी चाल होय. आता काळा झुग्झवँगच्या स्थितीत म्हणजे 'इकडे आड तिकडे विहीर' अशा स्थितीत येतो. म्हणजे याला 'आड विहीर' अशी संज्ञा आहे. म्हणजे अशी काही परिस्थिती उद्‌भवते की, ज्याची खेळी असेल त्याने कोणतीही चाल केली तरी ती त्याला हानिकारक ठरते. वास्तविक दृष्टिकोनातून पाहता, एफ २ चे घर काळा वजीर सोडू शकत नाही. कारण, मग पांढरा ३, जी ३ मात किंवा ३, उं जी ३ मात करतो. तशात जी ५ मधले काळे प्यादेही काळा चालवू शकत नाही. कारण मग पांढरा ३ उं ई ७ मात करतो.

२..., व एफ ४ + (वजिराचे बलिदान करणे काळ्याला भाग पडते कारण त्यातून जर ३ उं × एफ ४, जी × एफ ४ अशा चाली झाल्यास तो किमान बरोबरी साधू शकतो.)

परंतु, पांढरा ३, जी २-जी ३ +! व × जी ३ ४. उं × जी ३ मात करतो.

आ. ४८ मधील काळ्या राजाच्या अशा या दयनीय स्थितीमुळे वजीर उंटाहून कमकुवत होतो. हे उदाहरण दिले आहे ते उपरिनिर्दिष्ट बुद्धिबळ दलांच्या तौलनिक मूल्यावरचा तुमचा विश्वास डळमळीत करण्यासाठी म्हणून दिले नाही. ती तौलनिक मूल्ये बरोबरच आहेत. तेव्हा तुम्ही डाव खेळताना त्यावरचा विसंबून राहावे; परंतु नियमांना अपवाद असतात. तुम्ही तुमचा डाव जसजसा सुधारत जाल आणि त्यात प्रवीण होत जाल, तसतसे तुम्हाला प्रत्येक स्थितीतील खास वैशिष्ट्ये अवगत होत जातील. मोहऱ्यांचे आणि प्याद्यांचे तौलनिक बलाबल पारखून त्यांचे अचूक मूल्यमापन करून, त्यातून वर निर्दिष्ट केलेल्या उदाहरणासारखे अपवाद शोधून काढण्याचे कौशल्य दाखवू शकाल.

## स्वाध्याय पाठाची उत्तरे

**आ. २५ पहा (अ) :** पांढरा १ घो सी ५+ ची चाल करून एकाच वेळी काळ्या राजावर शह मारा आणि काळ्या वजिरावर मर्मभेदक हल्ला चढवतो, तेव्हा काळ्या राजाला घोड्याचा शह माऱ्याबाहेर हलविणे भाग पडते : तेव्हा काळा १..., रा ए ६ / ए ७ किंवा सी ८ ची चाल करून प्रथम राजाला शहाबाहेर हलवतो.

तेव्हा पांढरा २ घो × डी ७ ने काळा वजीर मारतो.

(ब) १...., व डी १+; २. रा एच २, व × बी ३

आ. २८ पहा.

(अ) (१ व ई ७ मात, (ब) १...., व जी २ मात

आ. २९ पहा.

(क) : राजा विरोधी बुद्धिबळ दलांच्या माऱ्यातील घरात जाऊ शकत नाही, या नियमानुसार पांढरा राजा 'ए' पट्टीतील काळ्या हत्तीच्या माऱ्यातील ए४, ए५, ए६ या तिन्ही घरांत जाऊ शकत नाही. तसाच तो 'सी' पट्टीतील काळ्या राजाच्या माऱ्यातील सी४, सी५, सी६ या तिन्ही घरांत जाऊ शकत नाही. तेव्हा त्याला फक्त एकच कायदेशीर खेळी उरते, ती म्हणजे १. रा × बी ४, ही होय.

(ख) : काळा १...., ह बी ७ +.

ही खेळी करून पांढऱ्या राजावर शहमारा करतो, त्यामुळे त्याला हत्तीच्या माऱ्यात असणाऱ्या बी पट्टीतील घरांबाहेर जाण्यासाठी कडेपट्टीत एका घरात पळावे लागते, तेव्हा 'बी ४' मधील काळ्या प्याद्याला हत्तीचा आपोआप जोर होतो. एकाकी विरोधी राजाला, अशा रीतीने कडेपट्टीतील घरात रेटल्यावर, राजा एका हत्तीच्या साहाय्याने त्याच्यावर सहज सक्तीने मात करू शकतो.

(ग) आणि (घ) : 'एफ ३' या पटा-मध्यवर्ती घरातील (पांढरा) राजा, ई २, ई ३ ई ४, एफ २ आणि एफ ४ अशा एकूण ५ घरांत विनाअडथळा जाऊ शकतो. परंतु पटाच्या कडेपट्टीतील एच ३ मधील (काळा) राजा एच २ आणि एच ४ या फक्त दोनच घरांत हलू शकतो. तेव्हा एफ ३ या मध्यवर्ती घरातील (पांढऱ्या) राजाला एच ३ मधील (काळ्या) राजापेक्षा सुलभतेने हलण्याची जास्त मुभा आहे. त्यामुळे एफ ३ मधील राजा एच ३ मधील राजापेक्षा अडीच पटींनी जास्त बलवान आहे.

(च) : डावाच्या अगदी सुरुवातीपासून ते शेवटपर्यंत प्रतिस्पर्धी खेळाडू बुद्धिबळ दले अशा रीतीने सतत हलवितात की, आपल्या बुद्धिबळ दलांच्या हालचालीस जास्तीत जास्त घरे राखून त्याच वेळी विरोधी बुद्धिबळ दलाच्या हालचालींवर सतत बंधने आणून त्यांच्या वाट्याला कमीत कमी घरे ठेवून, अंती विरोधी राजावर मात करण्यासाठी त्यांच्यामध्ये सतत चुरस लागते.

उदा. आकृती क्र. २९ ब पाहा. पांढऱ्या राजाच्या वाट्याला पाच घरांत हलण्याची मुभा आहे. परंतु काळा राजा कडेपट्टीत रेटला गेल्याने त्याच्या वाट्याला

कडेपट्टीतील फक्त दोन घरेच उरतात. तेव्हा या दोन्ही घरात हलण्याची बंदी घालण्यासाठी पांढरा १. ह एच ७+ ही खेळी करतो. या शहरातून सुटण्यासाठी, काळ्या राजाला सुरक्षित असे पलायन घर राहत नाही. तसेच या शहमाऱ्यातून सुटण्याचा बचावच उरला नसल्याने त्याच्यावर मात होते. १. ह एच७. मात होते.

**आ. ३० व ३१ पहा - (एक) :**

(अ) १. सी × डी ८ व मात

(ब) १. ह एफ ८ मात.

(क) १..., व बी २ मात

(ड) १..., घो एच ३ मात

(च) १. ह डी ८ मात

(छ) १ घो एफ ६ मात.

(ज) १..., बी ३ मात (- ही प्यादे मात आहे.)

(झ) १..., ह एच १ मात

**(दोन) आ. ३१ छ पहा :**

काळ्याने १..., ह ई ६ ही बचावात्मक चाल करणे आवश्यक आहे.

**आ. ३१ ज. : होय. उदा. २..., ह ए १ शहमात ही चाल करून काळा डाव जिंकू शकतो.**

**आ. ३१ झ :** (१) प्या × एच ४, ही आक्रमक आणि त्याच वेळी डाव वाचविणारी खेळी करावयास हवी.

**आ. ३१ च :** (१) ह बी ७, ..., पांढऱ्याच्या या चुकीच्या चालीमुळे काळ्या राजाला धड शहही लागत नाही, आणि त्याला सुरक्षितपणे हलता येण्याजोगे पलायनघरही राहत नाही; त्याच वेळी काळ्याची खेळीची पाळी असूनसुद्धा त्याला चाल करता येत नाही. त्यामुळे डाव कुंठित होतो आणि तो बरोबरीचा होतो. त्यामुळे पांढऱ्याला आणि काळ्याला समान म्हणजे प्रत्येकी अर्धा गुण मिळतो.

(कारण पांढऱ्याने जर १ ह डी ८ शहमात ही चाल करून डाव जिंकला असता तर त्याला १ गुण आणि काळ्याला ० गुण मिळाले असते.)

**आ. ३४ पाहा :**

(अ) १ह ए८ मात.

(ब) १,..., ए१ = व+, २ह × ए१ ने डाव कुंठित होऊन बरोबरी होते.

**आ. ४० पहा :**

(एक) (क) : नाही कारण राजाला एफ १ हे उंटाच्या माऱ्यातील घर ओलांडून किल्लेकोटसाठी जाता येणार नाही.

(ख) : प्रथम काळ्या घोड्याचा संभाव्य द्विघाती हल्ला, उदा १..., घो सी २ शह, देऊन हत्तीवर प्राणांतिक हल्ला करू पाहणाऱ्या दहशती चालीवर पांढऱ्याने आधी तोडगा शोधावयास हवा. त्यावर एकच तोडगा आहे आणि तो म्हणजे पांढऱ्याने आधी (१) ०-०-०,..., ही बचावात्मक चाल करणे अत्यावश्यक आहे. तेव्हा पांढऱ्याला सद्य:स्थितीत १. ०-० ,..., ही चाल करता येत नाही.

(ग) : वर (ख) मध्ये सांगितल्याप्रमाणे पांढरा १.०-०-०,..., ही चाल करून वजिराच्या बाजूचा किल्लेकोट करतो, तेव्हा मोकळ्या 'डी' पट्टीवर हत्ती आपोआप येतो आणि त्यामुळे काळ्याला वजिराच्या बाजूला किल्लेकोट करणे तात्पुरते अशक्य करतो. कारण 'डी' ८ या पांढऱ्या हत्तीच्या माऱ्यातील घर ओलांडून काळ्याला ही (१)..., ०-०-० ही चाल करता येत नाही.

**(दोन) :** (क) काळा (१) ..., घो × सी२ शह ही खेळी करून पांढऱ्याला किल्लेकोट करणे अशक्य करतो. कारण प्रथम पांढऱ्या राजाला घोड्याच्या शहाबाहेर हलविणे भाग पडते.

(ख) : नाही, कारण रा-हत्ती एच ८ या स्वगृहातून आधीच हलविलेला आहे.

(सूचना - प्रकरण २ मध्ये बुद्धिबळ दलांची मूल्यांकन यादी दिली आहे, तीही पाहावी).

**आ. क्र. ४१ अ पहा :**

**(भ) : (क)** मध्ये नमूद केलेली मारामारी पांढऱ्याला फायदेशीर होते; कारण मारामारी करून तो एक (घोडा) मोहरा फुकटात मिळवू शकतो. परंतु त्याने अतिउत्साहाच्या भरात (ख) मध्ये दाखविल्याप्रमाणे मारामारी करू नये. कारण सुरुवातीलाच जर पांढऱ्या वजिराने उंट मारला, तर ती मारामारी तोट्याची होईल. कारण महान सामर्थ्यवान वजिराच्या (गुण ९) बदल्यात पांढऱ्याला फक्त दोन लहान मोहरी (गुण ३+३ = ६) मिळतात. कारण केवळ सहा मूल्यांकांसाठी नऊ मूल्यांक देणे योग्य नाही.

**(य) :** आता काळे प्यादे 'एद' मध्ये चालविल्याने काळ्या उंटाला (प्याद्याचा आणि घोड्याचा असा) दुहेरी जोर होतो आणि त्याच्यावर दुहेरी मारा होतो. तेव्हा पांढऱ्याला आता मारामारी करून कोणताही लाभ मिळविता येत नाही. फार फार तर त्याने उंटाने उंट मारून मारामारी थांबविणे इष्ट ठरते; परंतु त्याने पुढे मारामारी करावयाची ठरविल्यास त्याचा खूप तोटा होतो. उदा-

१. उं × बी ५, घो × बी ५

२. व × बी ५??, ए × बी ५, यामुळे काळ्याचा खूपच फायदा करून दिल्यासारखा होईल व पांढऱ्याचे कधीही भरून न काढता येणारे असे भयंकर

नुकसान होईल.

आता एक बाब प्रकर्षाने दिसून येईल की, मोहऱ्याला योग्य असा जोर देण्यासाठी प्यादे उपयोगी पडते.

**आ. क्र. ४१ ब पाहा :**

(म) पांढऱ्याने पुढीलप्रमाणे मारामारी करणे इष्ट ठरते. १. घो × एफ ५, उं × एफ ५ येथेच मारामारी थांबवावी, कारण त्याने जर २, ह × एफ ५?..., अशी चाल केल्यास काळा २. ..., ई × एफ ५, अशी चाल करून खूप फायदा मिळवू शकतो. कारण घोड्यास घोडा देऊन उंट आणि प्याद्यावर (म्हणजे ३+१ मूल्यांकावर) पांढऱ्याने हत्ती (५ मूल्य) दिले आहेत. म्हणजे ५ मूल्यांक देऊन ४ मूल्यांक मिळतात, म्हणजे ही फसवी मारामारी तोट्याची आहे. कारण ही येथे जोर देणारी बुद्धिबळ दले कमी प्रतीची लहान आहेत. याउलट हल्लेखोर बुद्धिबळ दले उच्च प्रतीची मोठी आहेत. ही बाब नेहमी लक्षात ठेवावी.

**आ. क्र. ४२ पहा.**

(अ) : आकृती क्र. ४२ मधील काळ्या प्याद्याला फक्त दुहेरी जोर आहे आणि त्याच्यावर चौफेर मारा जारी आहे. असे असूनसुद्धा मारामारी केल्यास पांढऱ्याला फायदा मिळणार नाही. कारण हल्ला करणारी मोठी बुद्धिबळ दले संरक्षक लहान बुद्धिबळ दलांहून मूल्यवान आहेत. फार फार तर प्याद्याने प्यादे मारता येईल.

(ब) मारामारीच्या वरील प्रसंगांच्या उदाहरणांवरून दिसून येईल की, हल्लेखोर मोहऱ्यांची आणि बचाव करणाऱ्या मोहऱ्यांची तौलनिक मूल्ये लक्षात घेऊनच मोहरे घ्यावे किंवा प्यादे द्यावे, कारण मारामारीच्या चक्रात पहिली मारामारी प्याद्याने करावी, दुसरी मारामारी मोठ्या मोहऱ्याने (म्हणजे हत्तीने किंवा वजिराने) करावी. कारण याच अनुक्रमाने विरोधी बुद्धिबळ दलेही मारामारी करतील, ही बाब नेहमी लक्षात ठेवावी. ही सर्वसाधारण पद्धत झाली. परंतु ही बाब म्हणजे दगडावरची रेष नव्हे; कारण प्रसंग पाहून आपल्याला निर्णायक स्थितीवाचक लाभ (पोझिशनल ॲडव्हान्टेज) मिळत असेल तर त्यामध्ये जरूर तो फेरबदल करावा.

**आ. ४६ पहा :**

१. रा × एफ २; १. ह × सी ४

१. उं × डी ६; १. घो × ई ४;

**आ. ४७ पहा :**

१...., ह सी २; १...., उं डी ४;

अंतिम पर्व किंवा डावाच्या अखेरच्या पर्वातील नाट्यमय प्रसंग यांची माहिती पुढील प्रकरणात देण्यात येईल.

◆

 **४. डावाच्या अखेरच्या अंकातील नाट्यमय प्रसंग**

डावाच्या अखेरच्या अंकातील नाट्यमय प्रसंग पटावर प्रत्यक्षात पुढीलप्रमाणे दोन अंकांत घडतात. अंक पहिला

(ड) सर्वसाधारण डावाचे शेवट कसे असतात ते आधी पाहा. नंतर अंक दुसरा

(ब) डावाच्या अखेरच्या अंकातील प्याद्यांच्या थरारक व रोमांचकारी चाली कशा असतात, तेही पाहा.

बुद्धिबळ डावाची आणखी आणि डावपेचांची विभागणी सर्वसाधारणपणे तीन भागांत करतात. उदा. :

१) सुरुवातीच्या चाली 'आदिपर्व' 'ओपनिंग'

२) मध्यंतरीच्या खेळ्या 'मध्यपर्व' 'मिडल गेम'

३) डाव अखेरच्या खेळ्या 'अंतिम पर्व' 'एण्ड गेम'

डावाच्या सुरुवातीलाच खेळी करताना एखादी घोडचूक झाली, तर त्याची परिणती मात होण्यामध्ये शक्यता असते; परंतु असे चांगल्या खेळाडूंच्या बाबतीत होण्याची शक्यता क्वचितच असते.

डावाच्या सुरुवातीच्या चालीतून डाववाढ साधून, प्रतिस्पर्ध्यांनी आपापल्या बुद्धिबळ दलांची हालचालींची क्षमता वाढविल्यानंतर डावाचे मध्य पर्व सुरू होते. तेव्हा प्रतिस्पर्ध्यावर मात करणे अथवा चेचून टाकण्याइतपत समर्थ बुद्धिबळ दलाचे दडपण पाहून त्याला आपणहून राजीनामा देण्यास भाग पाडणे, अशी मुख्य उद्दिष्टे असतात. तथापि पटावर बरेच बुद्धिबळ दल उरते आणि डावाच्या मध्य पर्वात मात करणे बहुधा जमत नाही आणि पुढे मारामारी केल्यावर, पटावर जेव्हा थोडेसे बुद्धिबळ दल उरते, तेव्हा डावाच्या अखेरच्या खेळ्यांचा म्हणजे अंतिम पर्वाचा टप्पा सुरू होतो. अशा परिस्थितीत दोन्हीपैकी कोणत्याही बाजूकडे पुरेसे समर्थ बुद्धिबळ दल नसल्याने, मात करणे हे ध्येय न राहता प्याद्यांची बढती करणे, हे एक उद्दिष्ट असते. आता आपण डावाचे साधे शेवट कसे करता येतात, ते पाहू.

नवोदित खेळाडूंनी प्रथम एकाकी राजाविरुद्ध बलिष्ठ वस्तुनिष्ठ लाभ असणाऱ्या अंतिम पर्वातील स्थितीतून डावाचे शेवट कसे करता येतात ते पाहू.

## एकाकी राजावर मात

### सक्तीने मात कशी करावयाची असते त्याचे तंत्र आणि मंत्र

मागील प्रकरण तीनमधील तक्ता क्र. १ मध्ये 'वि' 'ज' 'य' मध्ये उल्लेखिलेल्या कमीत कमी बुद्धिबळ दलाच्या साहाय्याने राजा एक विशिष्ट तंत्र वापरून एकाकी विरोधी राजावर सक्तीने मात करू शकतो. हे विशिष्ट तंत्र पायरी पायरीने वापरावे लागते. ते क्रमशः पुढे दिले आहे.

**पहिली पायरी :** प्रथम राजाने आपल्या मोहऱ्याच्या साहाय्याने एकाकी विरोधी राजाला पटाच्या एका बाजूच्या पट्टीत म्हणजे 'ए' किंवा 'एच' या हत्तीच्या अथवा पहिल्या किंवा आठव्या रांगेत चेपीत चेपीत नेणे. (पद्धतशीर माघार घ्यायला लावणे)

**दुसरी पायरी :** (अ) राजा त्याच्या वजिराच्या किंवा हत्तीच्या साहाय्याने विरोधी राजावर सक्तीने मात करतो.

(ब) राजाला दोन उंटांच्या साहाय्याने जेव्हा मात करावयाची असते, तेव्हा तो एकाकी विरोधी राजाला पटाच्या कोपऱ्यातील घरात म्हणजे ए१/ए८/एच१/एच८ यांच्यापैकी एका घरात रेटून (ढकलून) सक्तीने मात करू शकतो.

(क) राजा, घोडा आणि उंटाच्या साहाय्याने जेव्हा मात करतो, तेव्हा उंट ज्या कर्णघरांच्या रंगाचा आहे, त्या रंगाच्या कोपऱ्यातील घरामध्ये एकाकी विरोधी राजाला रेटत (ढकलत) नेऊन सक्तीने मात करतो.

उपरिर्निर्दिष्ट पहिली पायरी गाठण्यासाठी 'राजाचा विरोध' (King's opposition) या पटावरील विशिष्ट रचनेचा उपयोग करतात. त्याची माहिती पुढे दिली आहे.

**राजाचा विरोध :** 'राजा विरोधी बुद्धिबळाच्या माऱ्यातील घरात जाऊ शकत नाही' हा नियम आपल्याला माहीत आहे. तेव्हा राजाने विरोधी बुद्धिबळाच्या माऱ्यात (म्हणजे शहात) जाणे ही एक नियमबाह्य गोष्ट ठरते. या नियमानुसार दोन विरोधी राजे त्यांच्यामध्ये असणाऱ्या लगतच्या घरामध्ये जाऊ शकणार नाहीत. आकृती ४९ मध्ये दोन विरोधी राजे एक घर मध्ये सोडून एकमेकांसमोर असलेले दाखविले आहेत. अशा वैशिष्ट्यपूर्ण रचनेला 'राजाचा विरोध' असे म्हणतात. डावाच्या निरनिराळ्या स्तरांतील स्थितीमध्ये या रचनेचा खूप उपयोग करून घेता येतो.

आकृती ४९ मध्ये पांढरा राजा नुकताच एफ ४ मधून ई ५ या घरामध्ये हलविला आहे आणि त्याने 'राजाचा विरोध' ही स्थिती प्राप्त करून घेतली आहे.

या स्थितीमध्ये दोहेंपैकी कोणताही राजा डी६, ई६ किंवा एफ६ या घरांत जाऊ शकणार नाही. कारण असे केल्याने विरोधी राजाच्या माऱ्यात गेल्यासारखे होईल आणि ती नियमबाह्य गोष्ट ठरेल.

आता काळ्याची खेळी आहे.

काळा राजा डी ७ किंवा एफ ७ मध्ये गेला की पुढच्या खेळीत पांढरा राजा (आता आहे त्या स्थानाच्या) पुढच्या (म्हणजे सहाव्या) रांगेतील घरात घुसू शकतो. उदा.

आकृती क्र. : ४९

१...., रा डी ७; काळा राजा बाजूच्या घरात हलतो. २) रा एफ,...., पांढरा राजा पुढच्या रांगेतील घरात घुसतो. आकृती ४९ मधील स्थितीत जेव्हा काळा राजा हलतो आणि पांढरा राजा पुढच्या रांगेतील घरात घुसतो, तेव्हा काळ्याकडे 'विरोध' आहे असे म्हणतात. उदा. आकृती ४९ मध्ये राजा नुकता 'एफ ८' मधून 'ई ७' या घरात आला आहे आणि त्याने 'विरोध' मिळविला आहे. आणि आता पांढऱ्याची खेळी आहे. पांढरा राजा१ रा डी ५,...., ही खेळी करून बाजूच्या घरात हलतो. तेव्हा काळा राजा १..., रा एफ ६ ही चाल करून त्याच्या पुढच्या रांगेतील घरात घुसतो.

(क) आतापर्यंत एका राजाकडे जेव्हा विरोध असतो, तो पुढच्या रांगेतील घरात घुसतो, असे जे सांगितले आहे, ते सारे उभ्या पट्ट्यांच्या (स्तंभांच्या) बाबतीतही लागू पडते.

**राजाच्या विरोधाचा उपयोग :**

राजा आपल्या एका मोहऱ्याच्या विशेषतः हत्तीच्या किंवा वजिराच्या साहाय्याने विरोधी एकाकी राजाला पटाच्या एका बाजूच्या उभ्या पट्टीत किंवा आडव्या रांगेत सक्तीने रेटत नेऊन मात करू शकतो. उदा. आकृती ५० (अ), (क), (उ) पाहा. आकृती ५० (अ) मध्ये आडवा 'विरोध' करतो.

आकृती ५० (क) मध्ये 'कर्णविरोध' आहे. आकृती ५० (उ) मध्ये 'उभा विरोध' दाखवला आहे. यामध्ये पांढरा काळ्या राजाला पटाच्या कोपऱ्यातील घरात सक्तीने रेटतो व वजिराच्या साहाय्याने मात करतो.

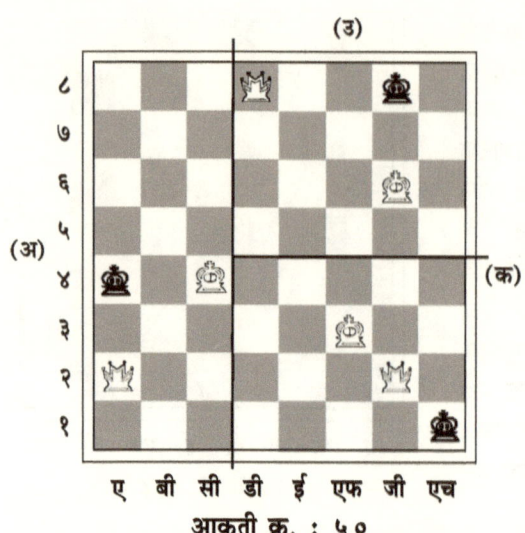

(उ)

(अ)

(क)

आकृती क्र. : ५०

## वजिराच्या साहाय्याने मात

पटावरील स्थिती कशी का असेना, नऊ चालींत वजिराने मात करता येते. अशा वेळी डावाच्या अंतिम स्थितीत आवश्यकतेपेक्षा जास्त शह देणे टाळावे लागते. कारण उनाड चाली करून उगाच वेळ दवडणे योग्य नसते; परंतु त्याच वेळी अपघाताने बरोबरीचा डाव होणार नाही ना, याची योग्य दक्षता घेणे आवश्यक आहे.

## आ. ५१ पहा :

१. रा जी ७ (काळ्या राजाला केंद्राबाहेर रेटण्यासाठीची ही जवळीक आहे.) १..., रा डी ४. (शक्य तितका वेळ केंद्रात राहण्यासाठीची काळ्याची ही झुंज आहे, कारण केंद्रात त्याच्यावर मात करणे अशक्य असते.) २ रा एफ ६, रा ई ४; ३ व डी ८ (काळ्या राजाला पटाच्या अर्ध्या भागात जाण्यास मना केले आहे. जणू काळ्या राजाकडून पटाचा अर्धा भाग हिरावून घेतला आहे. ३..., रा एफ ४; ४ व डी ३, रा जी ४; ५ व ई ३, रा एच ४; (पटाच्या कडेपट्टीत काळ्या राजाला रेटण्याचे पहिल्या पायरीचे उद्दिष्ट गाठले आहे. हे सारे एकही शह न देता साधले आहे. याची नोंद घेणे) ६ रा एफ ५, (पण येथे

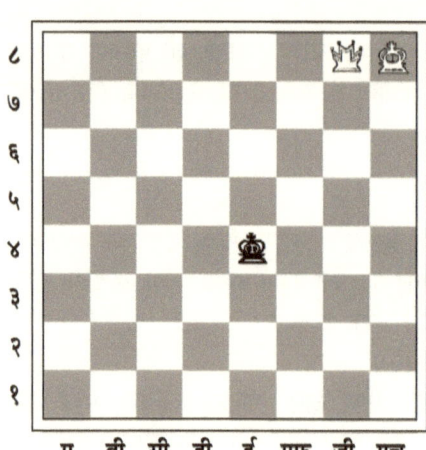

आकृती क्र. : ५१

६ व एफ ३ नको, कारण मग बरोबरी होते) ६...., रा एच ५; ७ व एच३ / किंवा जी ५ मात.

काळा निराळ्या तऱ्हेने खेळू शकतो; परंतु अशा प्रकारच्या पद्धती वापरून पांढरा काळ्या राजाला पटाच्या कडेपट्टीत नेहमी रेटू शकतो.

**स्वाध्याय पाठ**

**आ. ५२ पहा :** पांढरा खेळतो आणि दोन चालींत मात करतो.

**हत्तीच्या साहाय्याने मात**

एकाकी राजाला पटाच्या कडेपट्टीत रेटून हत्तीच्या साहाय्याने मात करता येते. आकृती ५० अ आणि ५० ब मध्ये वजिराऐवजी हत्ती ठेवला की मात होते.

वजिराच्या साहाय्याने एकाकी राजाला पटाच्या कडेपट्टीत रेटून मात करण्याच्या पद्धतीसारखी पद्धत हत्तीच्या बाबतीत वापरतात; परंतु वजिराहून हत्ती कमकुवत आहे आणि त्याच्यावर कर्णघरातून एकाकी राजा हल्ला करू शकतो, यामुळे जास्ती चाली कराव्या लागतात. तथापि, पटावर स्थिती कशी का असेना, सोळा चालींत हत्ती एकाकी राजावर मात करतो

**आ. ५३ :** १ ह ई ८ (एकाकी राजाला अर्ध्या पटात जाण्यास बंधन) १....,रा डी ५; २ रा जी २, रा डी ४; ३ रा एफ ३, रा डी ५; ४ रा ई ३, (केंद्राबाहेर काळ्या राजाला रेटले जात आहे.) ४... रा सी ४, ५ ह ई ५ (राजाच्या हालचालींवर आणखी बंधन) ५... रा सी ३; ६ ह सी

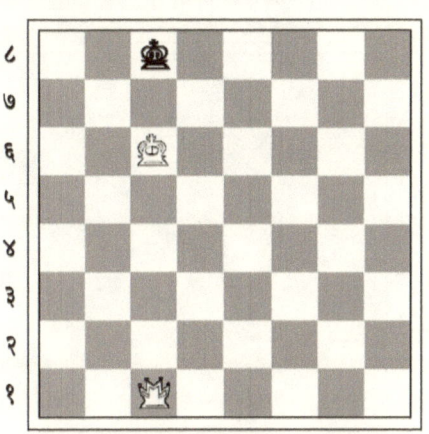

ए बी सी डी ई एफ जी एच


**आकृती क्र. : ५२**

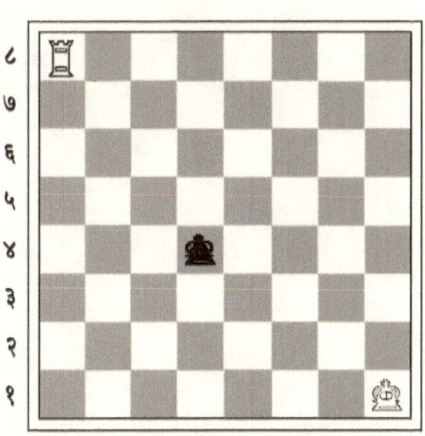

ए बी सी डी ई एफ जी एच


**आकृती क्र. : ५३**

५+, (दोन्ही राजे जेव्हा विरोधामध्ये येतात, तेव्हा असा बाजूने शह देणे विशेष परिणामकारक ठरते, आता काळा राजा पटाच्या कडेच्या बाजूकडे आणखी रेटला जात आहे.) ६.... रा बी ४; ७ रा डी ४, रा बी ३; ८ ह सी ४, रा बी २; ९ ह सी ३, रा बी १; १० रा डी ३, (मातकारक स्थिती आणता यावी यासाठी राजाला आणखी जवळ आणण्यात येत आहे, १०... रा बी २; ११ रा डी २, रा बी १, १२ ह बी ३+, रा ए १; १३ रा सी १, रा ए २, १४ ह एच ३ (उसंत देणारी चाल आहे. काळा राजा 'आड विहीर'च्या अवस्थेत आहे) १४... हा ए १, १५ ह, ए ३ मात होते.

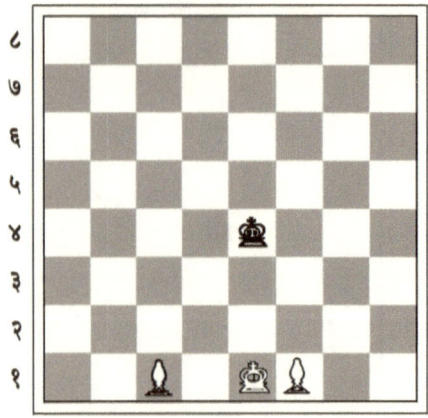

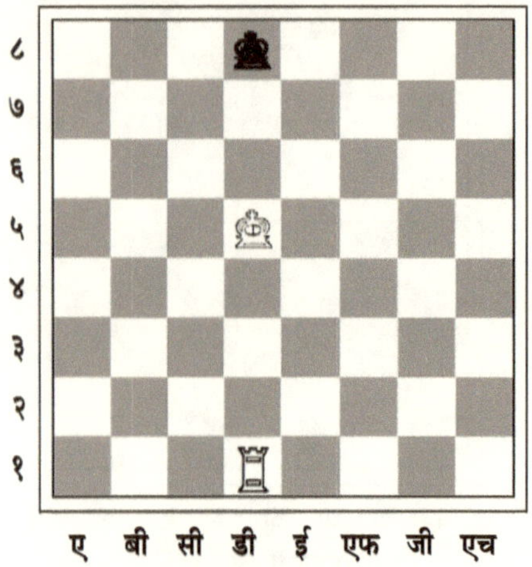

ए बी सी डी ई एफ जी एच
आकृती क्र. : ५४

ए बी सी डी ई एफ जी एच
आकृती क्र. : ५५

## स्वाध्याय पाठ

**आ. ५४ पहा :** पांढरा खेळतो व तीन चालींत मात करतो.

### दोन उंटांच्या साहाय्याने मात

एकाकी राजाला पटाच्या कोपऱ्यात रेटून दोन उंटांनी मात करता येते.

**आ. ५५ पहा :** पांढरा राजा आणि दोन उंट एकमेकांच्या समाईक एकोप्याच्या मसलतीने अशी काही आडकाठी निर्माण करतात, की काळा राजा त्याला टक्कर देऊ शकणार नाही. १ रा एफ २, रा डी ४, २ उं डी २, रा ई ४, ३ उंई ३, रा डी ५; ४ रा एफ ३, रा ई ५, ५ उं डी ३, रा डी ५, ६ रा एफ ४, रा ई ६, ७ उं ई ४, रा डी ६, ८ रा एफ ५, रा ई ७, ९ उं एफ ४, रा डी ७, १० रा एफ ६, रा ई ८, ११ उं एफ ५, रा डी ८, १२ उं ई ६ (काळा राजा पटाच्या कडेपट्टीच्या रांगेत रेटला गेला आहे आणि

पांढऱ्याने त्याला पटाच्या कोपऱ्यातील घरात ढकलावयाचे आहे; परंतु येथे १२ रा एफ ७ (ही घोडचूक ठरते, कारण मग बरोबरी होते) १२..., रा ई ८, १३ उं सी ७, रा एफ ८ १४, उं डी ७, रा जी ८, १५ रा जी ६ (काळ्या राजाला कडेपट्टीच्या रांगेबाहेर येण्याची मनाई करणे भाग असते) १५..., रा एफ ८, १६ उं डी ६+ रा जी ८ १७, उं ई६+, रा एच ८ १८ उं ई ५ मात होते.

**आ. ५६ पहा :** पांढरा खेळतो व तीन चालींत मात करतो.

**उंट आणि घोडा यांच्या साहाय्याने मात**

घोडा आणि पट कोपऱ्यातील घरावर मारा करणाऱ्या उंटाच्या साह्याने एकाकी राजावर मात करणे शक्य असते. आतापर्यंत वर निर्दिष्ट केलेल्या मात प्रकाराहून अतिशय कठीण असा हा मात प्रकार आहे. पन्नास चालींच्या नियमाचा भंग होणार नाही हे ध्यानात ठेवूनच अगदी दक्षतापूर्वक, निश्चित योजना आखूनच उंट आणि घोड्याच्या साहाय्याने मात करता येते. डाव अखेरच्या बुद्धिबळ तत्त्वांनुसार, डाव सुरुवातीच्या बुद्धिबळ दलाच्या अनिष्ट व प्रतिकूल अशा ३६ चालींतून उद्भवणाऱ्या स्थितीमुळे अशा प्रकारचा डावाचा शेवट करण्याची पाळी येते. सरावाच्या वेळी अशा प्रकारचा डावाचा शेवट करण्याची पाळी अगदी क्वचितच येत असते. तेव्हा, पट कोपऱ्यातील अशा घरात एकाकी काळा राजा आहे, की जेथे उंटाचा मारा पोहोचू शकणार नाही, असे एक उदाहरण आ. ५७ मधून अभ्यासू.

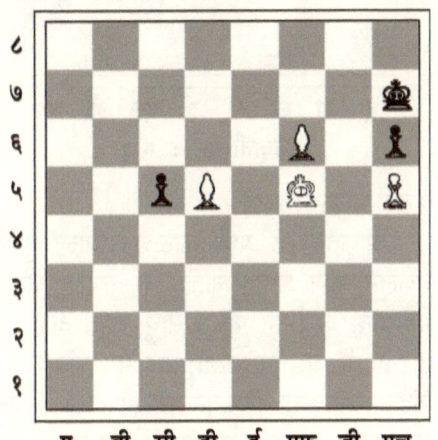

**आकृती क्र. : ५६**

**आकृती क्र. ५७ पाहा :** अशा स्थितीत उंट ज्या कर्णघरांतून हलतो आणि पट कोपऱ्यातील घरात (येथे ए८) जाऊ शकतो. अशा कोपऱ्यातील घराकडे काळ्या राजाला पाठलाग करीत न्यायचे असते. उदा.

१ घो एफ ७+, रा जी ८; २रा एफ ६, रा एफ ८, ३ उं एच ७, रा ई ८; ४ घो ई ५! रा एफ ८; (ए८ या घरापासून दूर राहण्याचा काळा राजा प्रयत्न करतो, येथे जर ४... रा डी ८ मग पांढरा ५ रा ई ६, रा सी ७; ६ घो डी ७! रा सी ६; ७ उं डी ३!, रा सी ७; ८ उं ई ४ वगैरे) ५ घो डी ७+, रा ई ८, ६ रा ई ६, रा डी ८, ७ रा डी ६, रा ई ८, ८ उं जी ६+, रा डी ८; ९ घो सी ५, रा सी ८;

ए बी सी डी ई एफ जी एच
आकृती क्र. : ५७

१० उ एफ ७ (उसंत देणारी चाल). १०..., रा डी ८; ११ घो बी७+, रा सी ८; १२ रा सी ६, रा बी ८, १३ उं ई ६, रा ए ७, १४ घो सी ५, रा ए ८; १५ रा बी ६, रा बी ८, १६ घो ए ६+, रा ए ८; १७ उं डी ५ मात होते.

## दोन घोड्यांच्या साहाय्याने मात

प्रतिस्पर्ध्याने योग्य रीतीने जर बचाव साधला तर मग केवळ दोन घोड्यांच्या साहाय्याने मात करणे अशक्य असते.

आकृती ५८ मध्ये काळ्या राजाला नुसतेच पटाच्या कडेपट्टीतील रांगेत ढकलून काम भागत नाही, तर त्याला कोपऱ्यातील घरात रेटण्याचा सर्वांत महत्त्वाचा कार्यभाग पांढरा साधू पाहत आहे. आता जर काळ्याने १..., रा एच ८?? ची घोडचूक केली, तर मग पांढरा २ घो एफ ७ मात करतो; परंतु, पांढऱ्याच्या अशा बंधनातून मुक्त होण्यासाठी काळ्याने अगदी समर्पक अशी १..., रा. एफ ८ ची उत्तरदायी चाल केली तर तो मग मुक्त संचार करू शकतो, मग पांढऱ्याला विजयाची संधी मिळणार नाही.

## (एकाकी राजाविरुद्ध राजा अधिक उंट किंवा घोडा)

एकाकी राजा विरुद्ध राजा अधिक एक लहान मोहरे असता मात करणे अशक्य आहे. असा डाव शेवटात पुढे खेळत राहणे म्हणजे निर्बुद्धपणा होय; तेव्हा अशा डावाचा शेवट बरोबरीत होतो.

नियमाला अपवाद असतो याचे एक उदाहरण आ. ५९

ए बी सी डी ई एफ जी एच
आकृती क्र. : ५८

मध्ये पाहा. यामध्ये काळ्या राजावर घोड्याने मात करता येण्याचे एक दुर्लभ उदाहरण आहे. याचे कारण असे आहे की, काळ्या राजाला सापळ्यातून सुटून जाण्याजोगे असणाऱ्या पलायनघरात त्याचेच प्यादे शिरल्याने, त्याला अडथळा आणते व त्यांच्यावर मात होते. पांढरा पुढील चाली करून जिंकतो १५– १ घो जी ४+, रा एच १, २ रा एफ १, एच २; ३ घो एफ २ मात होते.

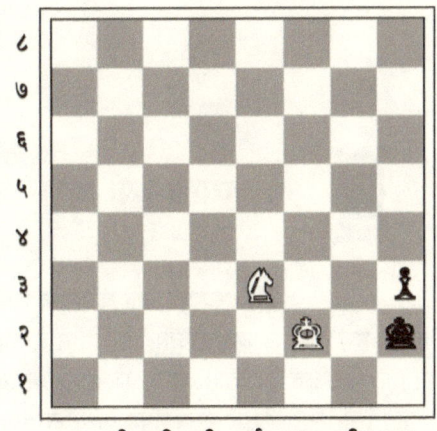

**आकृती क्र. : ५९**

**स्वाध्याय पाठ – उत्तरे**

आ. ५२ : १ व एफ ४; रा डी८; २ व एफ ८ मात.

आ. ५४ : १ रा डी ६; राई ८; २ ह एफ १; रा डी ८; ३ हा एफ ८; मात किंवा जर १.... रा सी ८; २ ह बी१; रा डी ८; ह बी ८ मात.

जर...१ रा सी ८; २ ह बी१; रा डी ८; ह बी ८ मात.

आ. ५६ : १ उं सी ३, सी ४; २ रा एफ ६, रा एच ८; ३ रा जी ६ मात होते.

(व) : डावाच्या अखेरच्या अंकातील प्याद्यांच्या थरारक व रोमांचकारी चाली कशा असतात, हे पुढील प्रकरणात पाहू.

◆

# ५. प्याद्याच्या थरारक चाली

'प्यादे जणू काही बुद्धिबळ डावाचा आत्मा आहे,' असे उद्‌गार 'फिलडोरने' काढले आहेत. बुहतेक अंतिम डावातील शेवटच्या खेळ्या प्याद्यांच्या भोवती घोटाळत असतात. उदा. प्याद्यांनी मारामारी केव्हा करावयाची असते; ते आहेत त्या स्थित घरांचे मूल्यमापन कसे करावयाचे; खेळी गणना करून प्याद्याचा वजीर होऊ शकतो किंवा नाही, यांचा प्रत्यक्ष अंदाज घ्यावयाचा असतो.

अंतिम पर्वामध्ये प्यादीविरहित स्थिती क्वचितच येते; आणि जेव्हा येते तेव्हा ती साधारण स्वरूपाची असते.

अंतिम पर्वामध्ये मोहऱ्यांनी डावाचा शेवट साधता यावा, यासाठी प्याद्यांच्या बिनचूक चालीचे ज्ञान असावे लागते. इतकेच नाही, तर शेवटी मोहऱ्यांनी डावाचा शेवट करता यावा यासाठी मुळात मोहऱ्यांची मारामारी करताना, त्यांना अदलाबदलीने घ्यावे किंवा नाही, याचे यथोचित ज्ञान अवश्य असावे लागते. तेव्हा अशा सर्व गोष्टींचे मूलभूत ज्ञान असावे लागते आणि सुदैवाने या गोष्टींचे बरेच संशोधन झाले आहे. त्यामुळे खेळाला लागणारे आवश्यक असे ज्ञान खेळाडूला करून घेता येते. येथे एक गोष्ट लक्षात ठेवावयास हवी की, अंतिम पर्वामध्ये ९५ टक्के शेवट निश्चित गणना करून करता येतात. परंतु हेही लक्षात ठेवावे की, वस्तुनिष्ठ समान स्थिती मिळविण्यासाठी किंवा एखादे प्यादे कमी असताना बरोबरी साधण्यासाठी किंवा विजय प्राप्त करून घेण्यासाठी असाधारण परिस्थिती कारणीभूत होते.

## राजा आणि प्यादे विरुद्ध राजा

येथे प्याद्याचा वजीर होऊ शकतो किंवा नाही ही एक गहन समस्या असते. एकाकी (काळ्या) राजाला प्यादे जर मारता आले नाही, तर त्याचा वजीर होऊ शकतो आणि मग साधी मात करता येते.

डाव मध्यात प्यादे गारद करण्याने विजय संपादन करण्याची खात्री नसते; परंतु याउलट अंतिम पर्वात एखादे जादा प्यादे असणे फायद्याचे ठरते. जय मिळवण्यासाठी असे एक प्यादे पुरेसे असल्याने, बहुधा जादा प्यादे असणारा खेळाडू मोहऱ्यांची

अदलाबदलीने कापाकापी करून त्याची परिणती प्यादे डाव शेवटात करतो.

## 'डावाच्या अखेरच्या प्याद्याच्या चाली'

अंतिम पर्वामध्ये राजा आणि प्यादे विरुद्ध एकाकी राजा अशी परिस्थिती बऱ्याच डावांमध्ये उद्भवते. अशा परिस्थितीत प्याद्याचा वजीर करून डाव नेहमीच जिंकता येतो असे नाही. कारण डाव जिंकणे किंवा हरणे हे सारे काही पटावरील राजा त्याचे प्यादे आणि बचाव करणाऱ्या विरोधी एकाकी राजाच्या स्थितीवर अवलंबून असते. तेव्हा त्या त्या स्थितींचा आणि प्याद्याच्या वजिरीकरणाच्या शक्यतेचा सखोल अभ्यास करणे आवश्यक ठरते. प्रथम आकृती ६० ब मधील परिस्थिती जाणून घेऊ.

आ. ६० ब मध्ये दाखविलेल्या स्थितीप्रमाणे बचाव करणारा काळा राजा पोचला आहे. आता जर काळ्याची खेळी असेल तर तो समयोचित चाल करून डाव कुंठित करू शकतो; परंतु जर त्याने योग्य चाल केली नाही, तर हल्लेखोर पांढरा राजा आपल्या प्याद्याचा वजीर करून डाव जिंकू शकतो. कसे ते पुढे दिले आहे.

वरवर पाहता आ. ६० अ आणि व दिसावयाला सारख्या वाटतात; परंतु प्रत्यक्षात त्यांच्यामध्ये (राजाच्या स्थानातील फरकामुळे) खूपच फरक आहे. तसेच (प्रत्येक खेळाडूच्या) खेळीच्या प्रथम पाळीच्या हक्कांचे महत्त्वही बरेच आहे.

आकृती ६० अ मध्ये जर पांढऱ्याची प्रथम खेळी असेल तर तो प्रगती करू शकत नाही. उदा.

(कुं) (१) सी७+, रा सी८;
(२) रा सी६...

आणि डाव कुंठित होऊन बरोबरीचा होतो. कारण काळ्या राजाला चाल उरत नाही किंवा पांढऱ्या राजाला प्यादे सोडणे भाग पडते.

किंवा

(ठि) (१) सी ५, रा सी ७; (२) रा बी ५, रा सी ८; (३) रा बी ६, रा बी८;

म्हणजे शेवटी आकृती ६० अ प्रमाणे (सुरुवातीचीच) स्थिती

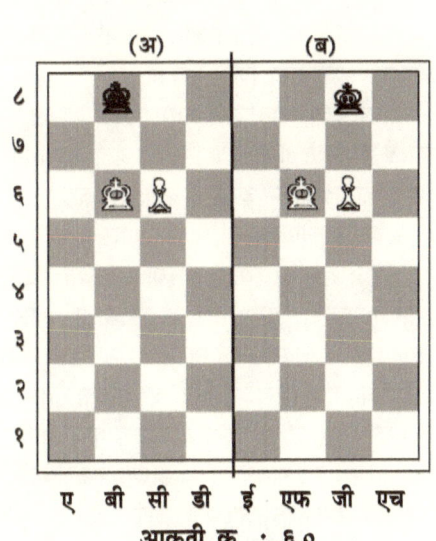

आकृती क्र. : ६०

प्राप्त होते. यावरून पांढऱ्याने कसलीही प्रगती केली नाही, हे दिसून येते. किंवा

(त) (१) रा बी ५, रा सी ७; (२) रा सी ५, रा सी ८; (३) रा बी ६; रा बी ८;

पुन्हा आकृती ६० अ प्रमाणे सुरुवातीचीच स्थिती येते; (आणि प्रगती शून्य) आता समजा, जर काळ्याची प्रथम खेळी असेल तर काय होते ते पाहू.

### ज (१).... रा सी ८; (२) प्या सी ७, रा डी ७; (३) रा बी ७,.....;

अशा रीतीने पांढरा राजा सी ८ या वजिरीकरणाच्या घराचा ताबा घेऊ शकतो आणि प्याद्याचा वजीर करून डाव जिंकू शकतो.

किंवा

### य (१)...., रा ए ८; (२) रा सी ७,....;

परंतु पांढऱ्याने जर (२) (प्यादे) सी ७??...., ही खेळी चुकून केली तर डाव कुंठित होऊन बरोबरीचा होतो.

(२)....., रा ए ७; (२) रा डी ७,....;

अशा रीतीने पांढरा राजा सी ८ या वजिरीकरणाच्या घराचा ताबा घेऊन, प्याद्याचा वजीर करून डाव जिंकू शकतो.

आता ६० ब मध्ये जर पांढऱ्याची खेळी प्रथम असेल तर, तो डाव नक्की जिंकू शकतो. उदा.

### (१) जी ७, रा एच ७; (२) रा एफ ७,...;

अशा रीतीने पांढरा जी ८ या वजिरीकरणाच्या घरावर ताबा मिळवून प्याद्याचा वजीर करून डाव जिंकू शकतो.

परंतु जर काळ्याची प्रथम खेळी असेल तर मग तो **(१)... रा एफ ८;** ही खेळी करून ६० 'अ'च्या स्थितीत येतो आणि मागे 'कुं'ठि'त' मध्ये सांगितल्याप्रमाणे डाव कुंठित करून बरोबरी करू शकतो.

वर उल्लेखिलेल्या उदाहरणांवरून दृग्गोचरित होणारे सत्र पुढे दिले आहे.

**सूत्र :** पांढरे प्यादे त्याच्या राजाच्या मदतीने जर शह न देता सातव्या घरात पोहोचू शकले, तरच पांढऱ्या प्याद्याचा वजीर करून पांढरा डाव जिंकू शकतो. आणि जर हे शक्य झाले नाही, तर मग डाव कुंठित होऊन बरोबरीचा होतो. प्याद्याचे वजिरीकरण करण्याच्या वेळी वरील सूत्र नेहमी लक्षात ठेवावयास हवे. कारण याच सूत्रावर प्याद्याचे भवितव्य आणि डावाचा शेवट अवलंबून असतो.

तसेच पुढे जाणाऱ्या प्याद्याच्या पुढे जेव्हा बचावखोर राजा असतो, तेव्हा खेळी गणनेचे (म्हणजे मोजण्याचे) आणि वेळेचे महत्त्व अत्यंत दक्षतेने पाळावयास हवे. कारण दोन्हीपैकी कोणत्याही खेळाडूच्या खेळी गणनेतील क्षुल्लक चुकीचा शेवट

डाव बरोबरीने सोडविण्यात किंवा जिंकण्यात होऊ शकतो.

बचाव करणाऱ्या राजाचा वजिरीकरणाच्या घरावरील ताबा संपूर्णपणे नाहीसा करण्यावरच डावाचे भवितव्य अवलंबून असते. आपण आकृती ६० अ आणि ब मध्ये प्यादे सहाव्या घरात असतानाची परिस्थिती पाहिली; त्यामध्ये एक बाब प्रकर्षाने दिसते, ती म्हणजे जर पांढऱ्याची खेळी असेल तर डाव बरोबरीचा होतो आणि जर काळ्याची खेळी असेल तर पांढरा जिंकतो. तेव्हा दोहोंपैकी जो कोणी प्रथम खेळी करील, त्याला ती चाल हानिकारक ठरते. असे आहे हे 'परस्पर आड–विहिरीचे' (झुम्झवँगचे) एक नमुनेदार उदाहरण!

अशा डावाच्या शेवटामधील आणखी काही निरनिराळे प्रकार आपण पाहू.

**एक** : एकाकी विरोधी राजाला दूर हाकलून प्यादे स्वतः होऊन वजीर बनते. एकाकी (काळा) राजा प्याद्याला गाठून मारू शकतो का, यासाठी तुम्हाला खेळी गणना करावयास नको. यासाठी एक खास पद्धत आहे ती – 'चौकोन सूत्राची'.

**आकृती ६१ पहा :**

**चौकोन सूत्र** : प्यादे ज्या घरात (बी ३) आहे ,येथपासून त्याच्या वजिरीकरणाच्या आठव्या रांगेतील घरापर्यंत (बी८) अशी एक बाजू धरून पटावर एक चौकोन काढावयाचा( प्रत्यक्ष खेळताना असा चौकोन कल्पनेने काढायचा) असतो. आकृती ६१ मधील सरळ रेषांकित चौकोन पहा. आता जर काळ्याची खेळी असेल तर तो १... रा जी ६ (किंवा १... रा जी ७; अथवा १,... रा जी ८) ची चाल करून काळा या चौकोनात प्रवेश करतो आणि प्याद्याला सहज गारद करतो.

जर पांढऱ्याची खेळी असेल तर मग १ बी ४ ला अनुसरून नवा चौकोन तयार करावयाचा. आ. ६१ मध्ये तो तुटक रेषांनी दाखविला आहे, आता काळ्या राजाची चाल असताना त्याचा या चौकोनात प्रवेश होत नसल्याने त्याला प्यादे गारद करता येणार नाही. स्वगृहात प्यादे असताना ते एका खेळीत एकदम दोन घरे पुढे जाऊ शकते, ही बाब नेहमी लक्ष ठेवावयाची असते, आणि असे चौकोनाचे सूत्र वापरताना ही बाब विचारात घ्यावयाची असते.

ए बी सी डी ई एफ जी एच

**आकृती क्र. : ६१**

**दोन :** प्यादे स्वतः होऊन वजीर बनण्याचे वेळी जर विरोधी राजा खूप जवळ असेल तर मग डावाचा निकाल कसा करतात, हे पाहू. अशा प्रकारच्या डावाच्या शेवटांचा निकाल राजाच्या विरोधावर अवलंबून असतो.

आता आपण आठव्या रांगेपासून आणखी दूर असणाऱ्या प्याद्याचा अभ्यास करू.

## आकृती ६२ आकृती ६३ पहा :

ए  बी  सी  डी  ई  एफ  जी  एच
आकृती क्र. : ६२

आकृती ६२ मध्ये काळा सतत 'विरोधा'चा पवित्रा घेऊन डाव बरोबरीचा करतो. १. डी४+, रा डी ५, २. रा डी ३, रा डी६! (या चालीकडे लक्षपूर्वक पाहावे; पांढरा राजा कसा का हलेना, मात्र काळा अशी काही माघार घेतो की जेणे करून त्याला विरोधाचा पवित्रा साधता यावा). ३ रा ई४, रा ई ६!; ४. डी५ शह, रा डी ६!; ५. रा डी ४, रा डी ७! ६. रा सी ५, रा सी ७! ७. डी६+, रा डी ७; ८. रा डी ५, रा डी ८! ९. रा ई ६, रा ई८! १०. डी ७+, रा डी ८ आणि बरोबरी होते.

आकृती क्र. ६३, ६४, ६५ मध्ये कोणाचीही का खेळी असेना, आकृती ६२ मध्ये दाखविल्याप्रमाणे डावपेच वापरून, कमजोर बाजू बरोबरी करू शकतो.

वरील बाबींतून पुढीलप्रमाणे अनुमान–परामर्ष काढता येतो. जेव्हा बलवान बाजूचा राजा

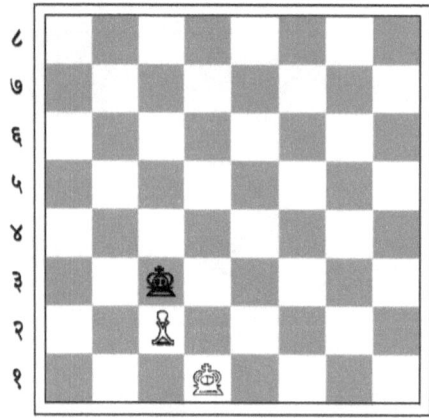

ए  बी  सी  डी  ई  एफ  जी  एच
आकृती क्र. : ६३

**आकृती क्र. : ६४**

**आकृती क्र. : ६५**

प्याद्याच्या मागे अथवा बाजूला असतो आणि बचाव करणारा राजा प्याद्याच्या पुढे असून प्रतिस्पर्धी राजाला पुढे येण्यास वाव मिळू देत नाही, तेव्हा **डावाचा शेवट बरोबरीत होतो.**

**(तीन)** प्याद्याच्या समोरील घरात राजा असताना बलवान बाजूचा राजा पुढे पुढे जात असताना, पाठोपाठ प्याद्यालाही (ओढून) घेऊन जाऊ शकतो. तेव्हा खेळ सूत्रानुसार डाव सहज जिंकता येतो.

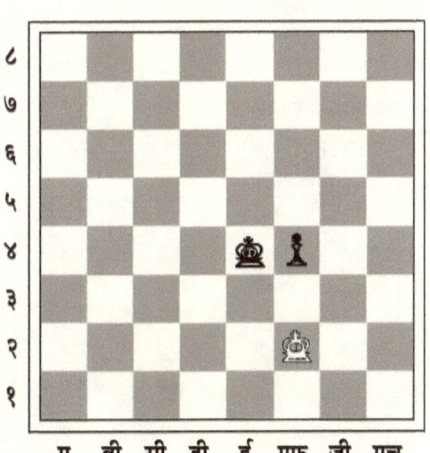

(पान ६४ वरील) आकृती ६६ मधील स्थिती पांढरा त्याच्या राजाला पुढे पुढे घुसवून डाव जिंकतो. १, रा ई३ (परंतु येथे एफ४? नको, मग १...., रा एफ७; रा ई३, रा एफ६, ३ रा ई४, रा ई६ ने काळा पुढे बरोबरी करतो) १...., रा ई ७, २ रा ई ४, रा ई६, ३ रा एफ४, रा एफ६, ४ एफ३! (पांढरा, ही हुकमी राखून ठेवलेली महत्त्वाची चाल करतो आणि काळ्याला 'विरोध'चा पवित्रा सोडण्यास भाग पडतो.) ४...., रा जी६, ५ रा ई५, रा एफ७, ६ रा एफ५, (येथे पुन्हा आताच ६ एफ४? नको; कारण मग काळा, ६..., रा ई७! ७ रा एफ५). ६..., रा ई७, ७ रा जी६!, रा एफ८ (किंवा ७...., रा ई६, ८ एफ ४, रा ई ७, ९ एफ ५, रा एफ ८, १० रा एफ ६! रा जी ८, ११ रा ई७, आणि पांढरा जिंकतो.) ८ रा एफ६, रा जी ८, ९ एफ ४, रा एफ ८, १०. एफ ५, रा ई ८, ११. रा जी ७, रा ई ७, १२. एफ ६+, आणि पांढरा प्याद्याचा

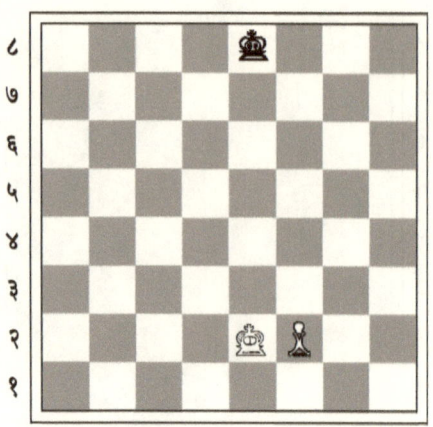

८ ७ ६ ५ ४ ३ २ १

ए बी सी डी ई एफ जी एच

**आकृती क्र. : ६६**

वजीर करतो आणि अंती जिंकतो.

**आकृती ६७ आकृती ६८ पहा :**

आकृती ६७ मधील स्थितीत पांढरा राजा सहाव्या रांगेत प्याद्याच्या पुढील घरामध्ये आहे. कोणाचीही खेळी असेना का, पांढरा जिंकतो. काळ्याची जर खेळी असेल तर त्याला 'विरोध'चा पवित्रा सोडून देणे भाग पडते. उदा. १. रा डी८, २. रा बी७, मग पांढरा जिंकतो. पांढऱ्याची खेळी असताना डाव पुढीलप्रमाणे होतो. १. रा डी६, रा डी८, २ सी६, रा सी८, ३ सी७, रा बी७. ४ रा डी७ आणि पुढील चालीत प्याद्याचा वजीर होतो व तो डाव जिंकतो.

आ. ६८ मधील स्थितीत, ज्याची खेळी आहे, त्यावर डावाचा निर्णय लागतो. जर काळ्याची खेळी असेल, तर त्याला माघार घेणे भाग पडते आणि मग 'विरोध'चा पवित्रा घालवावा लागतो. १..., रा जी७, २. रा ई६, रा एफ८ ३ रा एफ६! आणि पांढरा जिंकतो. जर पांढऱ्याची चाल असेल तर डाव शेवट बरोबरीत होतो. १. रा ई५. रा ई ७, २ एफ५, रा एफ७ वगैरे.

८ ७ ६ ५ ४ ३ २ १

ए बी सी डी ई एफ जी एच

**आकृती क्र. : ६७**

वरील प्रकार, हे ए वा एच या हत्ती पट्टीखेरीज इतर उभ्या पट्ट्यांतील प्याद्यांना लागू पडतात. ए किंवा एच या हत्ती पट्टीत प्यादे असताना, कमकुवत राजा फक्त पट-कोपऱ्यातील घर गाठतो व बरोबरी साधतो. हे साधे व सरळ आहे. बलवान बाजूला, कोपऱ्यातल्या घरातून कमकुवत राजाला बाहेर काढता येत नाही. तशा सातव्या

रांगेपर्यंत पोचलेल्या प्याद्यामुळे डाव कुंठित होऊन शेवट बरोबरीत होतो.

### आकृती ६९ आकृती ७० पाहा

आ. ६९ व आ. ७० स्थितीचा डाव शेवट बरोबरीत होतो. प्यादे पुढे चालविण्यातून डाव कुंठित होऊन बरोबरी होते. उदा. आ. ६९मध्ये १. रा ए६, रा बी८, २. रा बी ६, रा. ए.८, ३ ए५. रा बी८, ४ ए६, रा

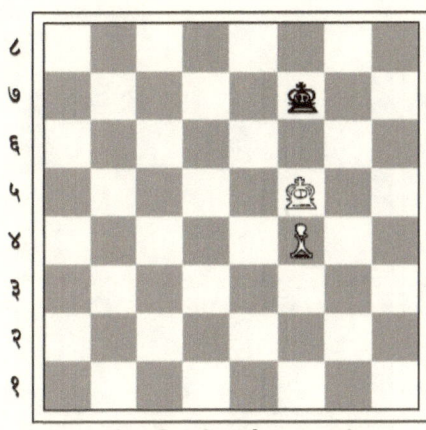

आकृती क्र. : ६८

ए८, ५ ए७ ने डावा कुंठित होऊन बरोबरीत होतो.

आ. ७० मध्ये १. रा एच८, रा एफ८, मग काळा, परत परत त्याच चाली करून पांढऱ्या राजाला बाहेर पडू देत नाही; तशात प्यादे एच७ मध्ये पुढे ढकलल्यास डाव कुंठित होऊन बरोबरी होते.

पुढील उदाहरणात विजय संपादन करता येतो.

**(वि)** एकाकी विरोधी राजा खूप दूर असताना प्यादे स्वतः होऊन वजीर बनतो (आ. ६१)

**(ज)** सहाव्या रांगेतील प्याद्याच्या पुढील घरात असणारा बलवान राजा जिंकतो. (आ. ६७.)

**(य)** कमजोर प्रतिस्पर्धी राजाची खेळी असताना, प्याद्याच्या समोरील घरात बलवान बाजूचा राजा 'विरोध'च्या पवित्र्यात असताना जिंकतो. (आ.६८).

### पुढील उदाहरणात बरोबरीने होते –

**(कुं)** ए किंवा एच पट्टीतील 'हत्ती' प्यादे असताना, जेव्हा कमकुवत बाजूचा राजा, पट

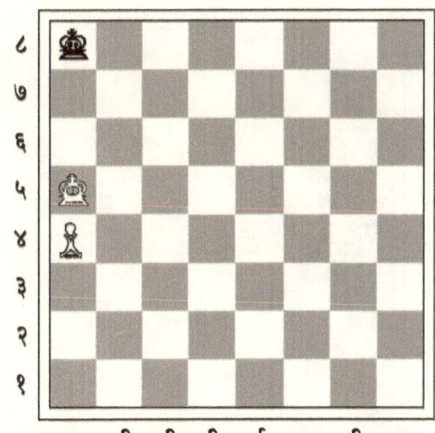

आकृती क्र. : ६९

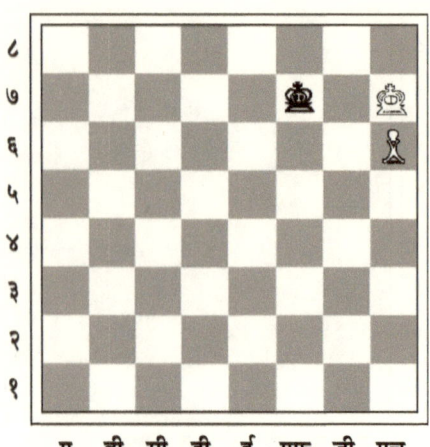

ए बी सी डी ई एफ जी एच

आकृती क्र. : ७०

कोपऱ्यातील घरात घुसला तर, किंवा बलवान राजाची कोपऱ्यातील घरात कोंडी करतो तेव्हा (आ. ६९ व आ. ७०). पाहा.

(ठि) जेव्हा बलवान राजा, प्याद्याच्या मागे अथवा बाजूला असतो आणि बचाव करणारा राजा प्याद्याच्या पुढे असून प्रतिस्पर्धी राजाला पुढे येण्यास वाव मिळू देत नाही. तेव्हा (आ. ६२, ६३, ६४, ६५) पाहा.

(त) प्याद्याच्या समोरच्या घरात असताना बलवान राजाची चाल आहे; परंतु प्रतिस्पर्धी राजा 'विरोध'चा पवित्रा राखून ठेवतो आणि प्याद्याला पर्यायी चाल उरत नसते तेव्हा (आ. ६८ पहा).

## दूरचे बढत प्यादे

**आ. ७१ पाहा :** ई ५ आणि एच४ या घरातील प्याद्याच्या मार्गात, त्यांची आगे बढती रोखणारी विरोधी प्यादी नाहीत, अशा ई५, एच४ मधील प्याद्यांना 'बढत प्यादी' म्हणतात. पटावर दोन्ही बाजूंची वस्तुनिष्ठता (मटेरियल) समान असून

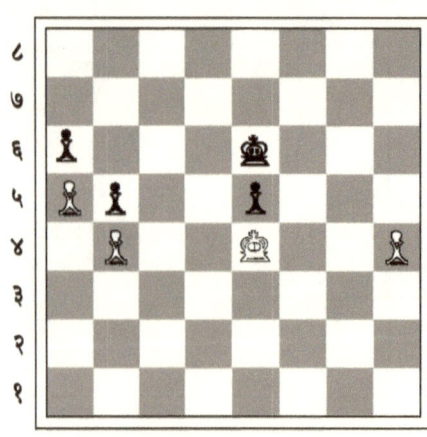

ए बी सी डी ई एफ जी एच

आकृती क्र. : ७१

प्रत्येक बाजूकडे एक एक बढत प्यादे आहे, तथापि पांढऱ्याकडे दूरचे बढत प्यादे असल्याने काळ्याची स्थिती गमावलेली आहे; मुख्य प्याद्यांच्या (आ. ७१ मधील वजिराच्या बाजूकडच्या प्याद्यांच्या) समूहापासून प्यादे लांब असते. त्याला 'दूरचे प्यादे' असे म्हणतात. यापुढे डाव पुढीलप्रमाणे होतो. १. एच५, रा एफ६, २. एच६, रा जी ६, (नाही तर प्याद्याचा वजीर होतो) ३. रा × ई५, रा ×

एच६, ४. रा डी ५, रा जी ५, ५. रा सी५, रा एफ५, ६. रा बी ६, रा ई ५, ७ रा × ए६, रा डी ६, ८ रा बी७, (आता निर्माण झालेले ए५ मधले बढत प्यादे बिनधोक ए८ मध्ये जाऊन वजीर बनते.)

दूरचे प्यादे काळ्या राजाचे लक्ष वेधून घेते, या बाबीचा फायदा घेऊन दुसऱ्या बगलेत शिरून पांढरा राजा प्रतिस्पर्ध्याला तडाखा मारून त्याच्या पराभव करतो. अशा या प्रमाण पद्धतीने असंख्य डाव शेवट जिंकलेले आहेत.

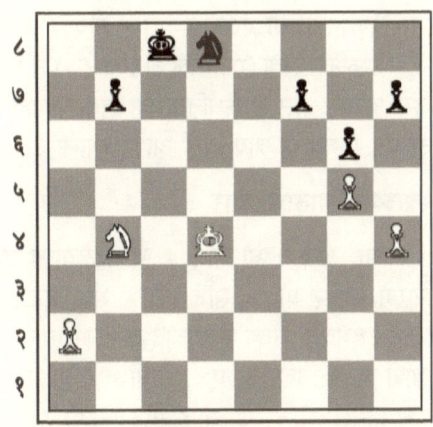

आकृती क्र. : ७२

**स्वाध्याय पाठ**

आ. ७२ पहा. एक प्यादे जादा असलेले पाहून डावाची परिणती 'प्यादे शेवटात' करण्यासाठी काळा१.... घो सी६+ ची चाल करतो. तेव्हा या चालीबाबत आपले मत सांगा.

**स्थितीवाचक लाभ**

आ. ७१ व आ. ७२ मध्ये निर्देश केलेल्या दूरच्या बढत प्याद्यामुळेच पांढरा विजय हस्तगत करू शकला. अशा प्रकारचे दूरचे बढत प्यादे खास भरीव लाभदायक असते. डाव शेवटात वस्तुनिष्ठ समानता असताना (आ. ७१) तसेच प्रतिस्पर्ध्याकडे श्रेष्ठ बुद्धिबळ दले असताना (आ. ७२) दूरचे बढत प्यादे विजयश्री खेचून आणते. यामधून आणखीन एक प्रकारचा फायदा मिळतो, तो म्हणजे स्थितिवाचक लाभ होय. यामध्ये पटावरील मोहऱ्यांची व प्याद्यांची सरस अशी योग्य रचना आढळून येते.

याआधी आपण स्थितिवाचक लाभाची बरीच उदाहरणे पाहिली आहेत. आ. ४८ मधील स्थितीत काळ्याकडे दडपून टाकता येण्याजोगा वस्तुनिष्ठ लाभ असतानाही पांढऱ्या मोहऱ्यांची आणि प्याद्यांची सरस रचना परिणामकारक ठरते आणि पांढरा विजयश्री खेचून आणतो. प्रयत्नातून स्थितिवाचक लाभ कसा प्राप्त करून घेता येतो याचे वैशिष्ट्यपूर्ण उदाहरण म्हणजे डावशेवटचा राजा अधिक प्यादे विरुद्ध राजा असताना (आपल्या राजाच्या सरस स्थितीसाठी) 'विरोध'

मिळविण्यासाठीचा प्रचंड झगडा हे होय.

वस्तुनिष्ठ लाभ (मटेरियल ॲडव्हान्टेज) चे प्रमाण थोडेबहुत दडपून टाकण्याइतपत जसे असते, तसे ते स्थितिवाचक लाभामध्येही असते. बुद्धिबळ खेळात ही एक अत्यंत महत्त्वाची बाब आहे आणि त्याचा अभ्यास आपण पुढे करू.

### स्वाध्याय पाठाचे उत्तर :

**आ. ७२ :** घो सी६ + ही काळ्याला हार खायला लावणारी चाल आहे. कारण मग २ घो × सी६, बी × सी६ मुळे, पांढऱ्याकडे (ए २चे) दूरचे बढत प्यादे उद्भवते, तेव्हा एक प्यादे कमी असतानाही पांढऱ्याला विजय मिळविण्याची खात्री वाटते. उदा. ३. ए४, रा बी७ ४. रा सी५, रा सी७, ५. ए५, रा बी७, ६. ए६ + रा × ए६, ७. रा × सी६, रा७, ८. रा डी७, रा बी ७, ९ रा ई ७ वगैरे आणि मग पांढरा राजाच्या बगलेकडील सर्व विरोधी प्यादी मारून आपल्या प्याद्याचा वजीर करून अंती डाव जिंकतो.

यापुढील प्रकरणात चढाईचे हुकमी डावपेच व बुद्धिबळाचे आणखी नियम दिले आहेत.

◆

# ६. चढाईचे हुकमी डावपेच

चढाईचे हुकमी डावपेच वापरून प्रतिस्पर्ध्यांचे बुद्धिबळ दल सक्तीने मारून वस्तुनिष्ठ लाभ (मटेरियल गेन) मिळविता येतो. (१) द्विघाती हल्ला (Fork) सक्तीने मोहरे वा प्यादे (फुकटात) मिळवावयाचा एक साधा मार्ग म्हणजे द्विघाती हल्ला (फोर्क) होय. अशा द्विघाती हल्ल्यामध्ये प्रतिस्पर्ध्याच्या दोन दलांवर एकाच वेळी हल्ला चढविला जातो. प्रतिस्पर्ध्याने दोहोंपैकी एक दलाला जोर दिला, तरीसुद्धा दुसरे बिनजोर दल (फुकटात) मारता येते आणि वस्तुनिष्ठ लाभ मिळविता येतो. द्विघाती हल्ल्याची उदाहरणे आकृती क्र. ४१, ४२, ४३ व ४५ मध्ये मागे दिली आहेत ती पाहावी.

**ईर**

तुमच्या प्रतिस्पर्ध्याच्या बुद्धिबळ दलांच्या हालचालींवर आळा घालण्याचा, एक अत्यंत परिणामकारक इलाज म्हणजे 'ईर' होय.

आ. ७३ मधील स्थितीत, काळा१..., सी३, ची चाल करून उंट मारतो आणि अंती डावही जिंकतो. कारण २. उं × सी३ ची चाल पांढऱ्याला करताच येत नाही, कारण हा (बी२ मधील) उंट, पांढऱ्या राजापुढे ढालीसारखा उभा राहून काळ्या हत्तीचा (शह) मारा थोपवतो, म्हणून तो सद्य:स्थितीत हलूच शकत नाही. कारण बी२ मधल्या उंटाला हत्तीने ईरेस धरले आहे.

७
३
ए बी सी डी ई एफ जी एच


आकृती क्र. : ७३

आकृती ७४ मधील स्थितीत, पांढरा केवळ दोन चालींत काळ्यावर सक्तीने मात करतो. व × एच६ + रा जी८, २. व × जी७ मात करतो. आ.

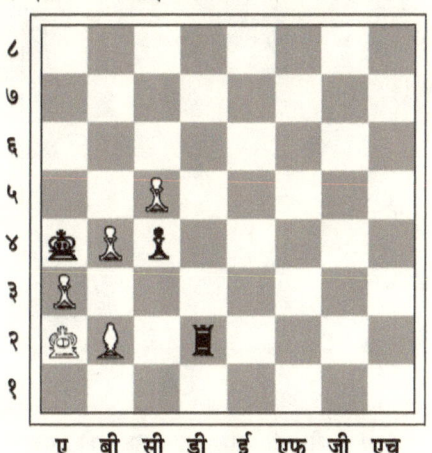

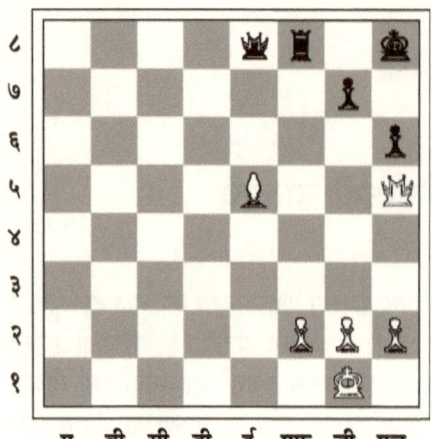

ए बी सी डी ई एफ जी एच

आकृती क्र. : ७४

७४ मधील स्थितीतील जी ७ मध्ये असणारे प्यादे, ई५ मधल्या उंटाचा (शह) मारा ढालीसारखे मध्ये राहून थोपवून धरत असल्याने ते प्यादे शहमारा करणाऱ्या पांढऱ्या वजिराला मारू शकत नाही, कारण जी७ च्या प्याद्याला उंटाने ईरीस धरले आहे.

दोन्ही उदाहरणांमध्ये परिणामकारक रीतीने विरोधी दल ईरीस धरल्यामुळेच अंती विजय मिळविता आला आहे. विरोधी राजापुढे किंवा मूल्यवान दलापुढे, ढालीसारखे मध्ये उभे राहून रक्षण करणाऱ्या दलावर जेव्हा एखादे बुद्धिबळ दल (याला अपवाद घोड्याचा) हल्ला करते, तेव्हा ते ढालीसारखे असणारे दल 'ईरीस पकडले आहे' असे म्हणतात. राजाला ढालीसारखे संरक्षण देणारे प्यादे व मोहरे जेव्हा ईरीस पकडले जाते, तेव्हा ते दल हलवता येत नाही (फार तर विरोधी दलाच्या मारक चालीच्या मार्गातच ते हलू शकेल), तेव्हा याला 'परिपूर्ण ईर (Full Pin)' म्हणतात.

आ. ७५ मधील स्थितीत काळ्याकडे एक उंट जादा असून, त्याची खेळावयाची पाळी आहे. परंतु 'ई' पट्टीवरील पांढऱ्या हत्तीने 'ई७' मधल्या उंटास ईरीस धरल्याने काळ्याची स्थिती निराशजनक झाली आहे. कारण पांढऱ्याच्या २. डी × ई७ या हत्तीवर प्राणघातक मारा करणाऱ्या दहशती चालीविरुद्ध काळ्याला उत्तरदायी अशी समाधानकारक चाल नाही. हे प्यादे हत्तीला तर गारद करतेच आणि त्यापुढे होणारी मात ही काळ्याला टाळता येत नाही.

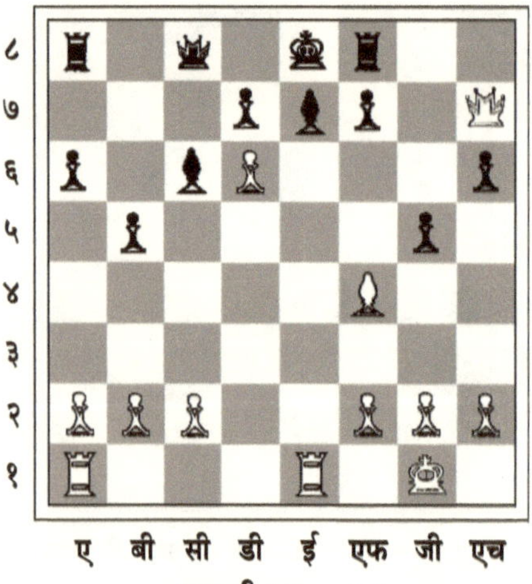

आ. ७५ च्या स्थितीत ई१

ए बी सी डी ई एफ जी एच

आकृती क्र. : ७५

मधला पांढरा हत्ती किती परिणामकारक रीतीने काळ्यावर जिव्हारी मारा करतो, हे स्पष्ट दिसते. कारण ई पट्टी प्यादेविरहित असल्याने पांढऱ्या हत्तीने ताबा मिळविलेल्या या मोकळ्या 'ई' पट्टीवरून तो काळ्याच्या थेट आंतरगोटात जिव्हारी मारा करतो. तेव्हा जो कोणी मोकळ्या पट्टीवर ताबा मिळवतो,तो महत्त्वाचा स्थितिवाचक लाभ (Positional Advantage) मिळवतो. ईरेस धरलेल्या प्याद्याचा वा मोहऱ्याच्या मागे जर राजा नसेल तर ती 'अपूर्ण ईर' आहे. शहदायी किंवा बलिदानी चालीने अपूर्ण ईर काढता येते, वा अपूर्ण ईरविरहित स्थिती आणता येते. उदा. पुढील डाव सुरुवातीच्या चाली पाहा १, डी ४, डी ५, २. सी ४, (याला वजिराच्या आमिषाची डाव सुरुवात म्हणतात) २,... ई६, ३. घो सी३, घो एफ६, ४ उं जी५, घो डी७, ५सी × डी५, ई × डी५ 'ईर'च्या भरवंशावर डी५ प्यादे घेता येत नाही. कारण आता जर ६घो × डी५? घो × डी? च्या चालीने काळा उत्तर देतो. मग ७, उ × डी८, उं बी४ + ८ व डी२, उं × डी२+, ९ रा × डी२, रा × डी८ आणि काळ्याकडे एक मोहरे जादा उरते.

**स्वाध्याय पाठ**

आ. ७६ मधील स्थितीतून पुढील चाली केल्यात १३ × सी६, +, रा एफ८, स्पष्टीकरण द्या. (अ) काळ्याने उंट का मारला नाही? (ब) पांढरा कसा जिंकतो?

विरोधी बुद्धिबळ दलाच्या (शह) माऱ्यातील रेषेत, पुढे राजा (किंवा एखादा मोहरा) आणि मागे त्याच्याच बाजूचा मोहरा जेव्हा सापडतो, तेव्हा राजाला शह माऱ्याबाहेर (किंवा पुढच्या मोहऱ्याला माऱ्याबाहेर) हलविणे भाग पडते. अशा रीतीने राजाला (किंवा पुढच्या मोहऱ्याला) माऱ्याच्या रेषेबाहेर हलविले की, त्याच्या मागे असणाऱ्या मोहऱ्यावर विरोधी बुद्धिबळ दलाचा हल्ला होतो. रेषाघात कसा होतो ते पुढील उदाहरणावरून पाहा.

आ. ७७ पाहा - पांढरा पुढील चाली करतो १ उं सी२+, रा ई५ आणि काळ्या राजाला काळा वजीर ज्या कर्णपट्टीत आहे त्या ए१- एच८ या कर्णपट्टीत राजाला सक्तीने आणले आहे.

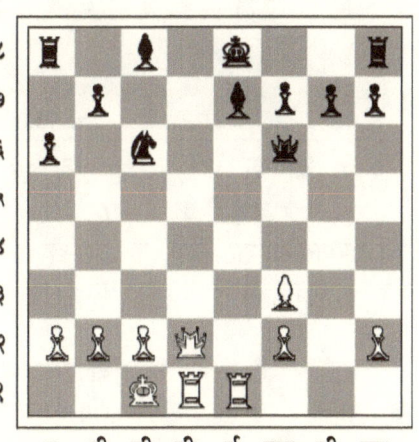

ए बी सी डी ई एफ जी एच

आकृती क्र. : ७६

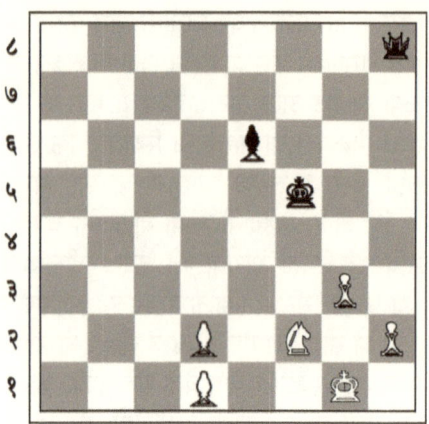

ए बी सी डी ई एफ जी एच

**आकृती क्र. : ७७**

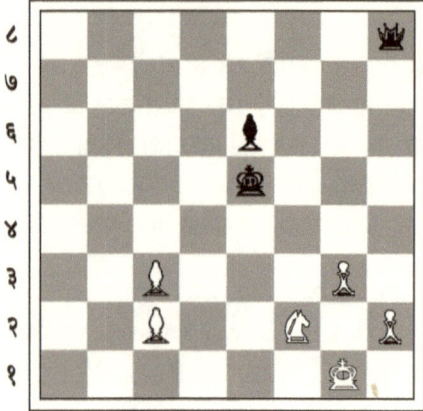

ए बी सी डी ई एफ जी एच

**आकृती क्र. : ७८**

आता रेषाघात कसा होतो ते आ. ७८ मध्ये दाखविले आहे.

ते पहा २ उं सी३+, (आ. ७८ पहा) आता शह माऱ्याबाहेर राजाला हलविणे भाग पडते. उदा. २...., रा डी६ (किंवा रा डी५) मग पांढरा ३. उं × एच८ ची चाल करून काळा वजीर फुकटात मारून मोठा वस्तुनिष्ठ लाभ मिळवतो.

**छुपा हल्ला**

पुढचे एक मोहरे (मारा करण्यासाठी) हलले की, मागचे दुसरे मोहरे उदा. हत्ती/वजीर/उंट छुपा हल्ला करते. (छुपा हल्ला म्हणजे शिखंडी मागे असलेला अर्जुन आहे) छुपा हल्ला कसा करता येतो आणि त्यातून वस्तुनिष्ठ लाभ कसा करून घेता येतो याचे एक उदाहरण आकृती ७९ आणि ८० मध्ये दिले आहे, ते पाहावे.

**पांढऱ्याची खेळी आहे.**

१. एच५+,... हा नुसता शह देण्यासाठी शह नाही. हा शह छुप्या हल्ल्याची पूर्वतयारी आहे. काळ्या राजाला, एच ६ किंवा जी ७ या घरात सक्तीने जाणे भाग पडावे, अशी त्यामागील कल्पना आहे.

१..., रा जी ७, (काळा राजा एच६ मध्ये हलविल्यास त्यावर मात होते). 'डी' पट्टीत पांढरा हत्ती, घोडा आणि काळा वजीर आहेत.

घोड्याने राजाला शह देऊन, काळ्या वजिरावर हत्तीचा छुपा हल्ला चढविला आहे.

२. धो एफ५+, हत्तीच्या माऱ्यात अडथळा आणणाऱ्या घोड्याने शह दिल्याने हत्ती, वजिरावर छुपा हल्ला करू शकतो. कारण राजाला प्रथम शहाबाहेर हलविणे भाग पडते. उदा.

२..., रा - कोठेही हलतो. (उदा. रा-जी८; ३. ह × डी८ (शह, मात).

**आकृती क्र. : ७९**

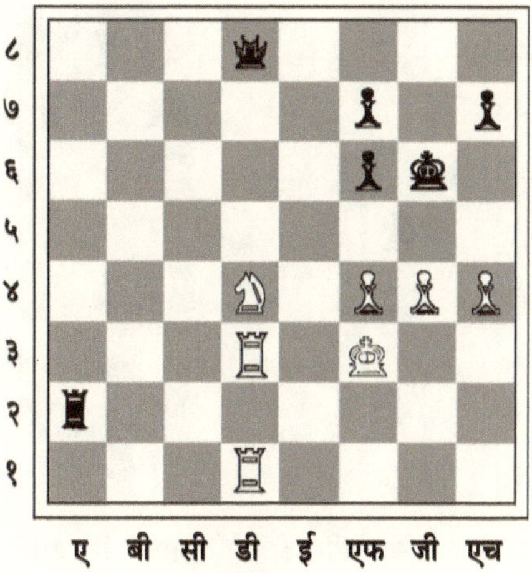

**आकृती ८० पहा.**

अशा रीतीने छुपा हल्ला करून वस्तुनिष्ठ लाभ मिळविता येतो आणि डावावर वर्चस्व गाजविता येते.

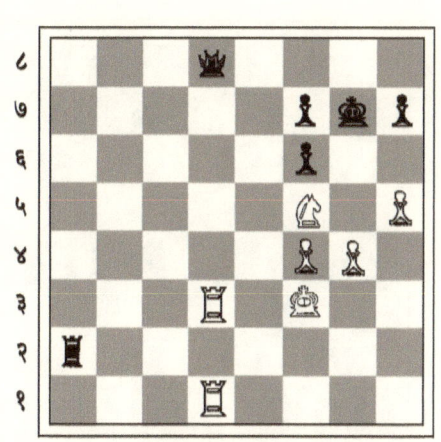

**काटशह**

काटशहामध्ये राजावर होऊ शकणारा वजीर/ हत्ती/ उंटाचा शहमारा उघडा केला जातो. काटशहाचा फायदा कसा करून घेता येतो, हे दर्शविणारे एक उदाहरण आकृती ८१ आणि ८२ मध्ये पाहा.

**आकृती ८१ पांढऱ्याची खेळी आहे.**

येथे सर्व काळी मोहरी पांढऱ्या घरात आहेत; पांढरा उंट काळ्या कर्णपट्टीतील घरांमध्ये हलू शकतो आणि एफ४ मधील उंट हलला की पांढऱ्या हत्तीचा काटशह काळ्या राजाला बसू शकतो. तेव्हा काटशह देताना आपला फायदा करून घेण्यासाठी एखादा काळा मोहरा योग्य अशा काळ्या घरात सक्तीने आणता येते का, हे पांढरा आधी बघतो.

**आकृती क्र. : ८०**

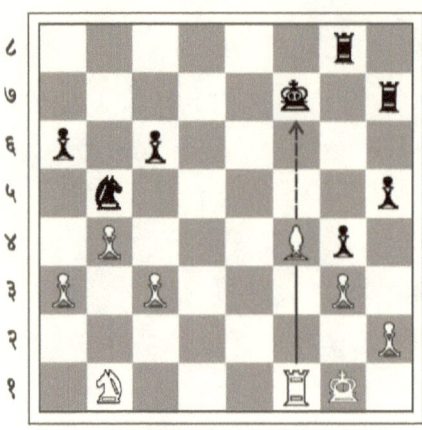

८
२
ए बी सी डी ई एफ जी एच

**आकृती क्र. : ८१**

उदा.

हत्तीचा काटशह आणि उंटाचा हल्ला.

१. ए४, घो ए७, घोडा एकुलत्या एक अशा सुरक्षित घरात हलतो, तेव्हा...

२. २उं बी८, काटशह, रा कोठेही हलतो. आणि मग पांढऱ्याला फुकटात घोडा मिळतो. उदा.

(३) उं × ए७; अशा रीतीने घोडा फुकटात मिळवून पांढऱ्याने वस्तुनिष्ठ लाभ मिळविला आहे.

**आकृती ८२ पहा.**

**दुहेरी शह**

हा कटशहाचाच एक अघोरी प्रकार आहे. दुहेरी शहामध्ये दुसऱ्या स्थिर मोहऱ्याचा छुपा काटशह उघडा करणारे मोहरेही नवप्राप्त घरातून दुसरा साधा शह देते. दुहेरी शहाचा फायदा कसा करून घेता येतो, याचे एक उदाहरण आकृती ८३ आणि ८४ मध्ये दिले आहे, ते पाहावे. काळ्याची खेळी आहे.

८
२
ए बी सी डी ई एफ जी एच

**आकृती क्र. : ८२**

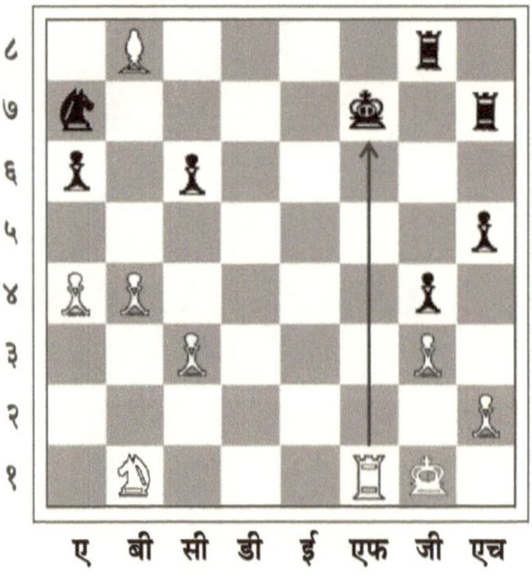

१..., एफ४ शह, दुहेरी शहाच्या पूर्वतयारीसाठी दिलेला हा शह आहे.

२. रा एच३,..., पांढऱ्या कर्णातील काळ्या उंटाचा संभाव्य छुपा काटशह आणि आणि घोड्याचा साधा शह एकाच वेळी

देता यावा म्हणून राजाला एच३ या पांढऱ्या घरात सक्तीने रेटला आहे.

उंटाचा काटशह आणि घोड्याचा साधा शह मिळून होणारा 'दुहेरी शह' देता यावा म्हणून काळ्याने पुढील हुकमी खेळी केली.

### दुहेरी शह

२...., घो × एफ२, दुहेरी शह आणि मात होते. (आ. ८४ पाहा.)

उंट काटशह देतो आणि

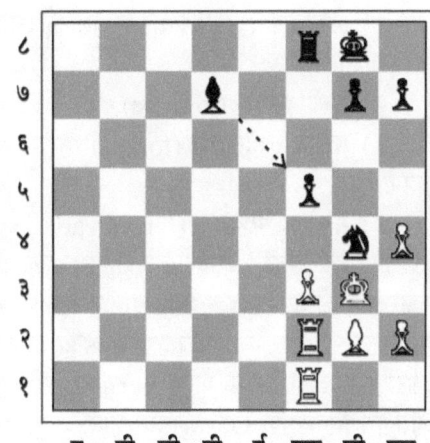

ए बी सी डी ई एफ जी एच
आकृती क्र. : ८३

घोडा हत्तीला मारून नवप्राप्त घरातून दुसरा साधा शह देतो. येथे दुहेरी शह दिल्यामुळे राजाला हलविणे भाग पडते. कारण एकाच वेळी दोन निरनिराळ्या दिशांतून होणारा दुहेरी शह मारा करणाऱ्या मोहऱ्यांना एकाच खेळीत मारून दोन्ही शहांचे निवारण एकाच वेळी करू शकणार नाही, ही गोष्ट नेहमी ध्यानात ठेवावी. येथे पांढऱ्या राजाला सुरक्षितपणे हलता येण्याजोगे पलायनघर न उरल्याने त्याच्यावर मात होते.

आ. ८४मध्ये काळ्याने हत्ती फुकटात मारून स्थितिवाचक लाभ मिळवून शेवटी यशस्वी रीतीने मात केली आहे.

वरील उदाहरणातून चढाईचे हुकमी डावपेच कार्यवाहीत कसे आणावयाचे आणि वस्तुनिष्ठ लाभ कसा मिळवायचा असतो, हे दाखविले आहे.

बुद्धिबळ खेळत असताना काही खास चालींना, विशिष्ट चाली प्रणालींना, हिकमती डावपेचांना विशिष्ट संज्ञा योजतात. उदा.

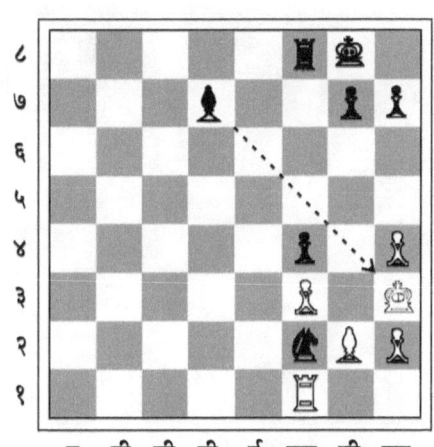

ए बी सी डी ई एफ जी एच
आकृती क्र. : ८४

१) भेदबदल : (Variation) म्हणजे तर्कसुसंगत एकमेकांमध्ये गुंतलेली चाली प्रणाली.

२) सक्ती करणे. (to force)

३) सक्तीने लादलेल्या (forced) म्हणजे बळजबरीने चाली करावयास भाग पाडणे.

४) सक्तीचा भेदबदल (forced variation)

ही संज्ञा सक्तीने लादलेल्या अशा चाली प्रणालीसाठी वापरतात की अशा प्रकारचा सक्तीचा भेदबदल जेव्हा डावात खेळणे भाग पडते, तेव्हा पांढऱ्याला किंवा काळ्याला हा (सक्तीचा भेदबदल) केव्हाही टाळता येत नाही. कारण याव्यतिरिक्त दुसरी कोणतीही चाल केल्यास त्याची परिणती डाव हरण्यात किंवा स्थिती अतिशय निकृष्टपणे खालावण्यात होते. उदा. आ. ३३ मधील स्थितीमध्ये अंती सक्तीने शह सातत्याने बरोबरी साधण्यासाठी पांढरा बळजबरीने बलिदाने लादतो व ती काळ्याला स्वीकारण्यास भाग पडतो; आणि आ. ४८ मध्ये हुशारीने व कावेबाजपणाने उंटाच्या चालींच्या मोहिमेतून अंती सक्तीने विजय संपादन केला आहे.

**सुसंघटित मारा :** म्हणजे सक्तीने लादलेला खास प्रकारचा (हिकमती) भेदबदल होय. जो खेळाडू सुसंघटित मारा करतो, त्याला डावामध्ये हमखास लाभ मिळतोच. तो विरोधी बुद्धिबळ दलाला (दलांना फुकटात) मारून हमखास वस्तुनिष्ठ लाभ मिळवतो. (उदा. आ. ७३ ते आ. ८४) किंवा त्यांच्या डावातील स्थितिवाचक सुधारणा करू शकतो किंवा सक्तीने बरोबरी लादू शकतो किंवा सक्तीने मात करतो.

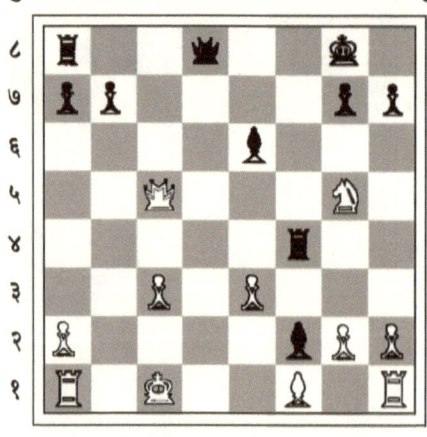

(उदा. आ. ७६, आ. ८६). (याची आणखी उदाहरणे पुढे देण्यात येतील.)

## स्वाध्याय पाठ

**आकृती ८५ पहा :** काळ्याची खेळी आहे. काळा, वजिराची बलिदानी चाल करून, पुढे छुपा हल्ला चढवून वस्तुनिष्ठ लाभ कसा मिळवितो ते सांगा.

**आकृती ८६ पहा :**

(अ) पांढऱ्याची खेळी असताना

ए  बी  सी  डी  ई  एफ  जी  एच

आकृती क्र. : ८५

(ब) काळ्याची खेळी असताना या पुढची सर्वोत्तम चाली प्रणाली सांगा.

## आणखी नियम

प्रकरण १ ते ३ मध्ये बुद्धिबळ खेळाचे बहुतेक सर्व नियम दिले आहेत; परंतु आणखी काही महत्त्वाच्या नियमांची माहिती करून घेणे आवश्यक आहे. ते नियम पुढे दिले आहेत.

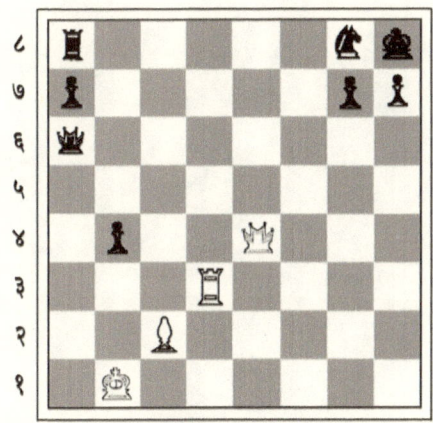

ए बी सी डी ई एफ जी एच
आकृती क्र. : ८६

## नियम क्र. १ : खेळी केव्हा पूर्ण होते?

(अ) रिकाम्या घरात बुद्धिबळ दल हलवून खेळाडू जेव्हा आपला हात त्या बुद्धिबळ दलावरून काढून घेतो, तेव्हा ती खेळी पूर्ण होते. परंतु हातातून बुद्धिबळ दल न सोडता खेळाडूने जर ते दुसऱ्या एखाद्या घरात हलविल्यास त्याला काही शासन नाही. परंतु एकदा बुद्धिबळ दलावरून हात काढून घेतला की, खेळाडूने ते परत उचलून दुसरीकडे ठेवता कामा नये किंवा ती खेळी परत घेता कामा नये.

(ब) किंवा खेळाडूने (बळी घेतला किंवा) मारले असेल त्या वेळी, बळी घेतलेल्या मृत बुद्धिबळ दलाला पटाबाहेर काढून ठेवून, त्याच्याऐवजी ज्या बुद्धिबळ दलाने मारले आहे, त्या बुद्धिबळ दलाला त्या (नव) स्थानात ठेवल्यावर बुद्धिबळ दलावरील हात काढून घेतला की, ती खेळी पूर्ण होते.

## (क) किंवा किल्लेकोट करताना

किल्लेकोटासाठी प्रथम राजा हलवितात आणि एकदा का त्याला योग्य त्या घरात हलविला की हत्तीसुद्धा योग्य त्या स्थानी ठेवून, त्या हत्तीवरील हात काढून घेतला म्हणजे किल्लेकोटाची चाल पूर्ण होते.

किल्लेकोटासाठी नुसत्या राजाला हालवून खेळाडूने जरी हात काढून घेतला तरी ती खेळी अपूर्ण राहते, तेव्हा त्याला प्रथम किल्लेकोट पूर्ण करणे भाग पडते. याखेरीज त्याला दुसरी कोणतीही चाल करता येणार नाही.

## नियम : प्याद्याच्या बढतीच्या वेळी :

प्याद्याच्या बढतीच्या वेळी ते जेव्हा बढतीसाठी हलविले जाते, तेव्हा त्याची

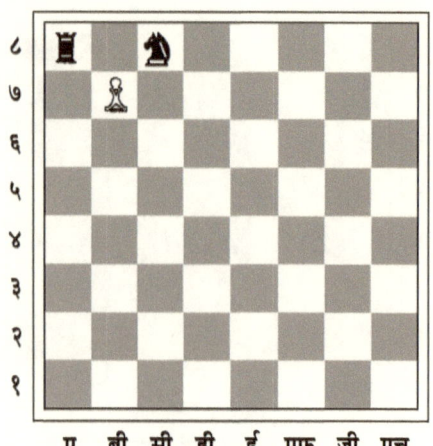

**आकृती क्र. : ८७**

बढती पूर्ण करणे आवश्यक असते; अशा वेळी बढतीच्या नवीन बुद्धिबळ दलाची निवड करून ते बढतीच्या घरात ठेवून हात काढला की मग ती (बढतीची) चाल पूर्ण होते. उदा. (आकृती ८७ पहा.)

पांढऱ्यांची खेळी आहे : येथे प्यादे तीनपैकी एका घरात बढतीसाठी जाऊ शकते.

१) ते सरळ पुढच्या 'बी ८' या घरात जाते किंवा २) ते घोड्याला मारून 'सी ८' या घरात जाते किंवा ३) ते हत्तीला मारून 'ए८' या घरात जाते. वरील पर्याय पाहून तुम्ही प्यादे हातात धरून ते 'बी८' मध्ये हलविण्याची इच्छा बाळगता; परंतु एकाएकी बेत बदलून तुम्ही हत्ती किंवा घोडा घेण्याचे ठरवता. प्यादे पटाबाहेर काढून ठेवून, तुम्ही नववजीर वरील तिघांपैकी एका घरात ठेवता आणि हात काढता.

**सूचना :** तुम्ही प्याद्याला हात लावण्यापूर्वी जर घोडा किंवा हत्तीला हात लावलात की मग ते स्पर्श केलेले बुद्धिबळ दल तुम्हाला मारणे भाग पडते आणि मग ते प्यादे त्या स्थानाशिवाय दुसऱ्या कोणत्याही घरात जाऊ शकत नाही. बढतीचा नववजीर त्याच घरात ठेवणे भाग पडते.

यासाठी नेहमी लक्षात ठेवावे की, तुमचे बदलते बेत वर सांगितलेल्या मर्यादेत चालू शकतील. परंतु नेहमी वरचेवर बेत बदलणे, धरसोड बुद्धीने खेळणे टाळावे. अनुभवी खेळाडूंशी खेळताना मनाचा असा चंचलपणा केव्हाही वाईट असतो.

मोठ्या सामन्यांतून खेळताना तुमची वागणूक, तुमचे आचरण प्रतिस्पर्ध्याला त्रासदायक होणार नाही, याची काळजी घ्यावयास हवी.

**नियम : स्पर्श केलेले बुद्धिबळ दल आणि चाल**

खेळाडू आपली खेळण्याची पाळी आली असताना प्रतिस्पर्ध्याला आधी सूचना देऊन बैठक मोडलेले एखाद-दुसरे बुद्धिबळ दल घरात ठेवू शकतो. प्रतिस्पर्ध्याच्या गैरहजेरीत खेळाडूला एखाद-दुसरे बुद्धिबळ दल जर नीट करावयाचे असेल तर पंचांना पूर्वसूचना देऊन तसे करता येईल.

वरील गोष्टीशिवाय आणखी एक गोष्ट येथे लक्षात ठेवावयास हवी. खेळीची पाळी आली असताना खेळाडूने (सूचना न देता) एक किंवा अनेक बुद्धिबळ दलांना स्पर्श केला, तर त्याने प्रथम ज्या बुद्धिबळ दलाला स्पर्श केला आहे, तेच बुद्धिबळ दल हलविणे किंवा मारणे भाग पडते. (जेव्हा तो प्रथम विरोधी बुद्धिबळ दलाला स्पर्श करतो तेव्हा ते मारणे भाग पडते.) तुम्ही स्पर्श केलेल्या बुद्धिबळ दलांना जर

आकृती क्र. : ८८

(१) कायदेशीर चाल नसेल तर किंवा (२) कायदेशीरपणे त्याला मारता येणार नसेल, तर त्याला शिक्षा नाही. उदा. आकृती ८८ पहा. समजा येथे तुमची पांढरी बुद्धिबळ दले आहेत, आणि तुम्ही हत्तीला किंवा उंटाला स्पर्श केलात तर त्याला शिक्षा नाही. कारण हत्ती हलला की राजाला शह बसतो. त्याचप्रमाणे येथे तुम्ही उंटाला मारू शकत नाही.

## नियम : बेकायदेशीर स्थिती

(अ) डाव चालू असताना, मागे एखादी बेकायदेशीर खेळी केल्याचे जर निदर्शनास आले, तर त्या बेकायदेशीर खेळीच्या आधीची स्थिती पटावर पुन्हा प्रस्थापित करावी लागते. अशा रीतीने बेकायदेशीर चाल दुरुस्त करून पुढे डाव सुरू करावयाचा असतो.

(ब) डाव चालू असताना अपघाताने एक किंवा अनेक बुद्धिबळदले स्थानभ्रष्ट झाली आणि जर ती बरोबर नीट ठेवली गेली नाहीत, तर त्या चुकीच्या स्थितीच्या आधीची स्थिती पुन्हा प्रस्थापित करून डाव पुढे चालू करावयाचा असतो; परंतु अशा वेळी पूर्वस्थिती प्रस्थापित करणे जर अशक्य झाले तर तो डाव रद्द केला जातो आणि सुरुवातीपासून नवीन डाव खेळावा लागतो.

## बरोबरीचे डाव – काही नियम

डावात बरोबरी पुढीलप्रकारे होते :

(१) ज्या खेळाडूची खेळी आहे, त्या खेळाडूचा राजा शहात नसून तो खेळाडू नियमानुसार कोणतीच खेळी करू शकत नसेल तर बरोबरी होते. या प्रकाराला

कुंठित डाव किंवा कुजी (स्टेलमेट) असे म्हणतात.

दोन्ही खेळाडूंच्या परस्पर संमतीने.

दोहोंपैकी एका खेळाडूच्या मागणीनुसार, जेव्हा समान पटस्थिती तीन वेळा आढळते व प्रत्येक वेळी त्याच खेळाडूची खेळी असते, तेव्हा बरोबरी होते. जर त्याच रंगाच्या व प्रकारच्या बुद्धिबळांनी समान घरे व्यापली असतील तर ती पटस्थिती समान धरली जाते. अर्थात, सर्व बुद्धिबळांच्या शक्य असलेल्या खेळ्यांची संख्या तीच असली पाहिजे.

अशा स्थितीत बरोबरीच्या डावाची मागणी करण्याचा हक्क फक्त अशाच खेळाडूला असतो की, (अ) ज्या खेळाडूला एखाद्या खेळीमुळे अशी पुनःपुन्हा उद्‌भवणारी परिस्थिती निर्माण करणे शक्य असते. तो खेळाडू ती खेळी करण्याआधी दावा करू शकतो, (ब) ज्या खेळीमुळे डावात पुनःपुन्हा तीच परिस्थिती उत्पन्न झालेली आहे, अशा खेळीला प्रत्युत्तर देणारा खेळाडू बरोबरीचा दावा करू शकतो. मात्र त्याने खेळी करण्यापूर्वी दावा केला पाहिजे.

जर एखाद्या खेळाडूची वरील 'अ' उपविभागामध्ये केलेली मागणी बरोबर नसेल आणि डाव पुढे सुरू राहिला तर मात्र बरोबरीची मागणी करणाऱ्या खेळाडूला निर्देशित खेळीच करावी लागते.

जर एखाद्या खेळाडूने बरोबरीच्या डावासाठी (अ) आणि (ब) यांत सांगितल्याप्रमाणे दावा न करता खेळी केली, तर त्याचा बरोबरी मागण्याचा हकक नष्ट होतो; परंतु पुन्हा त्या खेळाडूची खेळी तशाच परिस्थितीत आल्यास व शक्य असलेल्या एकूण खेळ्यांची संख्या कायम राहिल्यास, बरोबरीचा दावा करण्याचा त्याचा हक्क अबाधित राहतो.

४) ज्या खेळाडूंची खेळण्याची पाळी आहे, त्या खेळाडूने जर असे सिद्ध केले की, दोन्ही खेळाडूंनी कमीत कमी पन्नास खेळ्या मारामारी न करता व एकही प्याद्यांची खेळी न करता केल्या आहेत, तर बरोबरी होते.

पन्नास खेळ्यांची ही संख्या पटावरील काही विशिष्ट परिस्थितीच्या बाबतीत वाढविली जाऊ शकते. मात्र, अशा वेळी वाढविलेली संख्या आणि ती विशिष्ट परिस्थिती डाव सुरू होण्याअभावी निश्चित केली असली पाहिजे.

('फिडे'चे स्पष्टीकरण : न संपणाऱ्या शहांच्या बाबतीत वरील प्रकार ३ प्रमाणे न संपणारे शह दिल्याशिवाय बरोबरीची मागणी करण्याचा हक्क नाही. केवळ प्रतिस्पर्ध्याला आपल्यावर मात करता येणे अशक्य आहे, या कारणास्तव बरोबरीची मागणी करण्याचा हक्क खेळाडूला नाही. जर वरील १ ते ४ पैकी कोणताही प्रकार लागू पडत नसेल, तर त्याने पुढे खेळलेच पाहिजे आणि तो प्रकरण ३ मध्ये दिलेल्या प्रकारे हरू शकतो.

**स्वाध्याय पाठ उत्तरे**

**आकृती ७६ (अ) :** जर१..., व × सी ६ (किंवा १..., बी × सी ६) मग २. व डी८ मात होते. कारण ई७ मधला उंट, हत्तीने ईरेस धरलेला आहे.

(ब) : १उं × सी ६ +, रा एफ८; २ व डी८+, उं × डी ८, ३ ह ई ८ मात

**आकृती ८५ पाहा :** पुढीलप्रमाणे चाली करतो उदा. १... व × जी५; २. व × जी ५, उं × ई३ +; ३. रा डी १ ह × एफ १+; ४. ह × एफ १, उं × जी ५ अशा रीतीने एक मोहरे जादा मारून काळा वस्तुनिष्ठ लाभ मिळवितो.

**आकृती ८६ पाहा :** (अ) १ व × एच७ +, रा × एच७; २. ह एच३ मात (ब) १..., व ए १ +, २ रा × ए १, रा × ए १, उं डी ४ (काटशह व दुहेरी शह); ३. रा बी१, ह ए१ मात.

आता आदिपर्वातील डावाची सुरुवात कशी करावयाची वगैरेंची माहिती पुढील प्रकरणात दिली आहे.

◆

# ७. डावाची सुरुवात कशी करायची?

बुद्धिबळ खेळ म्हणजे पटावरील युद्ध होय! या लढाईच्या पूर्वतयारीसाठी दोन्ही खेळाडू डाव सुरुवातीच्या चालींतून बुद्धिबळ दलांची सहज सुलभ हालचाल साधण्याची पराकाष्ठा करतात. डावाच्या सुरुवातीला दोहो बाजूंचे बुद्धिबळ दल निष्क्रिय असल्याने बलहीन असते. तेव्हा त्यांना कार्यान्वित करण्यासाठी पुढे 'अ' 'ब' 'घ' 'ड' मध्ये दिलेल्या गोष्टी सुरुवातीच्या चालींतून साधावयाच्या असतात :

'अ' : 'वेळ फुकट न दवडता' आपल्या बुद्धिबळ दलांना स्वगृहांतून बाहेर काढून,

'ब' : त्यांना 'सुस्थानांत' ठेवून,

'घ' : 'डाव वाढ' साधणे; अशा गोष्टी

मुख्येत्वेकरून सुरुवातीच्या चालींतून साधावयाच्या असतात आणि हे सर्व करीत असताना,

'ड' : केंद्रावर दृढ ताबा मिळविणे.

**'अ' : वेळ फुकट दवडणे म्हणजे काय?**

'वेळ' म्हणजे आपले उद्दिष्ट गाठण्यासाठी लागणाऱ्या चालींची संख्या होय. जी गोष्ट साधण्यासाठी केवळ एका चालीची आवश्यकता असते त्यासाठी जर दोन चाली विनाकरण केल्या, तर वेळ (फुकट) दवडला असे म्हणतात. (आता ८९ व आकृती ९० पहा.)

'वेळेचे तत्त्व' डावाच्या अगदी सुरुवातीच्या चालीपासून ते अगदी शेवटच्या खेळीपर्यंत काटेकोर रीताने पाळावयास हवे.

**'व' : सुस्थानात' म्हणजे काय?**

'डाववाढ' योग्य रीतीने साधण्यासाठी आपल्या बुद्धिबळ दलांना अशा मोक्याच्या स्थानी हलवावयाचे असते की, त्या (बुद्धिबळ दलांना) त्या स्थानांतून प्रतिस्पर्धी बुद्धिबळ दले सहजासहजी हकलून देऊ शकणार नाहीत. आणि त्याचप्रमाणे

वेळप्रसंगी प्रतिस्पर्धाच्या मर्मस्थळावर हल्ला करता येणे शक्य होते. मग अशी बुद्धिबळ दले सुस्थानांत आहेत, असे म्हणतात. मोक्याची स्थाने ही बहुधा 'केंद्रस्थाने' असतात. (आकृती ८९ व ९० पहा.)

### 'घ' : 'डाववाढ' म्हणजे काय?

सुरुवातीच्या चालींत स्वगृहांतील बुद्धिबळ दले त्वरित बाहेर सुस्थानांत काढल्याने बुद्धिबळ दलांच्या सुलभ हालचालींस भरपूर वाव मिळतो त्यामुळे ती जास्त कार्यक्षम बनतात. जो खेळाडू सुरुवातीच्या चालींतून हे सारे यशस्वी रीतीने साधू शकतो, त्याने 'डाववाढ' (Development) साधली आहे, असे म्हणतात. जो खेळाडू कमीत कमी खेळ्यांत (वेळात) डाववाढ पूर्ण करू शकतो, तो प्रतिस्पर्ध्यापेक्षा डावावर पकड लवकर मिळवू शकतो. याउलट जो खेळाडू सुरुवातीच्या चालींत वेळ फुकट दवडतो, त्याला बुद्धिबळ दलांना स्वगृहांबाहेर काढण्याची योग्य संधी मिळत नाही, तेव्हा त्याची बुद्धिबळ दले निष्क्रिय राहतात; एकूण त्याला डाववाढ नीट रीतीने साधता येत नाही. डाववाढ करण्यामध्ये मागे पडल्याने त्याच्या ताब्यात प्रतिस्पर्ध्यापेक्षा कमी घरे राहतात. त्याचप्रमाणे त्याची मोहरी स्वगृहांबाहेर न आल्याने त्याची सर्व बाजूंनी कुचंबणा होते.

### 'ड' : केंद्रावर दृढ ताबा मिळविणे

पटमध्य भागात असणारी डी४, ई४, ई५, डी५ ही केंद्रघरे अत्यंत महत्त्वाची असतात. कारण या केंद्रघरांत असणाऱ्या बुद्धिबळ दलांच्या ताब्यात (आणि माऱ्यात) पटावरील जास्तीत जास्त घरे येतात, तसेच कोणत्याही दिशेला ते कार्य करू शकतात. याउलट केंद्रापासून जसजसे लांबच्या घरात बुद्धिबळ दल असते, तसतसे ते कमकुवत बनत जाते. केंद्रघरात असणारा वजीर एकूण २७ घरांवर मारा करू शकतो. याउलट तो जेव्हा पट कोपऱ्यातील घरात असतो, तेव्हा तो फक्त २१ घरांवर मारा करू शकतो. याप्रमाणे केंद्रातला उंट १३ घरांवर, तर कोपऱ्यातला उंट फक्त ७ घरांवर मारा करतो, तसेच घोडाही अनुक्रमे ८ व २

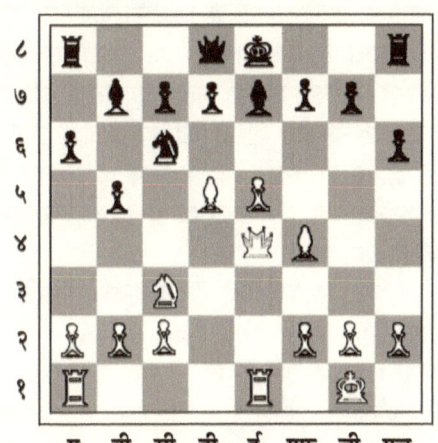

आकृती क्र. : ८९

घरांवर मारा करू शकतो. याशिवाय केंद्रात असणारे मोहरे, कोणत्याही बगलेवर त्वरितपणे घुसू शकतो. पटावरचे केंद्र (घर) म्हणजे पटावर वाढीव हुकमत गाजवीत, पट आपल्या आधिपत्याखाली आणण्याचे 'शक्तिशाली' स्थान' होय. जी बाजू केंद्रावर दृढ ताबा मिळविते, त्याला निर्णायक लाभ मिळू शकतो.

आ. ८९ मधील स्थिती सोकोलस्की वि. कॉबेंझ (कीव्ह १९४४) डावातली आहे. या स्थितीत पांढऱ्याचे केंद्रावरचे वर्चस्व स्पष्ट दिसून येते. पांढरा १व एफ५ (ने वजीर राजाच्या बगलेवर नेतो तेव्हा) काळा डावाचा राजीनामा देतो. (व डाव हरतो.) तथापि, वास्तविक दृष्टिकोनातून काळ्याने जर १..., ०–० ही चाल केली तर मग पांढरा २ उं × एच ६ (ने उंटाचे बलिदान देऊ शकतो.) पण हे बलिदान मान्य न करता काळ्याने जर २..., जी × एच ६ ची चाल केल्यास, पांढरा ३, उं ई ४ ची चाल करतो, तेव्हा काळ्याला मात टाळता येणे अशक्य होते; याला दुसरा तरणोपाय नाही. आता जर ३,... ह ई ८, ४ व एच७ + रा एफ ८, ५ व एच ८ किंवा जर ३ व जी ६! (येथे काळ्याचे एफ ७ प्यादे उंटाने) ईरेस धरल्याने काळ्याला प्याद्याने वजीर मारता येत नाही. तशात काळ्याची १...., ह एफ८ ही चूकच ठरते; मग पांढरा २ व एच७, जी५, ३ घो ई ४, आणि आता जर काळ्याने ३..., व सी ८ मग पुढे ४ उं × सी६, उं × सी६, ५ घो डी ६ +!, सी × डी ६, ६ ई × डी ६ आणि आ. ७५ मध्ये दाखविल्याप्रमाणे काळ्याची अनुकंपनीय स्थिती उद्भवते.

थोडक्यात सांगावयाचे झाल्यास, प्याद्यांनी केंद्र काबीज करणे म्हणजे 'केंद्र प्यादे' स्थापन करणे, ही अत्यंत महत्त्वाची बाब आहे. दोन्ही बाजूंचे खेळाडू आपल्याला मोहऱ्यांनी व प्याद्यांनी केंद्र घरांवरती मारा जारी ठेवून केंद्र काबीज करण्याची पराकाष्ठा करतात. या झगड्यावरच पुढच्या डावाचे भवितव्य अवलंबून असते. वास्तविकरीत्या प्यादे ज्या घरांवर मारा करते, त्या घरात विरोधी दलांना जाणे शक्य होत नाही. केंद्र घरांवरती प्याद्यानिशी हल्ला चढविणे, हे अत्यंत परिणामकारक असते. सर्वसाधारणपणे पांढरा डावाची सुरुवात १. डी ४ किंवा १. ई ४ ने करतो. (याला उत्तरदायी काळ्याच्या चाली १..., डी५ किंवा १..., ई ५ अशा असतात.)

'केंद्र प्यादे सत्तेची' खातरीपूर्वक प्रचिती पाहण्यासाठी पुढील डाव प्रत्यक्ष खेळून पाहू द्या :

**१ ई ४, ई ५, २. घो एफ ३ :** (येथे २. घो सी ३ किंवा २. उं सी ४ या चालीसुद्धा चालू शकतात; परंतु २. घो एफ ३ ची चाल जास्ती बलशाली ठरते, कारण पांढरा या चालीने प्रतिस्पर्ध्यांचे 'ई५' चे केंद्र प्याद्यायवर मारा करतो)

**२...., घो सी ६ :** (उत्कृष्ट बचावाची चाल आहे. तशीच२..., घो एफ ६

ची चाल पांढऱ्याच्या ई ४च्या प्याद्यावर प्रतिहल्ला चढविणारी आहे. २...., डी६ हीही एक पर्यायी चाल आहे. परंतु येथे २..., उं डी६ ? ची चाल घोडचूक ठरते. काळ्याची.... उं डी६ ? ची चाल पांढऱ्याची 'उं डी३ ?' ची अशा अकाली केलेल्या चालीमुळे डाववाढीला खीळ बसत असल्याने वजिराच्या बगलेकडील हालचाली करण्यास खूप उशीर लागतो.)

**३. उं सी४, उं सी५:** (अशा डाव सुरुवातीबद्दलची माहिती १६ व्या, १७व्या शतकातील इटलीच्या लेखकांच्या पुस्तकात आढळून येते. त्यामुळे या डाव सुरुवातीला ग्युको पियानो – म्हणजे 'शांत डाव' हे सार्थ इटालियन नाव दिले गेले.)

**४. सी३ : (वजीर व राजाच्या प्याद्यांनिशी, केंद्रावर ताबा मिळविता यावा म्हणून 'डी ४' च्या चालीची ही पूर्वतयारी होय.)**

**४..., घो एफ६, ५. डी४, ई × डी ४, ६. सी × डी ४ ६....,**

**उं बी६? :** (ही चूक आहे. येथे समयोचित चाल ६...., उं बी४+, ही आहे. यामुळे केंद्राचा उपयोग करण्यासाठी पांढऱ्याला पुरेसा वेळ मिळत नाही. उदा. ७ उं डी२, उं × डी२ +, ८, घो बी × डी२, डी५! अशा प्रकारे 'केंद्र प्यादे' सत्ता मिळविण्यासाठीचा हा एक नमुनेदार झगडा आहे. या (डी ५) प्याद्यामुळे हानी पोचू शकते. ९ ई × डी५, घो × डी५ आणि डी ४ व ई ४ मध्ये बलशाली प्याद्यांची दुक्कल प्रस्थापित करण्याऐवजी पांढऱ्याला फार तर 'डी४' मध्ये सुटे प्यादे राखता येते. म्हणजे लगतच्या उभ्या पट्टीत आपल्याच बाजूने (रंगाचे) प्यादे नसल्याने त्या डी४ प्याद्याला जोर देणारे प्यादे असणार नाही.)

**७. डी५!, घो ई७ :** (येथे ७..., घो एप नको, मग ८. उं डी३, ने पुढे ९बी४ची चाल करून घोडे मारता येते.)

**८. ई५, घो ई४:** (काळा९..., घो × एफ२ ची दहशती चाल करून एका वेळी वजीर व हत्तीवर मारक द्विघाती हल्ला करण्याची धमकी देतो.)

**९. डी६! :** काळ्याच्या वजिराकडची बाजू खिळखिळी करणारी अत्यंत घातक चाल आहे.)

**९..., सी × डी६, १०. ई × डी६. घो × एफ२**

**११ व बी ३, घो × एच१** (डी ६ मधले पांढरे कर्दनकाळ प्यादे काळ्याची अशी गळचेपी ठरते, की काळ्याकडे एक जादा हत्ती असूनही त्याचा काही उपयोग होत नाही.)

**१२. उं × एफ७+, रा एफ ८; १३ उं जी५, :** काळा डावाचा राजीनामा देऊन शरणागती पत्करतो. कारण पांढऱ्याच्या १४ उं × ई७+ या मर्मभेदक शहाने काळा वजीर तर जातोच व काळ्याचा डावही उद्ध्वस्त होतो.

या डावातून स्पष्ट दिसून येते की, 'केंद्र प्यादे' विशेषतः 'चलित' असताना अतिशय शक्तिशाली बनते. या डावातील पांढऱ्याचा केंद्र प्याद्यांच्या परिणामकारक त्वरित चालींमुळेच विजयाचे पारडे पांढऱ्याकडे झुकते; तेव्हा प्रतिस्पर्ध्यांचे **'चलित केंद्र प्यादे'** (Mobile Pawn Centre) उद्‌भवू नये म्हणून प्रत्येक खेळाडू आपली डाववाढ अशा प्रकारे साधतो, की जेणेकरून त्याला 'केंद्रात स्थिर प्यादी' रचना साधता येईल आणि त्याच वेळी प्रतिस्पर्ध्यांची केंद्र प्यादी कमकुवत करण्याची वा गारद करण्याची कोणतीही संधी न दवडता आपल्या केंद्र प्याद्यांना योग्य रीतीने जोर देऊन त्यांना बलशाली करतो.

डावाच्या सुरुवातीच्या चालींतून स्वगृहात असणाऱ्या मोहऱ्यांना शक्य तो लवकरात लवकर कार्यान्वित करणे, हे साधावयाचे असते.

मोहऱ्यांच्या डाववाढीची सर्वसाधारण रूपरेषा पुढे दिली आहे. परंतु याला तुमच्या प्रतिस्पर्ध्याने अडथळा आणला नाही, तर मग हे शक्य होते.

१) केंद्र प्यादी पुढे चालवून मोहऱ्यांचा मार्ग मोकळा करा.

२) छोटी मोहरी कार्यान्वित करा.

३) किल्लेकोटची चाल करून राजाला सुरक्षित अशा दुर्गाश्रयात नेऊन ठेवा.

४) मोठी बुद्धिबळ दले म्हणजे वजीर व हत्तींना कार्यान्वित करा.

स्वाभाविकपणे जो खेळाडू आपली बुद्धिबळ दले त्वरित कार्यान्वित करतो, तो प्रथम हल्ला करण्यास सिद्ध होतो. जो आपल्या बुद्धिबळ दलांमध्ये सुयोग्य सुसंवाद साधतो, तो सुसंघटित मारा (Combinative attack) करून विजय संपादन करतो. याउलट, जो खेळाडू डाववाढीत मागे पडतो, जो पटाच्या कडेपट्टीतील (ए.एच. पट्टीतील) प्याद्यांच्या नाहक (ए३, एच६) चाली करतो, आणि स्वतःची डाववाढ न साधता, जो प्रतिस्पर्ध्यांची बुद्धिबळ दले मारण्यात नाहक वेळ फुकट दवडतो, तो संकटाला तोंड देतो. पुढे दिलेला डाव हा अत्यंत उद्‌बोधक आहे. **१ ई ४, ई५; २ डी४, ई × डी४** (बरोबर चाल आहे. यामुळे काळ्याचे केंद्र प्यादे काढले जाते हे खरे; परंतु जर ३ व × डी४ ची चाल करून पांढऱ्याने आपला वजीर अकाली बाहेर काढला, तर मग काळा३..., घो सी६ ची मर्मघातक चाल करून बाहेर आलेल्या वजिराला माघार घेणे भाग पाडतो, आणि काळ्याला डाववाढीसाठीची 'गतिवाढ' (Tempo) मिळते. बुद्धिबळ खेळात 'गतिवाढ' ही चालीसाठी लागणारे वेळेचे एक परिमाण होय. येथे काळा३..., घो सी ६ ची चाल करून गतिवाढीचा लाभ (gains a tempo) मिळवतो. कारण, काळा त्याला अनुकूल डाववाढ पांढऱ्याला.

**३. सी ३!** (अनपेक्षित उत्तरदायी चाल आहे; केंद्रावर ताबा मिळविण्यासाठी पांढरा प्याद्याचे बलिदान देऊ करतो)

३..., डी × सी३, (याहूनही सरस म्हणजे ३... डी ५ ची चाल करून केंद्रासाठी लढा देण्याचे काम चालू ठेवता येते. त्यापुढे ४. ई × डी ५, घो एफ६, ५ उं बी ५+, उं डी७, ६ उं सी४, डी × सी३, ७ घो × सी३, उं डी६ ने डाव समतोल होतो)

४ उं सी४, सी × बी२, ५ उं × बी २, (या डाव सुरुवातीला म्हणतात **'डॅनीशचे आमिष'.** डावाच्या सुरुवातीपासून केंद्र काबीज करण्यासाठी व त्याच वेळी काळ्याला डाववाढ करण्यापासून वंचित करण्यासाठी पांढरा आपले एक वा दोन प्याद्यांचे बलिदान देऊ करतो. कधी कधी एखाद्या मोहऱ्याचेही अर्घ्य सोडतो, तेव्हा त्याला 'आमिषाची डाव सुरुवात' असे म्हणतात. आतापर्यंतच्या या डाव सुरुवातीच्या चालींतून काळ्याने दोन प्यादी गारद केली खरी; परंतु त्याने एकही मोहरे बाहेर न काढल्याने तो डाववाढीत खूपच मागे पडला आहे. याउलट, पांढऱ्याने त्याच्या दोन्ही उंटांचे मोर्चे अशा सुस्थानांत उभारले आहेत की, तेथून त्यांचा मारा थेट काळ्याच्या आतंरगोटात पोचतो, तेव्हा पांढरा ई ४ मधले केंद्र प्यादे आणि उंटांच्या साहाय्याने केंद्रावर पूर्ण ताबा ठेवतो.

५. ५..., उं बी४+, (काळ्याने अशा रीतीने उंट बाहेर काढून डाववाढ साधली आहे खरी; परंतु काळ्या राजाच्या बगलेकडील बाजू कमकुवत होत असल्याने त्या बाजूने पांढऱ्याला धोकादायक दहशती देण्यास वाव मिळतो. येथे ५.... डी६च्या चालीने गुंतागुंतीचा झगडा उद्‌भवतो. तेव्हा काळ्याला दोन्ही प्याद्यांच्या बदल्यात डावाला सोपे स्वरूप त्वरित देता आले असते; उदा. ५...., डी ५, ६ उं × डी५, ६ घो एफ ६, ७ उं × एफ७ रा × , एफ७, ८ व × डी८, उं बी४ +; ९ व डी२, उं × डी २, १० घो × डी२, सी ५ ने डाव समतोल होतो.)

**६ घो डी२, (आता काळ्याला पुढील दहशतींना तोंड देणे भाग पडते;** ७ उं × जी७ तसेच, ७. उं × एफ७+, रा × एफ७, ८ व बी३ + ने पुढील चालीत व × बी ४ ने उंट व प्यादे गारद करून बदला तर घेतो, शिवाय काळ्याला किल्लेकोटची चाल करण्यापासून वंचित करतो.)

**६..., व जी५?** (काळ्याला वाटते की, आपण फारच छान चाल केली आहे, तो ७... व × जी२ ची दहशत देऊन तिसरे प्यादे गिळंकृत करू शकतो, किंवा डी२ च्या मारामारीतून वजिरावजिरी करण्याची मनीषा बाळगतो. अर्थात ही दहशत पांढऱ्याला धोकादायक ठरते. चढाईखोर बाजू सहसा वजिरावजिरी करण्याचे टाळते, कारण खेळाडूला वजिराशिवाय यशस्वी हल्ला करणे क्वचितच साधते. याउलट, अशाप्रमाणे वजिरावजिरी करण्याचे हे सूत्र म्हणजे महत्त्वाचा यशस्वी बचाव ठरता. आता या डावात दोन प्याद्यांना गारद करून पचवून, काळा डावाला सौम्य स्वरूप देऊन, डावाच्या अंतिम पर्वात प्रवेश करतो.)

७ घो एफ३! वजिरावजिरी करण्याला आळा तर घालता, शिवाय एक मोहरेही बाहेर काढून डाववाढ साधतो.)

७... व × जी२, (काळा आणखी एक प्यादे खातो खरा, पण आणखी गतिवाढ घालवून, डाववाढीत मागे पडतो)

८. ह जी१, उं × डी२ +(प्रथमदर्शनी वाटते की, काळ्याला यश गवसले. उदा. जर ९. व × डी२, मग काळा९...., व × एफ३, किंवा जर ९. घो × डी२, मग काळा ९...., व × जी१ ने हत्ती मरतो. पांढरा १० रा × डी२ पुढे काळा १०... व × एफ२ + देण्याचे स्वप्न उराशी बाळगतो. परंतु काळ्याची अशी खेळीगणना चुकीचे कारण ठरते.)

९. रा ई२! (पांढऱ्याने केलेला स्थितिवाचक लाभ इतका मोठा आहे की, त्याने किल्लेकोट दुर्गाश्रयाची चाल न करताही तो चांगला लढा देऊ शकतो.)

९... व एच ३, १० व × डी२ (ए१ मधील हत्तीखेरीज पांढऱ्याने त्याची सर्व मोहरी सुस्थानात मोर्चे उभारून यशस्वी डाववाढ साधली आहे. याउलट काळ्याने मात्र एकमेव वजीर बाहेर काढून अत्यल्प डाववाढ साधली, तीही अयशस्वी ठरते. थोडक्यात सांगावयाचे झाल्यास, पांढऱ्याने डावाचा आदिपर्व संपवला आहे, तर काळ्याने आदिपर्वाची सुरुवात केली आहे. आतापर्यंत झालेल्या नऊ चालींची गोळाबेरीज केल्यास दिसून येते की, या नऊपैकी चार चाली प्याद्यांसाठी खर्च झाल्यास तीन वजिरांनी केल्यात आणि एकाच उंटाच्या दोन वेळा चाली केल्यात. काळ्याने केंद्र व डाववाढ या दोन्ही महत्त्वाच्या बाबींकडे दुर्लक्ष केले आहे. याउलट पांढऱ्याने मात्र त्याचे एकेक मोहरे केवळ एकेक चाल देऊन डाववाढ साधली आहे.

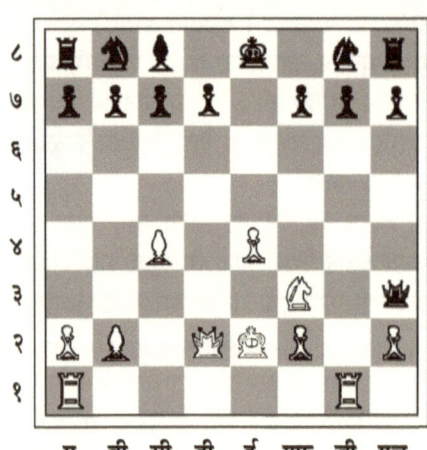

ए बी सी डी ई एफ जी एच
आकृती क्र. : ९०

आवृत्ती ९० पहा. पांढरा पुढीलप्रमाणे घातक दहशती देऊ शकतो. सर्वप्रथम ११. उं × जी७ किंवा ११ उं × एफ७ + यापुढे काळा योग्य रीतीने बचाव करू न शकल्याने त्याची स्थिती अनुकंपनीय होते.

१०....., घो एफ६; ११ उं × एफ७ +!, रा डी८, येथे उंट निर्भय होतो, कारण जर ११... रा. × एफ७ मग पांढरा १२ घो जी५+ देऊन

काळ्या वजिरावर मर्मघातक मारा करतो. आणि जर११..., रा एफ८ मग पांढरा १२. व जी५ ची चाल करून जी७ चे प्यादे गारद करून त्वरित मात करू शकतो.

**१२. ह × जी७, घो × ई ४ (१३ उं × एफ६** ने मात टाळण्याची ही काळ्याची केविलवाणी धडपड आहे.

**१३ व जी५+!; घो × जी५; १४ उं एफ ६** मात होते. अशा रीतीने पांढऱ्याने हा डाव लवकर जिंकला आहे. कारण, त्याने आपल्या मोहऱ्यांची त्वरित डाववाढ साधून, वेळ वाचविण्याचा लाभ मिळविला आहे. याउलट काळ्याने मात्र वेळ खूपच फुकट दवडला आहे. वेळ वाचविण्याच्या लाभामुळे, खेळाडू त्याच्या प्रतिस्पर्ध्याला डाववाढ साधण्यापासून वंचित करतो.

डावाच्या सुरुवातीच्या चालीतून वेळ वाचविण्याचे महत्त्व जाणून, सुयोग्य डाववाढ साधण्याचा लाभ कसा परिणामकारकरीतीने करून घ्यावयाचा असतो, याचे सर्वांत प्रथम प्रात्यक्षिक दाखविणारा अमेरिकेचा विश्वविख्यात खेळाडू पॉल पॉर्फी (१८३७–१८८४) आहे. त्याचा तो उद्बोधक बोलका डाव पुढे दिला आहे. हा डाव पॅरिस येथे १८५८ मध्ये झाला. (पांढरी) पॉल मार्फी वि. (काळी) ब्रुन्स विकचा ड्यूक आणि त्याचा जोडीदार ऐसॉर्डचा काउंट.

**१ ई४, ई५, २. घो एफ ३ डी६** हा डाव सुरुवातीला फिलिडोरने खेळल्यामुळे त्याला 'फिलिडोरचा बचाव' असे नाव आहे. हे नाव अठराव्या शतकातील द्वितीयार्ध गाजविणारा बलिष्ठ खेळाडू फ्रान्सिस फिलिडोरचा मान राखण्यासाठी दिलेले आहे.

**३. डी४, उं जी४? (येथे समयोचित ३... घो एफ६ किंवा ३..., घो डी७ चाल आहे.)**

**४. डी × ई५, उं × एफ३** (नाही तर पांढऱ्याला एक प्यादे फुकटात मिळते. ४..., डी × ई५, ५. व × डी८,+ रा × डी८; ६ घो × ई ५)

**५ व × एफ३, डी × ई५** (काळ्याने बाहेर काढलेले तेच ते उंटाचे मोहरे दोन वेळा चालवून (व त्याला पटाबाहेर घालवून) वेळ फुकट दडवला आहे. याचे उलट पांढऱ्याने आपला वजीर निर्धास्तपणे बाहेर काढून डाववाढ साधली आहे.)

**६. उं सी४** (ची चाल करून पांढरा ७ व × एफ७ मातची धमकी देतो.)

**६..., घो एफ६.** (मात होण्यापासून बचाव केला खरा; परंतु पॉल पॉर्फीच्या ६ उं सी ४ या चालीतून संभाव्य धोकादायक चालीची दखल काळ्याने घेतलेली दिसत नाही. येथे काळ्याने याहून सरस ६...., व डी ७ची चाल करणे उचित ठरते. तरीही, पांढरा ७, व बी३, ८. घो सी ३; ९. ०–०, आणि ह एफ डी१ अशा चाली करून काळ्यापुढे अडचणींचा डोंगर उभा करतो.)

**७. व बी ३ (उंटासह वजिराने एफ७ आणि बी७ प्याद्यावर केलेला**

**दुहेरी मारा जारी ठेवून एक प्यादे गारद करण्याची धमकी दिली आहे.)**

**७..., व ई७** (सापेक्ष दृष्टीने सरस आहे. पांढऱ्याने जर ८ व × बी७ ची चाल केली तर मग ८... व बी४+ देऊन वजिरावजिरी करून संभाव्य हल्ला टाळतो. येथे ७...., व डी ७ ची चालही निकृष्ट ठरते. कारण मग पांढरा ८ व × बी७ व सी६, ९ उं बी५ ने वजिराला ईरेस धरून पांढरा मारतो.)

८. **घो सी३!** (डाव सुरुवातीला, मोहरी बाहेर काढून खेळाडूने डाववाढ करण्याचे साधावयाचे असते.)

८..., **सी६** (डाववाढ साधावयाचे सोडून, काळ्याने बी७ प्याद्याला जोर मिळावा म्हणून आणखीच एक प्याद्याची चाल केली आहे.)

९. **उं. जी५** (या चालीने एफ ६ मधल्या घोड्याला ईरेस धरून, पांढऱ्याने लहान मोहरी बाहेर काढून उत्कृष्ट डाववाढ साधली आहे.)

९...., **बी५** (ने उंटावर मारा चढविल्याने उंटाने माघार घेतल्यास पुढे घो डी ७ ची चाल करून हळूहळू डाववाढ साधण्याचा काळ्याचा इरादा दिसतो; येथे ९..., व सी७ ची चाल समयोचित आहे.)

१०. **घो × बी५!** निर्णायक महत्त्वाचा क्षण आहे. या चालींतून उद्‌भवणारी स्थिती अत्यंत उद्‌बोधक आहे. पॉल पॉर्फीने घोड्याचे बलिदान देऊ केले आहे. यातून तो आपल्या मोहऱ्यांचे चढाईसाठीचे मार्ग मोकळे करण्याची मनीषा बाळगून काळ्या राजावर मर्मभेदक हल्ला चढविण्याची पूर्वतयारी करतो. हे घोड्याचे बलिदान काही अपघाती नाही, तर ते बुद्धिबळ खेळाच्या सूत्राला अनुसरून केले आहे. हे सूत्र म्हणजे, जी बाजू आपल्या मोहऱ्यांच्या त्वरित हालचालींची क्षमता वाढवते व प्रतिस्पर्ध्यांची डाववाढ रोखते, ती बाजू आपल्या मोहऱ्यांचे मारक मार्ग मोकळे करण्याची पराकाष्ठा करते. (आकृती ९१ पहा) याउलट, जी बाजू डाववाढीत मागे पडते, त्या बाजूने विरोधी दलांचे मार्ग मोकळ्या होऊ शकणाऱ्या चाली टाळणे अत्यावश्यक ठरते. मोकळ्या मार्गाचा लाभ, त्याच्या दलांना घेता येत नाही, त्या दलांना प्रतिस्पर्ध्यांची मोहरी गारद करतात.

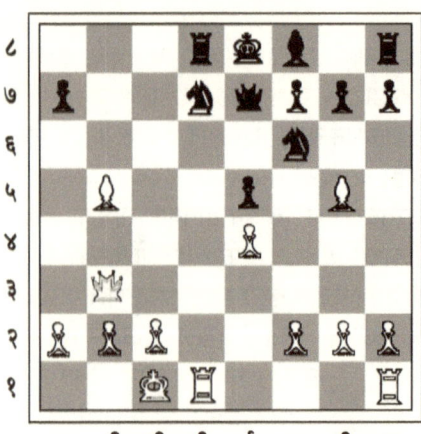

**आकृती क्र. : ९१**

**१०...., सी × बी५; ११. उं × बी५ +, घो डी७; १२ ०–०–०,** (असा वजिराच्या बाजूचा किल्लेकोट साधण्याची किमया करून मोकळ्या डी पट्टीवर हत्तीचा मारा जारी ठेवून १३. उं × डी७+ ची दहशत दिली आहे.)

**१२..., ह डी८** येथे जर १२... व बी४ मग पांढरा १३ उं × एफ६ जी × एफ६; (किंवा जर १३;...., व × बी३; मग १४उं × डी७ ने मात होते. (आकृती ९१ पहा).

**१३, ह × डी७!, ह × डी७, १४ ह डी१**

(काळ्याचा बचाव करू शकणाऱ्या महत्त्वाच्या घोड्याला मारण्यासाठी पांढऱ्याने हत्तीचे बलिदान देऊ करून एच १ मधला हत्ती मोकळ्या डी पट्टीवर आणून, डी७ मधल्या काळ्या हत्तीला उंटानिशी दुहेरी मारा जारी केला आहे. काळ्याने डावाची सुरुवात इतकी वाईट केली आहे, की त्यामुळे त्याचे हत्ती आणि उंट त्यांच्या स्वगृहात घोरत पडले आहेत. त्यामुळे ते पटावरती असूनही त्यांचा उपयोग काळ्याला होत नाही.)

**१४.... व ई६ (आता जरी १४... व बी ४ ची चाल काळ्याने केली तरीही १५ उं** × एफ६ ही पांढऱ्याची चाल निर्णायक ठरते.)

**१५. उं × डी७ + घो × डी ७, १६ व बी ८+** पांढरा वजिराचे बलिदान पत्करतो.

**१६... घो × बी ८ आणि १९ ह डी८+** देऊन मात करतो. अशा रीतीने काळ्याचा वजीर, हत्ती, उंट, घोडा असतानाही पांढरा वजिराचे बलिदान करून रोमांचकारी डावाचा शेवट करतो.

◆

# ८. आदिपर्वात प्यादे

प्यादे हे सगळ्यात दुबळे दल आहे; तथापि ते सर्वांत महत्त्वाची भूमिका करते. प्याद्याच्या माऱ्यातील घरांत विरोधी मोहरे बसू शकत नाही. म्हणूनच प्यादे महत्त्वाच्या घरांचे रक्षण करते. प्याद्याच्या माऱ्यातील घरातून प्रतिस्पर्ध्यांच्या मोहऱ्यांना सहज मागे रेटण्यासाठी किंवा विरोधी मोहऱ्यांना हुसकावून लावण्यासाठी तुमचे प्यादे पुढे चालवावे. मागील प्रकरण ६ मधील उदाहरणांमध्ये दाखविल्याप्रमाणे 'चलित केंद्र प्यादे' (Mobile Pawn Centre) अत्यंत महत्त्वाचे असते. डावाच्या प्रत्येक स्तरात प्याद्याच्या सुयोग्य रचनेचा फायदा खेळताना मिळतो. सर्व मोहऱ्यांना पटावर स्थानापन्न करण्याचे काम, पटावरील प्याद्यांच्या विखुरण्यावर अवलंबून असते. केंद्र व उपकेंद्राभोवती विखुरलेल्या प्याद्यांतून 'प्यादी रचना' उद्भवते. बहुधा डाव मध्यातील स्थितीत असणाऱ्या प्यादी रचनेच्या प्रकारवरून दोन्ही प्रतिस्पर्ध्यांच्या योजनांना निश्चितच स्वरूप दिले जाते.

परिणामकारक रीतीने प्याद्यांची पुरेशी आगेकूच अशी करावी की, जेणेकरून सुस्थापित मोहऱ्यांना लाभदायक टापू मिळावा. तसेच अडथळ्याविना मोहऱ्यांना हालचालींची क्षमता असावी; परंतु कमकुवतपणा नसावा. डावाच्या अगदी सुरुवातीपासून ते डावाच्या शेवटपर्यंत, थोडक्यात डावाच्या प्रत्येक स्तरात प्याद्यांच्या सुयोग्य रचनेचा फायदा खेळताना मिळतो; परंतु याउलट प्याद्यांच्या अयोग्य रचनेतून डावामध्ये कमकुवतपणा नकळत निर्माण होतो आणि शेवटी डाव हरण्याची पाळी येते. प्याद्यांच्या रचनेत कमकुवतपणा कशा प्रकारचा असू शकतो, हे पुढे दिले आहे.

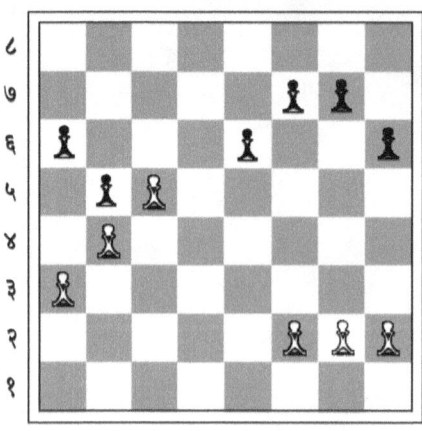

आकृती क्र. : १२

दिसावयास अगदी साधे आणि नम्र असणारे प्यादे डावाची घडण मोडू शकते अथवा घडवू शकते. उदा. 'बढत प्यादे'. (आकृती ९२पहा).

आ. ९२ मधील (सी ५मधील) बढत (पांढरे) प्यादे पाहा.

**१) 'बढत' प्यादे :** बढत प्याद्याची आगेकूच थोपविण्यास त्याच्या लगतच्या उभ्या पट्ट्यांमधून अथवा त्याच्यापुढे विरोधी प्यादे / प्यादी नसतात, हा एक अमोल लाभ आहे. त्यामुळे त्याची आगेकूच थोपविण्यासाठी, त्याला आवरून धरण्यासाठी, विरोधी मोहऱ्यांना तेथे गुंतून पडावे लागते. उदा. आकृती ९२ मध्ये सी ५ मध्ये असणारे पांढरे प्यादे पाहा. सुप्त सामर्थ्यांने युक्त असणारे बढत प्यादे, म्हणजे प्रतिस्पर्ध्याची अनावर डोकेदुखी आहे. सी ५ मधले बढत पांढरे प्यादे जसजसे पुढे घुसू लागते, तसतशी मारामारी होणे अपरिहार्य ठरते. त्यामध्ये काळे बुद्धिबळ दल खर्ची पडते आणि काळ्या बुद्धिबळ दलांची तीव्रता जसजशी मंदावत जाते, तसेतसे या पांढऱ्या प्याद्याचे महत्त्व वाढत जाते.

**२) सुटे प्यादे :** आकृती ९३ मध्ये दाखविल्याप्रमाणे प्याद्यांची रचना बऱ्याच वेळा पाहावयास मिळते.

आकृती ९३ मध्ये वजीरपट्टीतील डी५ मधील सुटे काळे प्यादे पुढे दिलेल्या दोन कारणांकरिता कमकुवत आहे. १) त्याला संरक्षण देणारे किंवा त्याला पुढे जाण्याकरता साहाय्य करू शकतील, अशी मदतगार प्यादी नसल्याने त्याच्या बचावासाठी त्याच्या बाजूची मोहरी अडकून पडतात आणि २) त्याचे पुढील डी४ घर, काळ्या प्याद्याच्या माऱ्यात येत नसल्याने, त्या (डी४) घरात लहान पांढऱ्या मोहऱ्यांना ठाण मांडून बसण्यास संधी मिळू शकते. परंतु याची भरपाई सी आणि ई पट्ट्या मोकळ्या करवून, त्या पट्ट्यांमधून मोठ्या काळ्या मोहऱ्यांना हल्ला करण्याची सुसंधी लाभू शकते.

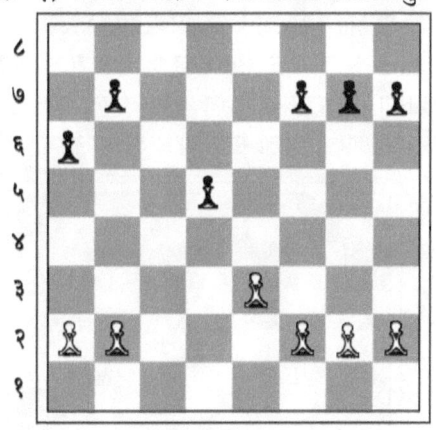

ए बी सी डी ई एफ जी एच


आकृती क्र. : ९३

**३) त्रिशंकू प्यादी :** आकृती ९४ मध्ये सी५ आणि डी५ मध्ये काळ्या प्याद्यांची जोडी दिसते. ही जोड प्याद्यांची रचना तुटक असल्याने त्यांची स्थिती त्रिशंकूसारखी होते; कारण या प्याद्यांना सांभाळणे महाकठीण काम असते. कारण

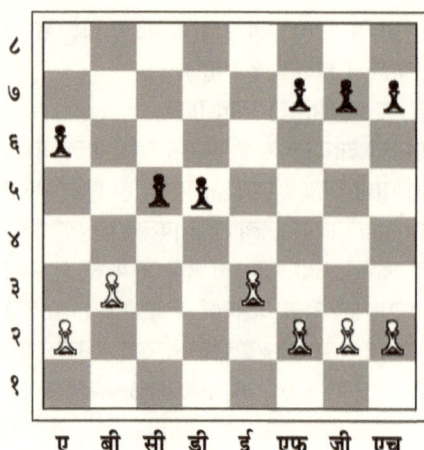

ए बी सी डी ई एफ जी एच

आकृती क्र. : ९४

त्यांच्याच पट्ट्यांतून त्यांच्यावर हल्ला होण्याची शक्यता असतेच आणि त्याशिवाय त्यांच्या रक्षणासाठी मोहरी अडकून पडतात.

**४) मागासलेले प्यादे :** आकृती ९५ मध्ये सी ६ मध्ये मागासलेले काळे प्यादे दाखविले आहे. हे मागासलेले काळे प्यादे पुढे केव्हाही जाऊ शकणार नाही आणि ते पुढे चालविल्यास त्यावर पांढरी प्यादी निर्घृण हल्ला करू शकतील. तेव्हा अशा प्रकारच्या कमकुवतपणाची भरपाई नीट रीतीने होऊ शकली नाही, तर मग शेवटी डाव हरण्यामध्ये त्याची परिणती होते.

**५) दुहेरी प्यादी :** आकृती ९६ मध्ये सी पट्टीत काळी दुहेरी प्यादी आहेत. ए, बी आणि सी या पट्ट्यांमध्ये तीन पांढरी प्यादी आहेत आणि चार काळी प्यादी आहेत. परंतु या चार काळ्या प्याद्यांचे मूल्य पांढऱ्या तीन प्याद्यांपेक्षा थोडेसे होते. कारण सी पट्टीतील दुहेरी काळी प्यादी होत. ही वजिराच्या बाजूकडील प्याद्यांची स्थिती झाली. आता राजाच्या बाजूकडील प्याद्यांची स्थिती पाहिल्यास एफ पट्टीतील पांढरे प्यादे ई-४ प्याद्यांच्या मदतीसाठी पुढे धाडून त्या प्याद्यांचे रूपांतर बढत प्याद्यांमध्ये करता येते. अशा प्रकारच्या स्थितिवाचक रचनेचा फायदा एके काळचे विश्वविजेते डॉ. लष्कर यांनी दोन निरनिराळ्या सामन्यांत करून घेतला होता.

ए बी सी डी ई एफ जी एच

आकृती क्र. : ९५

**६) रचनेतील खिंडारे :** (holes) (आकृती ९७ पहा) काळ्या राजाच्या बाजूकडील काळ्या प्याद्यांच्या रचनेत खिंडारे पडलेली असल्यामुळे त्यांची

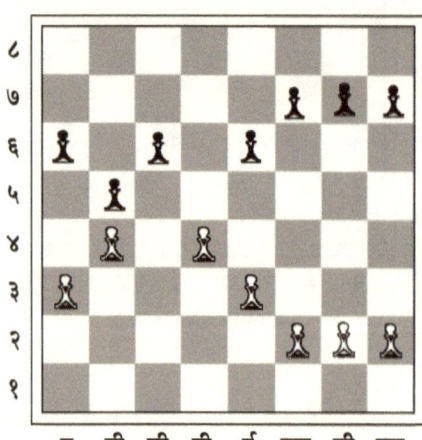

रचना कमकुवत होते, कारण एच ६ आणि एफ ६ या मोक्याच्या घरांमध्ये पांढरी मोहरी मोर्चे बांधून निर्भयतेने ठाण मांडून बसू शकतील. कारण त्यांना या घराबाहेर सहजगत्या हाकलून देण्यासाठी ई ७ किंवा जी ७ मध्ये काळी प्यादी नाहीत, कारण ती येथून आधीच पुढे हलविली गेली आहेत. उदा. पांढरा वजीर एच ६ मध्ये पोचला आणि जर पांढरा उंट एफ ६ मध्ये असेल किंवा पांढरा हत्ती वर एच ३ मध्ये असेल, तर किल्लेकोटमध्ये असलेल्या काळ्या राजाची स्थिती अत्यंत शोचनीय होईल. कारण त्याच्यावर ताबडतोब मात होण्याची शक्यता असते. त्याचप्रमाणे वजिराच्या बाजूकडे ए६ आणि बी ५ मध्येही पांढरी मोहरी पाय रोवून बसू शकतील.

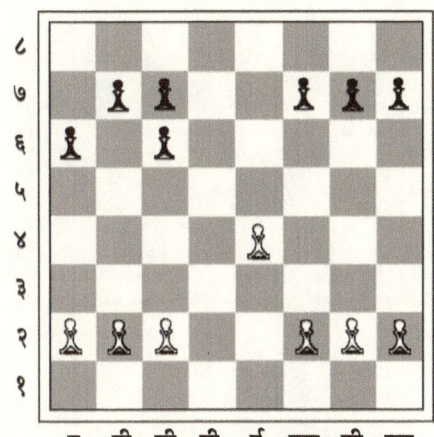

**आकृती क्र. : ९६**

उपरिनिर्दिष्ट उदाहरणात कमकुवतपणा आणि त्याचे दुष्परिणाम थोडक्यात सांगितले आहेत. तेव्हा अशा तऱ्हेचा कमकुवतपणा निर्माण होऊ नये म्हणून अगदी सुरुवातीच्या खेळीपासून दक्षतापूर्वक खेळावयास हवे.

जी. लिसिटसन विरुद्ध काळी बुद्धिबळ दले घेऊन खेळणाऱ्या ग्रॅण्ड मास्टर एम. बोटविनिकने अत्यंत उत्कृष्ट रीतीने आपल्या प्याद्यांची आणि मोहऱ्यांची रचना केली होती. आ. ९८ पहा. पाठीमागे सुस्थापित मोहऱ्यांचे मोर्चे उभारले आहेत. पांढऱ्यांची गळचेपी झालेली आहे.

**डावाचा तडकाफडकी निकाल :** आपणास माहीत आहे की, विरोधी राजाला कचाट्यात पकडून त्यावर निर्णायक रीतीने

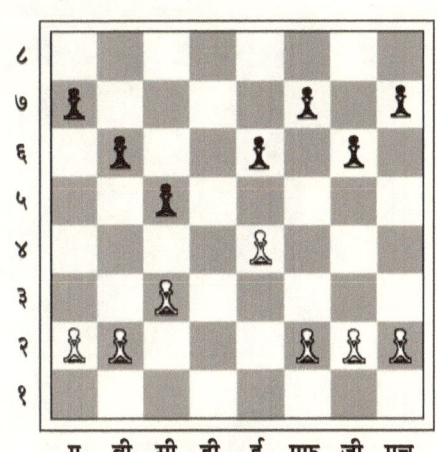

**आकृती क्र. : ९७**

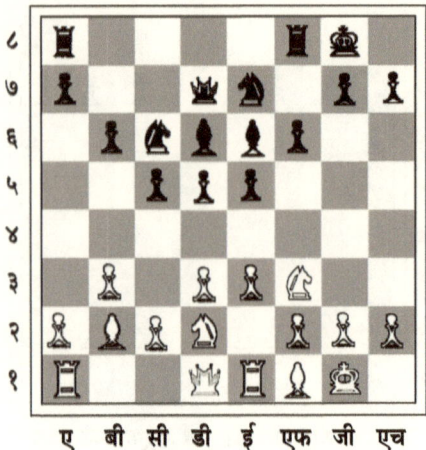

ए बी सी डी ई एफ जी एच

**आकृती क्र. : ९८**

मात करावयाची हाच बुद्धिबळ खेळाचा एकमेव उद्देश असतो. परंतु हे उद्दिष्ट नीट रीतीने साधण्यासाठी, डावाची स्वानुकूल अशी उभारणी अगदी सुरुवातीच्या खेळीपासून प्रकरणामधील 'अ' व 'घ' 'ड' मध्ये सांगितल्याप्रमाणे पद्धतशीरपणे करावयास हवी. जर योग्य रीतीने डाववाढ करता आली नाही तर तो डाव पत्त्यांच्या बंगल्यासारखा कसा कोलमडून पडतो, हे पुढील दोन उदाहरणांवरून दिसून येईल.

उदा. पहिले: तडकाफडकी निकाल.

**१ ई ४, ई५, २ उं सी ४, घो सी६, ३ व एच५, घो एफ ६ ??, ४ व × एफ ७** मात होते. आकृती ९९ पहा.

उदा. दुसरे : डाव कोलमडून पडल्याचे प्रत्यक्षात घडलेले एक उदाहरण (हा सामना शाळकरी मुलांमध्ये झाला होता,

१ एफ४, ई५, २ एफ५? डी५, ३ जी४, व ए४ मात आ. १०० पाहा.

अशा प्रकारे डाव कोसळण्याचे मुख्य कारण म्हणजे, डावाची सुरुवातच अत्यंत वाईट झाली आहे. तेव्हा पाया भक्कम असेल तरच त्यावरची इमारतही भक्कमपणे उभारता येते. तेव्हा डावाची सुरुवात भक्कम पायावर म्हणजे प्याद्यांच्या योजनापूर्वक समर्पक चालींवर अवलंबून असते. तेव्हा डावाच्या सुरुवातीला होणाऱ्या कमकुवत चालींच्या चुका कशा टाळावयाच्या असतात, याचा आधी विचार करू.

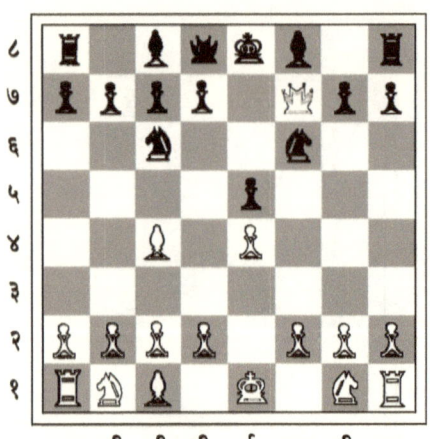

ए बी सी डी ई एफ जी एच

**आकृती क्र. : ९९**

## डाव सुरुवातीमधील चुका

नवोदित खेळाडू डावाच्या सुरुवातीला कशा चुका करतात व त्या कशा नमुनेदार असतात ते पुढे दिले आहे.

## डाव सुरुवातीची सूत्रे

**पहिले सूत्र :**

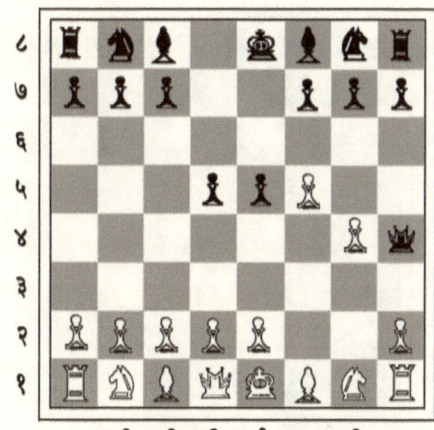

डाव सुरू करतानाचे पहिले सूत्र म्हणजे प्याद्याच्या चाली जास्ती करू नयेत. प्याद्याची चाल म्हणजे डाववाढीसाठीची चाल नव्हे; तर ती असते आपल्या मोहऱ्यांच्या डाववाढीसाठी लागणारे मार्ग मोकळे करण्यासाठी. तेव्हा डाव सुरुवातीला आपल्या मोहऱ्यांचे मार्ग मोकळे करून, त्याशिवाय केंद्रातील स्थिती भक्कम करण्यासाठी प्याद्याच्या दोन किंवा तीन चाली पुरतात. तारतम्याला सोडून केलेल्या प्याद्याच्या चाली धोकादायक ठरतात आणि बहुधा डावाचा शेवट हरण्यात होतो. उदा.

**आकृती क्र. : १००**

**(एक)** एफ३?, ई५, २ बी ४??, व एच ४ मात, खरोखरी पाहता ही मूर्खाची मात आहे.

**(दोन) उदा १ ई ४, ई५, २ घो एफ३, डी६, ३ उं सी४, उं जी४, ४घो सी३, जी६?**

(येथे जरी४..., एच६? ची चाल केली तरीही परिणाम तोच. या ठिकाणी उंटाला वाचविणारी, तसेच मोहऱ्यांची डाववाढ साधणारी ४..., घो एफ६ ही चाल सरस आहे.)

**५ घो × ई५!!, उं × डी१?** (येथे काळ्याने ५..., डी × ई५ ही चाल जरी केली असती तरीही पांढरा ६ व × जी४ ने उंट मारून घोड्याचा बदला घेतो, त्याशिवाय तो एक प्यादे जादा राखू शकतो आणि त्याची स्थिती सरस होते.)

**६ उं × एफ ७+, रा ई७; ७ घो डी५, मात होते.** अशा या डाव शेवटाची मनोवेधक स्थिती आकृती १०१ मध्ये दाखविली आहे ती पाहा. अशा या मनोवेधक डाव शेवटाला बुद्धिबळ खेळाच्या उपपत्तींमध्ये **'लेगल मात'** असे खास नाव दिले आहे.

**एम द केरमूर, सर द लेगल (१७०२–१७९२) हे एक उत्कृष्ट**

८


**आकृती क्र. : १०१**

**बुद्धिबळपटू होते. बुद्धिबळपटू फिलिडोरचे ते गुरू होते. आयुष्याच्या शेवटापर्यंत त्यांनी उत्कृष्ट बुद्धिबळपटू म्हणून नावलौकिक राखून ठेवला होता. वयाच्या ८५ व्या वर्षी त्यांनी सेंट ब्राय यांना हरविले होते व वर उल्लेख केल्याप्रमाणे 'लेगल मात'ने त्यांचे नाव अजरामर झाले. तो डाव पुढे दिला आहे.**

**(पां.) लगेल वि. (का) सेंट ब्राय :**

१ ई४, ई५, २ उं सी४, डी६, ३ घो एफ३ घो सी६, ४ घे सी ३ उं जी४, ५ घो × ई५,

(चुकीची चाल आहे खरी; परंतु लेगलने त्याच्या प्रतिस्पर्ध्याला बरोबर जोखले होते. आणि पांढरा वजीर मारण्याची सेंट ब्रायची लालसा तो दाबून धरू शकणार नाही, याची लेगलला खात्री वाटत होती)

५...., उं × डी१? १ (याऐवजी येथे काळ्याने जर ५..., घो × ई५ ची चाल केली असती तर त्यांच्याकडे एक मोहरे जादा राहते.)

६ उं × एफ७+ , रा ई७; ७ घो डी५, मात होते.

तेव्हापासून नानाविध उपप्रकारांतून ही रोमांचकारी 'लेगल मात' दिसून येऊ लागली. आतासुद्धा ही एक दहशत सापळा म्हणून अत्यंत बलिष्ठ बुद्धिबळपटू डाव खेळताना या डावपेचाचे एक अस्त्र म्हणून वापर करतात.

पुढे दिलेल्या उदाहरणात, कारण नसतानाही बगलेकडील प्यादे पुढे चालविल्यामुळे काळ्याची स्थिती केवळ दुसऱ्याच चालीत कशी शोचनीय होते, ते दिसून येईल.

१ ई ४, ई ५, २ घो एफ३, एफ६? खरे पाहता, काळ्याला पुढीलपैकी कोणतीही उत्तरदायी चाल करता आली असती. २..., घो सी ६ किंवा २..., घो एफ६ अथवा२.... डी६ ; परंतु आता एक प्यादे पुढे चालविल्यामुळे राजाची स्थिती कामकुवत होते. आता जर का पांढऱ्याने ३ उं सी४ ची चाल केली, तर मग काळ्याला किल्लेकोटची चाल करून दुर्गाश्रयात आश्रय घेण्यास पांढरा खूपच विलंब लावू शकतो. परंतु पांढरा याहूनही शक्तिशाली चालीचा टोला हाणतो.

३ घो × ई५ (आ. १०२ पाहा.) घोड्याचे बलिदान देऊ करून पांढऱ्याला

९८ । बुद्धिबळ शिका

अखंडितपणे हल्ला करता येतो.)

३... एफ × ई ५ ची चाल करून काळा बलिदान स्वीकारतो आणि सापळ्यात अडकतो. येथे याहून सरस म्हणजे३... व ई७ ४ घो एफ ३, (परंतु पांढऱ्याने आताच ४ व एच ५ +? ची चाल करू नये, कारण मग काळा ४... जी६ ची चाल करतो तेव्हा पांढऱ्याने जर ५ घो × जी६ ची चाल केल्यास काळा, ५... व × ई४ + देतो. तेव्हा पांढरा ६ उं ई२ ची चाल करतो, तेव्हा काळा ६..., व × जी६ ने पांढरा घोडा फुकटात मारतो) ४..., व × ई४ +, ५ उं डी२ (या पर्यायी चालीबाबतीतही काळ्याने त्याचा वजीर अकालीच बाहेर काढल्याने त्याची स्थिती अनुकंपनीय होते.)

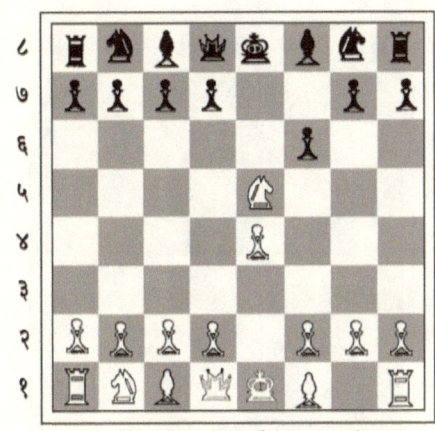

**आकृती क्र. : १०२**

४ व एच ५+, रा ई७, (येथे जर ४..., जी ६ मग पांढरा ५ व × ई५ + देऊन काळ्याच्या एच ८ मधला हत्ती गारद करतो.)

५ व × ई५+, रा एफ७, ६ उं सी ४+, रा जी६ (येथे काळ्यानं जरी६..., डी५ ची चाल केली तरीही उं × डी५+, रा जी ६, ८ एच४! एच६, ९ उं × बी ७! उं × बी७, १० व एफ ५ मात होते.)

७ व एफ५+, रा एच६, ८ डी ४+, (काटशह) जी५, ९ एच४! उं ई७ (असा बचावाचा प्रयत्नही अयशस्वी ठरतो.)

१०एच × जी५+, रा जी ७, ११ व एफ ७ मात.

सुरुवातीच्या चाली कशा असाव्यात, याचे एक आदर्श उदाहरण पुढे दिले आहे.

१ ई४, ई६, २डी४, डी६, ३ घो एफ३, घो एच६, ४ घो सी३, घो डी७, ५ उं एफ४, ए६, ६ उं सी ४ या चालीतून उद्‌भवणारी स्थिती आ. १०३ मध्ये दाखविली ती पाहा.

या सुरुवातीच्या सहा चालींतून दिसून येते की पांढऱ्याने आपली बुद्धिबळ दले सुस्थानात आणून ठेवण्याचा निश्चयपूर्वक प्रयत्न केला आहे आणि ती दले त्या स्थानातून केंद्रावर ताबा ठेवू शकतील. याउलट काळ्याने येणाऱ्या संकटाची चाहूल न घेता सुरुवातीलाच कमकुवत चाली केल्याने, पांढऱ्याला आयता फायदा

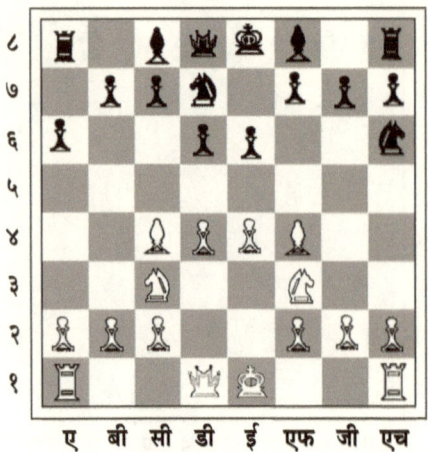

आकृती क्र. : १०३

मिळतो. तेव्हा आतापर्यंत पांढऱ्याने आणि काळ्याने केलेल्या बुद्धिबळ दलांच्या चालींमुळे होणारे फायदे व तोटे थोडक्यात पुढे दिले आहेत.

१ ई४,... उंट आणि वजिराचे मार्ग मोकळे झाले आहेत, प्यादे केंद्रघरात जाऊन केंद्रघरावर मारक दृष्टी ठेवते आणि ई (रा) पट्टीतील काळ्या प्याद्याचा मार्ग रोखते. ही एक चांगली चाल आहे.

१..., ई६, प्यादे (दोनाऐवजी) फक्त एकच घर पुढे चालविल्याने केंद्रघराभोवती योग्य तो दबाव आणू शकत नाही. एफ८ मधला रा–उंट आणि वजिराचे मार्ग मोकळे झाले आहेत; परंतु पुढे सी ८ मधल्या व – उंटाच्या मार्गात अडथळा उत्पन्न होतो. त्यामुळे ही चाल आत्मबंधनकारक ठरते.

२डी४,...., केंद्रात दोन प्याद्यांच्या आघाडीमुळे केंद्रघरांवर वर्चस्व प्रस्थापिण्यास मदत होते. तसेच योग्य रीतीने डाववाढ करण्यास मोकळीक मिळते. सी १ मधल्या व – उंटाचा मार्ग मोकळा झाला आहे.

२ ...डी६, पुन्हा प्यादे फक्त एकच घर पुढे सारल्याने केंद्रघराभोवती योग्य तो दबाव आणता येत नाही. सी८ मधल्या व – उंटाला एका घरापुरती मोकळीक दिली आहे. परंतु एफ८ मधल्या रा – उंटाच्या मार्गात अडथळा आणल्याने आत्मबंधनकारक चाल ठरते.

३. घो एफ३..., हा घोडा डी४ मधल्या प्याद्याचे संरक्षण करतो आणि ई५ या केंद्रघरावर मारक दृष्टी ठेवतो. डाववाढीसाठी सुयोग्य चाल आहे.

३...., घो एच६, कडेच्या पट्टीतील घरात घोडा बाहेर काढल्याने त्याचा मारा (आठापेक्षा कमी घरांवर म्हणजे) केवळ चार घरांवर होतो. सुरुवातीच्या डाववाढीसाठी घोड्याची चाल उंटाच्या पट्टीतील घरात करणे सोईस्कर ठरते. 'तेव्हा काळ्याची ही डाववाढीची चाल कमी दर्जाची आहे.'

४ घो सी३, केंद्रघरांना आणि ई५ मधील रा–प्याद्याला जोर करणारी ही चाल अत्यंत उपयुक्त आहे.

४...., घो डी७, -हा घोडा (सी ८ मधल्या) व -उंटाचा कोंडमारा करतो. सी

६ या घरापेक्षा डी७ या घरात आणलेला हा घोडा कमी कार्यक्षम ठरतो.

५. उं एफ ४,.... ई५. या केंद्रघराला आणखी एक जोर केला आहे. या उंटाने एच ६ मधील काळा घोडा मारणे चूक ठरले असते; कारण निकृष्ट स्थानात बसलेल्या घोड्याचा बळी लांब पल्ल्याच्या उंटाने घेणे योग्य ठरले नसते.

५....एड६ काळ्याने केलेली ही आणखी एक निकृष्ट खेळी आहे. कारण या खेळीने फक्त पांढऱ्या उंटाला बी५ या घरात जाण्यास तात्पुरते बंधन घतले आहे; परंतु काळ्या बुद्धिबळ दलाला पुढील लढ्यासाठी उद्युक्त करण्यास ही चाल आणि आतापर्यंत केलेल्या चाली काळ्याच्या दृष्टीने निरुपयोगी आहेत.

६. उं. सी.४,...., पांढऱ्याने केंद्रघरांवर ताबा मिळविण्यासाठी आणि डाववाढ साधण्यासाठी एका पाठोपाठ एक केलेल्या प्याद्यांच्या आणि मोहऱ्यांच्या यशस्वी चालीत ही एक उत्कृष्ट भर आहे. (आकृती १०३ पहा).

केवळ सहा चालींत पांढऱ्याने आपली डाववाढ अगदी आदर्श रीतीने साधली आहे. याउलट काळ्याची स्थिती अगदी निकृष्ट आहे. आणि अशा या चिंताजनक स्थितीतून कार्यक्षम घरात आणावयाचे झाल्यास काळ्याला आणखी कितीतरी जादा खेळ्या कराव्या लागतील. काळ्याने योग्य अशी डाववाढ न केल्यामुळे त्याचा डाव आवळला जाण्याची शक्यता आहे. पांढऱ्याने किल्लेकोट चालीची जय्यत तयारी करून ठेवली आहे आणि त्याची मोहरी चढाईखोर हल्ला चढविण्यास सज्ज आहेत. याच्या उलट काळ्याला लगेच किल्लेकोटची चाल करता येणार नाही. तसेच संभाव्य मारामारीला योग्य रीतीने तोंड देण्यास खूप तयारी करावी लागेल.

**दुसरे सूत्र**

वजिरासारखे महान सामर्थ्यवान मोहरे घाईगर्दीने सुरुवातीच्या चालीत बाहेर काढू नये.

आपल्याला माहीत असते की, (डावाच्या सुरुवातीच्या स्थितीत) 'एफ७' (किंवा पांढऱ्याच्या बाबतीत 'एफ२') च्या प्याद्याला, फक्त राजाचा जोर असल्याने ते प्यादे अत्यंत कमकुवत असते. तेव्हा प्रतिस्पर्ध्यांच्या बाबतीमधला असा कमकुवत दुवा नवोदित खेळाडू बहुधा त्याच्या सुरुवातीच्या चालीतच सर्वांत सामर्थ्यवान वजिरासारखे मोहरे बाहेर काढून या कमकुवतपणाचा लाभ उठविण्याचा आततायीपणा करतो. उदा. १. ई ४, ई ५, २ व एच ५, घो सी६, ३, उं सी ४, घो एफ६? ७ व एफ ७ मात होते. अशा रीतीने पांढरा मात करतो. खरा अशा मातला 'बालीश मात?' म्हणतात.

तथापि, योग्य समयोचित बचावाच्या चाली केल्या, तर अशा प्रकारच्या डाव सुरुवातीची परिणती पराभवात होते, याचे प्रत्यंतर पुढील डावातून पाहा.

१ ई४, ई५, २ व एच५, घो सी ६, ३ उं सी४, जी ६ ४ व एफ३, (एफ७ वर मात करण्याची नवीन धमकी देतो)

४..., घो एफ६, (काळ्याने सुयोग्य रीतीने बचाव साधून डाववाढही साधली आहे. डाव सुरुवातीला जेव्हा जेव्हा शक्य असते, तेव्हा तेव्हा अशा पद्धतीने बचाव करणे श्रेयस्कर ठरते).

५ व बी३ (पांढरा एफ७ च्या घरावर नेटाने हल्ला चढविण्याचा प्रयत्न चालू ठेवतो.)

५..., घो डी४! (अशा प्रकारे केंद्रामधल्या डी४ मध्ये घोड्याचा मारक मोर्चा उभारून, अप्रत्यक्षपणे एफ७ मधल्या प्याद्याचे रक्षण करण्याची किमया या चालीतून काळ्याने साधल्याने त्याला गतिवाढीचा लाभ मिळतो.)

६ व सी ३ (येथे ६ उं एफ७+ ची चाल चूक ठरते. मग काळा ६...., रा ई७, ७ व सी ४, बी५ मुळे पांढऱ्याला त्याचा उंट गमवावा लागतो. त्यात भर म्हणजे ई ४ च्या बिनजोर प्याद्याचे अर्घ्य पांढऱ्याने दिल्यासारखे आहे. तेव्हा पांढऱ्याने पुढची धोकादायक चाल करू नये. ६ व डी३, डी५, ७ई × डी५, उं एफ ५ आणि पुढे...., घो सी२+ ने काळा द्विघाती हल्ला करतो. तथापि, एखादे प्यादे गारद करण्यापेक्षा काळ्याचे याहूनही मोठे बेत आहेत.

६..., डी५! ७ उं × डी५, घो × डी५, ८ ई × डी५, उं एफ५; ९ डी३, उं बी४! १० व × बी४, घो × सी२+ ने पांढऱ्या हत्ती आणि वजिरावर मर्मघातक शहाचा द्विघाती हल्ला चढवितो, तेव्हा पांढरा आणखी बऱ्याच चालीअंती डावाचा राजीनामा देऊन पराभव मान्य करतो. त्याला एवढ्या लवकर हार का पत्करावी लागली? कारण त्याने वजिरासारखे मोहरे अकालीच बाहेर काढले होते आणि विरोधी लहान मोहऱ्यांना त्याच्यावर हल्ले चढविण्याची संधी मिळत गेल्याने वजिराच्या संरक्षणासाठी एकापाठोपाठ एक गतिवाढ घालवून वजीर वाचविणे भाग पडल्याने, त्याच्या खेळ्या आणि वेळ फुकट जातो, त्यामुळे त्याला डाववाढही नीट साधता येत नाही. दरम्यान, काळा मात्र त्याच्या मोहऱ्यांची डाववाढ (फायदेशीरपणे) साधत असतो. तेव्हा सुरुवातीलाच वजीर अकाली बाहेर खेळण्यासाठी काढू नये, यामुळे मोहऱ्यांच्या डाववाढीमध्ये खीळ पडते.

### तिसरे सूत्र

हे सूत्र सापळ्यासंबंधी आहे. मागे (आ. १०१ पहा) लेगलची ५ घो × ई ५ ची बलिदानाची चाल म्हणजे एक नमुनेदार सापळा आहे. त्याला सॅंट ब्रास बळी पडला आणि डाव हरला. परंतु समयोचित अशी बरोबर उत्तरदायी ५..., डी × ई ५ ची चाल करून, काळ्याला एक जादा मोहरे मिळते व तो अंती जिंकतो.

लेगलचे असे उदाहरण डाव खेळताना सहसा वापरू नये. प्रतिस्पर्ध्याला आकलन होईल, असा सापळा कधीही टाकू नये. त्याने जर का योग्य असा समर्पक तोडगा काढला, तर त्याला त्याचा फायदा मिळतो.

तुम्हाला जर बुद्धिबळपटू व्हावयाचे असेल, तर तुम्ही प्रतिस्पर्ध्याचा योग्य मान राखावा. त्याला कधीही कमी लेखू नये, कारण तो उत्कृष्ट उत्तरदायी चाल करेल असे अनुमान नेहमी करावे. तरीही सरावाचे डाव खेळताना आमिषांच्या फसव्या भूमिकेला कमी लेखू नये. निकृष्ट अशा पराभवाच्या छायेतील स्पष्टपणे दिसणाऱ्या स्थितीमध्ये व स्थितीमधून बऱ्याच वेळा सापळा टाकून त्यातून सूटका करून घेण्याची शेवटची संधी उपयोगात आणवी. डाव सुरुवातीमधील आमिषरूपी सापळ्यांची माहिती असणे उपयुक्त ठरते.

डावाच्या सुरुवातीच्या चाली योग्य रीतीने कशा कराल ते थोडक्यात पुढे दिले आहे.

तसे पाहिले तर सुरुवातीला प्रकरण १ मध्ये दिलेली आकृती एक पाहा. डावाच्या सुरुवातीला दोन्ही बाजूंची बुद्धिबळ दले अगदी समान असतात. त्यांचे सामर्थ्यही समान असते; परंतु ही बुद्धिबळ दले निष्क्रिय असल्याने बलहीन असतात. त्यांना कार्यान्वित करण्यासाठी 'वेळ फुकट न दवडता' आपल्या बुद्धिबळ दलांना, 'स्वगृहांतून बाहेर काढून, त्यांना सुस्थानात ठेवून डाववाढ साधणे' अशा गोष्टी मुख्यत्वेकरून सुरुवातीच्या चालीतून साधावयाच्या असतात आणि हे सर्व करीत असताना 'राजाच्या संरक्षणाच्या बाबीकडे केव्हाही दुर्लक्ष करून चालणार नाही.' यासाठी डावाच्या चाली योग्य रीतीने कशा कराव्यात, याच्या काही महत्त्वाच्या सूचना पुढे दिल्या आहेत. त्या सर्वसाधारण मार्गदर्शनासाठी आहेत.

१) डावाची सुरुवात राजापुढील प्यादे ई ४ मध्ये किंवा वजिरापुढील प्यादे डी४ मध्ये चालवून करावी. कारण या खेळीने, वजीर आणि उंटाचे मार्ग मोकळे होतात. 'ई४' किंपा 'डी४' या केंद्रघरांचा ताबा घेऊन प्यादे कर्णघरांवर मारक दृष्टी ठेवते आणि विरोधी प्याद्यांचा मार्ग रोखते.

२) लांब पल्ल्याच्या उंटाबरोबर उड्डाण चालीचे आणि आखूड टप्प्यांचे दोन्ही घोडे डाववाढ साधण्यासाठी एक आणि सी या उभ्या पट्टींमधील घरांमध्ये हलवावेत म्हणजे ते या स्थानांतून डी४ आणि ई४ या केंद्रातील प्याद्यांना जोर देतात आणि त्याच वेळी 'ई५' आणि 'डी५' या केंद्रघरांवर मारक दृष्टी ठेवतात. डाववाढीच्या दृष्टीने लांब पल्ल्याच्या उंटाला सुरुवातीला कोणत्या योग्य स्थानात हलवावे, हे ठरवता येत नाही. तेव्हा घोडे प्रथम बाहेर काढले, की त्याच्या अनुषंगाने उंट कोठे हलवायचा, हे ठरविणे सोपे जाते.

३) लवकारात लवकर किल्लेकोटची चाल करून राजा दुर्गाश्रयात ठेवणे, हे

चांगले असते. त्यामुळे राजाला संरक्षण मिळू शकते. तसेच केंद्रघरांना जोर देण्यासाठी किल्लेकोटच्या हत्तीचा उपयोग होऊ शकतो.

४) आत्मबंधनकारक चाली शक्यतो टाळव्यात.

५) डावाच्या सुरुवातीला वजिरासारखा महान सामर्थ्यवान मोहरा एकदम बाहेर काढू नये. असे करणे नुसतेच धोक्याचे नाही, तर त्यामध्ये वेळ फुकट जातो. त्यामुळे डाववाढ करण्यामध्ये आपण मागे पडतो. कारण बाहेर काढलेल्या वजिरावर विरोधी लहान बुद्धिबळ दल हल्ला करून त्याच वेळी ते डाववाढ साधू शकते. वजिराला वाचविण्यासाठी हलविणे भाग पडते. या हलवाहलवीत खेळ्या आणि वेळ फुकट जातो आणि या फुकट जाणाऱ्या वेळेत आणखी एक विरोधी बुद्धिबळ दल यशस्वी रीतीने बाहेर येऊ शकते. म्हणजे यात गतिवाढीचा फायदा प्रतिस्पर्ध्यांला मिळतो.

६) सुरुवातीच्या खेळ्यांमध्ये एकच मोहरे दोन-तीन वेळा हलवून वेळ फुकट दवडू नये.

७) योग्य रीतीने डाववाढ साधण्यासाठी जास्तीत जास्त मोहरी यशस्वी रीतीने (सुस्थानात) बाहेर काढावीत.

सुरुवातीच्या चालीसंबंधी जितके सांगावे तितके कमीच पडते.

वर दिलेल्या सूचना आपल्या सर्वसाधारण मार्गदर्शनासाठी आहेत. एखाद्या परिस्थितीवर सांगितलेल्या विचारसरणीत, जर एखादी खेळी बसत नसेल, तर ती (खेळी) तुमच्या कल्पनेनुसार तुम्ही केव्हाही करू शकता.

◆

# ९. आदिपर्व – डावाची सुरुवात

डावाची सुरुवात करण्यासाठी सर्वसाधारणपणे, पांढऱ्याला १८ प्रकारच्या चाली करण्याची संधी लाभते. त्यापैकी १ ई ४,..., आणि १ डी ४,...., या चालींनी प्यादी सरळ केंद्रघरांत जातात; एवढेच नाही, तर त्यांचे पुढील कर्णघरांवर मारक नजर रोखून त्याच वेळी विरोधी प्याद्यांच्या मार्गात (पुढे) आल्याने त्यांची आगेकूच रोखतात.

यासाठी पांढऱ्याला शक्य झाल्यास वरील दोन्हीही प्याद्यांच्या चाली सुरक्षितपणे करता आल्यास फायदेशीर असते. कारण त्यामुळे त्याला त्वरित डाववाढ साधणे शक्य होते. पांढऱ्याची पुढे सरसावणारी अशा प्रकारची डाववाढ वेळीच रोखण्यासाठी, काळ्याला सर्व शक्ती पणाला लावणे भाग पडते. यासाठी काळ्यालाही काही केंद्रघरांवर ताबा मिळवावा लागतो किंवा तसा ताबा पुढे मिळविण्याची तजवीज करून ठेवावी लागते. या सर्व गोष्टींतून एकच निष्कर्ष निघतो तो म्हणजे 'केंद्रघरांवरील ताबा होय,' कारण

**'जो केंद्रघरांवर ताबा मिळवू शकतो, तो डावावर वर्चस्व मिळवू शकतो'**

खेळावयाची दुसरी पाळी काळ्यावर येत असल्याने, त्याला सुरुवातीला गैरसोय सहन करावी लागते. याउलट पांढऱ्याला त्याचा हेतू साध्य करण्यासाठी प्रथमपासून उत्तम संधी लाभते; त्यामुळे सुरुवातीचे प्राधान्य (पुढावा) काही काळ टिकू शकतो. या सर्व घडामोडी निरनिराळ्या प्रकारच्या सुरुवातीच्या चालींतून कशा घडतात हे पाहू.

**'सुरुवातीच्या चालींचे प्रकार'** डावाच्या सुरुवातीच्या मांडणीवरून एक गोष्ट लक्षात येईल की, डावाची सुरुवात मोहऱ्यांपुढील प्यादी किंवा उड्डाणचालीचे घोडे करू शकतात. यामधून सुरुवातीच्या चालींचे निरनिराळे प्रकार उद्‌भवतात आणि सोयीसाठी यांचे वर्गीकरण वेगवेगळ्या गटांत करतात. या वेगवेगळ्या गटांची नावेही निरनिराळी आहेत. उदा.

१) काही गटांची नावे त्यांच्या शोधकांच्या नावांवरून पडली आहेत. उदा. 'रूयलोपेझ', 'अलेखिनचा बचाव', 'निमझोबीझची सुरुवात' वगैरे.

२) काही नावे त्यांच्या मूळ उगमस्थानांवरून पडली आहेत. उदा. 'भारतीय

बचाव', 'फ्रेंच बचाव', 'इंग्लिश सुरुवात', 'सिसिलियन बचाव' वगैरे.

३) काही नावे ज्या प्याद्याने किंवा ज्या मोहऱ्याने सुरुवात करतात त्यावरून त्या गटाला देतात. उदा.: 'वजीर प्याद्याची सुरुवात', 'दोन घोड्यांचा बचाव' वगैरे.

डावाच्या सुरुवातीची विभागणी पुढीलप्रमाणे तीन विभागांत उदा.

१) खुली (ओपन) २) अर्ध मोकळी (सेमी ओपन) ३) बंद (क्लोज) अशी करण्याचा प्रघात आहे; परंतु ही विभागणी सांकेतिक असते. हे सारे काही खूप खूप वर्षांपूर्वी प्रचारात होते; परंतु सध्या प्रत्यक्ष पटावरील स्थितीतून त्याचा प्रत्यय क्वचितच दिसून येतो.

'रूयलोपेझ' ही खुली सुरुवात मानतात; त्यातून पुढे बंद स्थिती उद्‌भवण्याचा संभव असतो. 'वजिराचे आमिष' या बंद सुरुवातीतून बरेच खुले मार्ग दिसून येतात.

डाव सुरुवातीच्या १ ई४, ई५ या चालींना 'खुली सुरुवात' ही संज्ञा आहे. पांढऱ्याला १ ई४ या चालीला काळ्याने १..., ई५ या चालीखेरीज दुसरी कोणतीही उत्तरदायी चाल निवडल्यास त्याला 'अर्थ मोकळी' अशी संज्ञा आहे. पांढऱ्याने १ ई ४ या चालीखेरीज इतर कोणत्याही चालीने सुरुवात केल्यास तिला 'बंद सुरुवात' अशी संज्ञा आहे.

'हल्ला', 'प्रतिहल्ला', 'बचाव', 'प्रकार', 'उपप्रकार' या संज्ञा डाव सुरुवातीच्या पद्धतींत शतकानुशतके वापरात (प्रचलित) आहेत. उदा. 'रूय लोपेझ'च्या डाव सुरुवातीमध्ये 'राऊझरचा हल्ला', 'मार्शलचा प्रतिहल्ला' 'स्टॅन्नीझ बचाव', 'चिगोरिनची जोरदार बाब', 'अदलाबदलीचा उपप्रकार' आणि इतर बचाव व उपप्रकार इ. उद्‌भवतात. या प्रकरणात प्रचलित असणाऱ्या सर्व डाव सुरुवातीच्या तात्त्विक भूमिकेबद्दलची माहिती व महती थोडक्यात सांगणार आहे.

## 'खुल्या डाव सुरुवाती'

## फिलिडोरचा बचाव

**१ई४, ई५ ३ घो एफ३, डी६,** या डावाच्या जुन्या सुरुवातीमध्ये एफ८ मधला काळ्या राजा, उंटाच्या मार्गात प्याद्याचा अडथळा आल्याने काळ्याची स्थिती थोडी अवघडल्यासारखी वाटते. येथे काळ्याने २..., घो सी६ ची चाल करून ई५ चे प्याद्याला जोर करण्याची तसेच घोडा बाहेर काढून डाववाढ साधण्याची संधी दवडली आहे.

**३ डी४, घो एफ६** (काळ्याने, राजाच्या बगलेकडील डाववाढ त्वरित साधणे आवश्यक असते. येथे ३..., उं जी४ची चाल चुकीची आहे. उदा. मागे दिलेला पॉल मॉर्फी वि. दोन भिडूंचा डाव पाहा. आणि येथे काळ्याची ३..., घो डी७, ही चालही आत्मबंधनकारक असल्याने अकार्यक्षम ठरते; कारण मग पांढरा

४ उं सी४ ची चाल करतो तेव्हा काळ्याला ४..., सी६? ची चाल करणे भाग पडते; परंतु येथे काळ्याने आता ४..., घो एफ६ ची चाल करणे चूक आहे. कारण मग पांढरा, ५ डी × ई५, ५..., डी × ई५?; घो जी५ : मग काळा हरतो. ६ घो × ई५, डी × ई५, ७ उं × एफ७+ रा × एफ७, ८ व × डी ८, उं बी४+ व डी२ वगैरे. किंवा ३..., घो डी७ ४ उं सी४ नंतर ४..., उं ई७ नको मग ५ डी × ई५, घो × ई५ (येथे ५...., डी × ई५ नको मग ६ व डी ५ नंतर पांढरा जिंकतो) ६ घो × ई५, डी × ई५, ७ व एच ५ आणि पांढऱ्याला एक प्यादे फुकटात मिळून त्याची स्थिती सुधारते... येथे फिलिडोरने ३...., एफ५? ची चाल सुचविली आहे. परंतु काळ्याला त्यानंतर डाव पुढे खेळणे जिकिरीचे जाते; कारण मग पांढरा ४ ई × एफ५, ई४, ५ घो जी५, उं × एफ५, ६ घो सी३, घो एफ ६, ७ एफ३ वगैरे.

**४ घो सी३ (येथे जर ४ डी × ई५ घो × ई४, ५ घो बी डी२ मग ५..., घो × डी२, ६ उं × डी२, घो सी६ आणि पांढरा घोडा लाभ टिकवून ठेवतो. परंतु डावाला सौम्य स्वरूप प्राप्त होते.**

**४..., घो डी७, ५ उं सी४, उं ई७, ७ ०–०, ०–०, ७ व ई२ (पांढरा, त्याच्या ए१ मधल्या हत्तीसाठी डी१ चे घर मोकळे करतो.)**

**७...., सी६, ८ए४ (ही चाल महत्त्वाची आहे, त्यामुळे काळ्याची... बी५ ची चाल रोखली जाते.) पांढऱ्याची स्थिती सुलभ व समयोचित हालचाली करण्यासाठी उपयुक्त आहे. तो पुढे उं ई३ ची चाल करून नंतर ह ए१–डी१ ची चाल करू शकतो.**

'फिलिडोरचा बचाव' असणारा प्रत्यक्षात खेळलेला एक डाव पुढे दिला आहे. १९६८–६९ ची यू.एस.एस.आर. चॅम्पियनशिप (पां) व्ही. झेस्कोव्हस्की, (का) ए लुटिकोव्ह. **१ई४, ई५, २ घो एफ३, डी६, ३ डी६, ३ डी४, घो एफ६, ४घो सी३ घो बी डी७, ५ उं सी४, उं ई७, ६०–०, ०–०, ७ ए४, सी६; ८ व ई२, ई × डी४, ९घो × डी४, घो × ई४,**

(काळ्याने अशा तऱ्हेची चाली प्रणाली करावयास नको होती. तो गेलेल्या दलाचा बदला जरी घेऊ शकला, तरीही पांढऱ्याला जोरदार हल्ला चढविण्यास वाव मिळतो.)

**१० घो × ई४, डी५, ११ घो एफ५!** (काळ्या डी५ प्याद्याने द्विघाती हल्ला चढविला तेव्हा या आधीच्या खेळलेल्या एक डावात पांढऱ्याने त्याचा उंट माघारी घेतला होता. अशा पांढऱ्याने केलेली ११ घो एफ५! ची खेळी घणाघाती ठरते.)

**११.... डी × सी४, १२ उ एच ६! आ. १०४ पाहा. पांढऱ्याची ही**

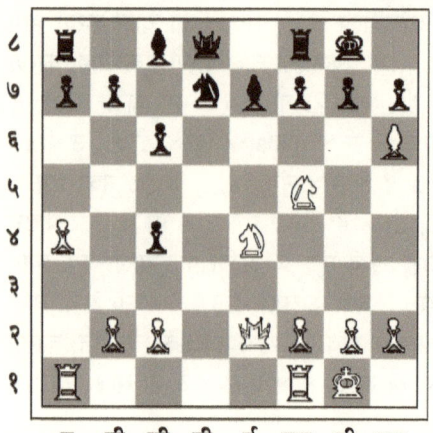

आकृती क्र. : १०४

**उत्कृष्ट चाल आहे. काळ्याने जर १२..., जी** × एच६ मग पांढरा १ ३ व जी४+ आणि जर त्याने १२..., उं एफ६ मग पांढरा १३ उं × जी७, उं × जी७, १४ व जी४ अशा चाली करतो.

**१२...., घो एफ६, १३ घो ई जी३, उं. × एफ५, १४ घो × एफ५, जी × एच६, १५ घो × ई७+, रा जी७**

(येथे जर १५..., रा. एच ८ मग पांढरा १६ व ई५ ची चाल करतो.)

**१६ घो एफ५+, रा जी६, १७ घो ई७+, रा जी७, १८ व ई५! व बी८, १९ घो एफ५+, रा जी६, घो डी६!, रा जी७, २१ ह ई १, ह डी८, २२ ह डी१, ह डी७, २३ ह डी४, व सी७, २४ ह जी४+, काळा राजीनामा देतो.**

**पेट्रॉफचा बचाव**

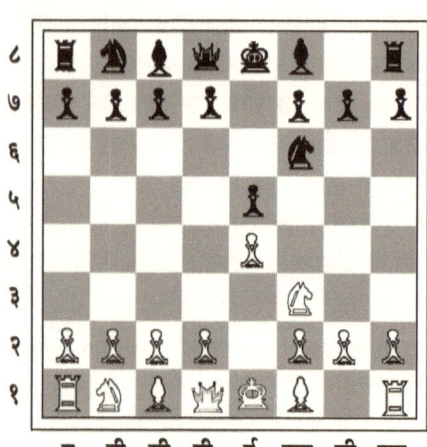

आकृती क्र. : १०५

**१ ई४, ई५, २ घो एफ३, घो एफ३, घो एफ६** हा झाला पेट्रॉफचा बचाव. (आकृती १०५ पाहा.) पांढऱ्या घोड्याने ई५ च्या काळ्या प्याद्यावर हल्ला चढविला असतानाही, काळ्याने त्या ई५ च्या प्याद्याला जोर करण्याऐवजी बिनजोर ई४ च्या पांढऱ्या प्याद्यावर प्रतिहल्ला चढविला आहे. अशा तऱ्हेने ई४ च्या प्याद्यावर प्रतिहल्ला चढवून काळ्याने केंद्रातील स्थितीला सौम्य स्वरूप

देऊन पांढऱ्याच्या सलामीच्या पुढाव्याला आळा घातला आहे. अठराव्या शतकातील नामांकित रशियन बुद्धिबळपटू ए. पेट्रॉफने या बचावात मौलिक भर घातली आहे.

ज्यांना डाव आणि प्रतिडाव चांगल्या रीतीने हाताळता येतील त्यांनाच अशा प्रकारच्या सुरुवातीच्या चालींतील मौज लुटता येईल. उदा. पांढऱ्याने जर का ३ घो × ई५ ही चाल केली, तर काळ्याने लगेच ३..., घो × ई४? ही खेळी करणे धोक्याचे ठरेल. कारण पांढरा लगेच ४ व ई २ ही खेळी करून काळ्या घोड्याला हाकलतो. उदा. काळा४..., घो एफ६ ची बचावखोर खेळी करतो, तेव्हा पांढऱ्याला काटशह सहज देता येतो. उदा.५ घो सी६, काटशह व ई ७, ६ घो × ई७, उं × ई७ किंवा ५ घो सी६ काटशह, उं ई७, ६घो × डी८, रा × डी८ अशा रीतीने केवळ घोड्याच्या मोबदल्यात पांढरा, काळा वजीर मारतो. **३ डी४** ही एक कार्यान्वित करणारी सुयोग्य चाल आहे. येथे जर का ३ घो × ई५ मग काळ्याला३..., डी६ ची चाल करणे भाग पडते. कारण वर पर्यायी चालींनी दाखविले आहे. तेव्हा ३..., डी६ नंतर ४ घो एफ३, घो × ई४, मग पांढऱ्याच्या डावाला चालना मिळणे कठीण असते. उदा. पेट्रोशियन वि. स्पास्की यांच्या १९६९ मधील सामन्यातील त्यांच्यामधील तेराव्या व पंधराव्या डावात (१ ई४, ई५, २घो एफ३, घो एफ६, ३ घो × ई५, डी६, ४ घो एफ३, घो × ई४, या वर उल्लेखलेल्या चालीनंतर) पुढीलप्रमाणे चाली झाल्यात. ५ व ई२ व ई७, ६डी३, घो एफ६, ७ उं जी५ व × ई२+; ८ उं × ई२, उं ई७ ९ घो सी३, सी६ १०. ०-०-०, घो एफ६; आणि दोन्ही डावांमध्ये काळ्याने फारसा त्रास न घेता बरोबरी साधली.

**३..., ई × डी४** (येथे काळ्याने जर ३..., घो × ई४ मग पांढरा ४ उं डी३ ची चाल करून काळ्याचे प्यादे डी ५ मध्ये ओढतो. मग पांढऱ्या घोड्याने जर ई५ चे प्यादे मारले की त्याला ई५ मधून पळवून लावू शकणारे डी६ मध्ये काळे प्यादे असणार नाही. उदा. ४..., डी५; ५ घो × ई५, उं डी६ अशा प्रकारे उद्‌भवणाऱ्या समान स्थितीतून पांढऱ्याला सहजासहजी लाभ घेता येत नाही.)

**४ ई ५, घो ई४, ५ व × डी४, डी ५, ६ ई × डी६ (वा.मा.)** (कारण एकदम दोन घरे पुढे घुसलेल्या डी ५ च्या काळ्या प्याद्याला पांढऱ्याने जर आताच वाटमारीने मारले नाही, तर ६..., उं सी ५ चा धोकादायक बडगा काळा उगारतो.)

**६..., घो × डी६, ७ घो सी ३, घो सी ६ , ८ व एफ ४** (अशा रीतीने पांढरा वजीर डावाला चालना देणाऱ्या सुस्थानात भक्कम मोर्चा उभारून ठाण मांडतो; परंतु केंद्र प्याद्यांच्या अनुपस्थितीमुळे काळ्याला बचाव करणे सुलभ जाते.)

**८..., जी ६, ९ उं डी२, उं जी७, १०,०-०-०, उं ई६** (यानंतर होणाऱ्या ११ घो जी ५! व एफ ६ १२ व × एफ६, उं × एफ ६,१३ घो × ई ६, एफ × ई६, १४ ह ई१, रा डी ७ १५ घो ई ४ ने पांढऱ्याला थोडा लाभ

मिळतो.)

**स्कॉचचा डाव**

**१ईं४, ई५, २घो एफ३, घो सी६, ३डी४, ई × डी४ (केंद्रात लाभ मिळविण्याचा पांढरा प्रयत्न करतो. परंतु ई५ च्या प्याद्यावर हल्ला चढविणाऱ्या पांढऱ्या डी४ च्या प्याद्याला गारद करून काळा समतोल साधतो.)**

**४ घो × डी४ आकृती १०६ पाहा.** यातूनच 'स्कॉचचा डाव'ची सुरुवात सिद्ध होते. (येथे सुरुवातीच्या चालीत पांढऱ्याने आपला घोडा दोन वेळा खेळवून वेळ दवडला आहे. याचा फायदा काळा घेऊ शकतो. त्याला सहज डाववाढ साधता येते. उदा.४..., घो एफ ६ किंवा ४..., उं सी ५, अशा खेळी करून आणखी एक मोहरे डाववाढीसाठी बाहेर काढता यतो.)

**आकृती क्र. : १०६**

**४..., घो एफ६,** (येथे जर ४..., उं सी५ मग पांढरा ५ घो × सी६ तेव्हा काळा, ५..., व एफ ६! ची उत्तरदायी चाल करून सी६ मधला पांढरा घोडा पुढील चालीत जाऊन मारून त्याच वेळी त्याची प्यादी रचना सुरक्षित ठेवतो. तेव्हा काळ्याच्या ४..., उं सी५ चालीला, पांढरा ५ई ३ ने किंवा ५ घो बी ३ने उत्तर देऊ शकतो.)

**५ घो सी ३,** (आता जर ५घो × सी ६, बी × सी ६ ६ई५ व ई७, ७ व ई२, घो डी५, ८ घो डी२, उं बी७, ९ घो बी ३, ०-०-; १० सी४, घो बी ६ आणि पांढरा डाव वाढीत मागे पडतो.)

**५..., उं बी ४, ६घो × सी ६, बी × सी ६, ७ उं डी३, डी ५, ८ ई × डी ५** (येथे पांढऱ्याची ८ ई ५ ची चाल कमकुवत ठरते, मग काळा ८..., घो जी४, ९०-० उं सी५ नंतर पुढे १०... व एच ४ च्या चालीचा धाक काळा देतो.)

**८...,सी × डी५, ९०-०, ०-०, १०उं जी ५, उं ई६** (डी५ च्या काळ्या प्याद्याला जोर करणे आवश्यक आहे. येथे जर १०..., उं ई७, मग पांढरा

११ उं × एफ६ उं × एफ६, १२ व एच५, जी६, १३व × डी५, व × डी५, १४ घो × डी५, उं× बी२, १५ ह ए बी१, उं ई५, १६ ह एफ ई १ ने पांढऱ्याचा फायदा होतो.)

वर उल्लेखलेल्या काळ्याचा १०..., उं ई६ चालीनंतर उद्‌भवलेल्या स्थितीत दोघांनाही समान संधी मिळू शकते. यानंतर पुढीलप्रमाणे चाली होऊ शकतात. ११ घो बी ५, सी५, १२ ए३, उं ए५, १३ बी४, सी × बी४, १४ ए × बी ४ उं × बी४, १५ह × ए७, ह × ए७, १६ घो × ए७, एच६! नंतर डाव समतोल होतो.

मॉस्को (१९१४) मध्ये (पां) ए अलेखाईन लि. (का) इम्यान्युएल लष्कर यांच्या पुढे दिलेल्या डावातून स्कॉचच्या डावाचा प्रत्यय पाहा :

**१ ई४, ई५; २घो एफ३ घो सी६; ३ डी४, ई × डी४, ४ घो × डी४, घो एफ६, ५ घो सी३, उं बी४, ६ घो × सी६, बी × सी६, ७ उं डी३, डी५, ८ई × डी५, सी × डी५, ९ ०-०, ०-०, १० उं जी५, उं ई६**

(येथे १०..., सी६ ची खेळीसुद्धा करता येते. मग ११ व एफ३, उं ई७.)

**११ व एफ३** (येथे पांढऱ्याने ११ उं × एफ६ ची चाल करणे चूक ठरते. मग, ११... व × एफ६, १२ घो × डी५? उं × डी५ १३ व एच५, ह एफ डी ८ किंवा व एच५, जी६, १३ घो × डी५?, व डी ८ ने काळा एक मोहरे गारद करतो.)

**११..., उं ई७, १२ ह एफ ई १** (ने पांढरा संभाव्य सुसंघटित माऱ्यासाठीची पूर्वतयारी करतो.)

**१२... एच६, १३ उं × एच६!** (या बलिदानी चालीने पांढरा सक्तीने बरोबरी करू शकतो.)

**१३..., जी × एच६, १४ह × ई६, एफ × ई६, १५ व जी३ + रा एच८, १६ व जी६!** (आता काळा, पांढऱ्याच्या पुढीलप्रमाणे होणाऱ्या शह सातत्याच्या चाली टळू शकत नाहीत. १७ व × एच६+ आणि १८व जी ६+ आणि काळ्याने जर १६..., व ई८ मग पांढरा १७ व एच ६+ रा जी ८, १८ व जी ५+ वगैरे नंतर संमतीने बरोबरी होते. हा डाव खेळला गेला, त्या वेळी इम्यान्युएल लष्कर हा विश्वविजेता होता, तर अलेखाईनने त्या वेळी बुद्धिबळ खेळाला सुरुवात केली होती.

**१ ई ४, ई५; २ घो एफ ३, घो सी६, ३ उं. सी. ४, उं. सी. ५** या चालीतून ग्युको पियानो डावाची सुरुवात होते. आकृती १०७ पोहा. आता पांढऱ्याने जर का ४ डी३ किंवा ४ घो सी३ असा धोपट मार्ग स्वीकारला तर मग डावाला सौम्य स्वरूप प्राप्त होते.

४ सी ३ ची चाल करून नंतर केंद्रावर ताबा मिळविण्यासाठी पुढे डी ४ वी चाल केली, तर पांढऱ्याला केंद्रावर योजनापूर्वक दबाव आणता येतो आणि समयोजित पूरक हालचाली यशस्वी केल्यास त्याची दोन प्यादी केंद्रात राहतात आणि मग त्याला योग्य ती डाववाढ साधता येते.

**४... घो एफ ६ (ची चाल करून काळ्याने त्वरित बिनजोर ई४ प्याद्यावर हल्ला चढविला आहे; परंतु येथे काळ्याने अकार्यक्षम ४... डी ६ ची चाल केल्यास मग** ५ डी ४, ई × डी४, ६सी × डी४, उं बी६, ७ घो सी ३ ने काळ्याची स्थिती अवघडल्यासारखी होते.)

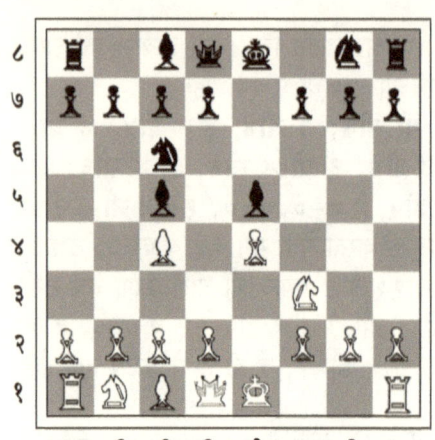

**आकृती क्र. : १०७**

**५ डी४, ई × डी४, ६ सी × डी४, उं बी. ४+ (उंटाने माघार घेण्याऐवजी शह देणे श्रेयस्कर ठरते. कारण मग केंद्रात प्रतिटोला योजता येतो.)**

**७ उं डी २** (याहून कार्यक्षम म्हणजे ७ घो सी ३ ही होय; यासाठी पुढे दिलेले 'ग्रेको८ पृथक्करण आणि स्टेन्नीझ वि. कार्ट व्हॉन बार्डेलबेनचा सटीप डाव पाहावा) ... ७ उं × डी२+ (येथे जर७... घो × ई४ ८ उं × बी४. घो × बी४, ९ उं × एफ७+, रा × एफ७, १० व बी ३ + डी५, ११, घो. ई५, + रा ई६! १२ व × बी ४ सी. ५, मग डावामध्ये गुंतागुंत वाढून डावात अस्पष्टता उद्भवते.)

**८ घो × डी२, डी. ५, ९ई × डी५, घो × डी५, १० व बी३ घो सी ई७, ११, ०-०, ०-०, १२ ह ई१ सी६ (काळ्याने डी५ मध्ये घोड्याचा शक्तिशाली मोर्चा उभारला आहे. या १२ व्या चालीनंतर येणारी स्थिती उद्बोधक आहे)**

**ग्रिको पृथक्करण**

गियानचिनो ग्रिको (१६००-१६३४) हा एक प्रख्यात बुद्धिबळपटू सतराव्या शतकात होऊन गेला. त्याने त्याच्या काळातील प्रचलित असणाऱ्या डावांच्या सुरुवातीमधील उपप्रकारांचे पृथक्करण केले. एक हस्तलिखित बाड तयार करून

ठेवले होते. त्यातील 'ग्युको पियानो' मधील हत्ती बलिदानाचा सुपरिचित उपप्रकार पुढे दिला आहे.

**१ ई४, ई५, २,घो एफ३, घो सी६, ३ उं सी४, उं सी५, ४ सी३, घो एफ६, ५डी४, ई × डी४, ६ सी × डी४, उं बी४+, ७ घो सी३, घो × ई४ ८-०-० घो × सी३ (पुढे टीप २ पाहा) ९ बी × सी३, उं. × सी३, १० व बी३! (पुढे टीप १ पाहा) उ × ए१; ११ उं. × एफ७, + रा एफ ८, १२ उं जी५, घो ई ७, १३ घो ई५! ही एक उत्कृष्ट हल्लेखोर चाल आहे. पुढे पांढरा १४ उं जी ६! चा धाक देतो. उदा. १३..., डी६, १४ उं. जी६; मग १४..., डी × ई५, किंवा १४..., एच × जी६, मग १५ व एफ७ वर मात होते.** येथे आणखी एक महत्त्वाची बाब म्हणजे पांढरा वजीर एफ ३ मध्येही विनाअडथळा जाऊन दडपण आणतो.)

**१३..., उं × डी४, १४ उ जी६! डी५ १५ व एफ३ + उं एफ५, १६ उं × एफ५, उं × ई५, १७ उ ई६ काटशह, उं एफ६ १८ उं × एफ६ १९ जी × एफ६, १९ व × एफ६+, रा ई८, २० व एफ ७ मात.** (अशा प्रकारे विद्युत गतीने घणाघाती मात होण्याचे मुख्य कारण म्हणजे एका बाजूच्या खेळाडूने केलेली घोडचूक होय; ग्रिको पृथक्करणाचे ३०० वर्षे सतत पृथक्करण करून वेगवेगळ्या बुद्धिवंतपटूंनी केलेल्या संशोधनाच्या शेवटी ग्रिकोचा उपप्रकार शोधून काढला आहे. आणि काळ्या दलांनी खेळतानाच मार्ग थोडा शक्तिशाली केला आहे. त्यामध्ये असे आढळून आले, की १०..., उं × ए१? किंवा १० उं × डी४? या चालीमुळे काळ्याला हार पत्करावी लागते.

**(टीप १) तेव्हा वरील चालीऐवजी डाव पुढीलप्रमाणे खेळावा** १०... डी ५, ११ उं × डी५, ०-०, १२, उं × एफ ७+, रा एच ८, १३ व × सी३, ह × एफ७, १४ व बी ३ ने पांढऱ्याची स्थिती अधिक चांगली होते, हे जरी खरे असले तरीही खेळाडूंच्या दृष्टीने डाव चित्तवेधक ठरला आहे. बऱ्याच वर्षांपूर्वी सोव्हिएत ग्रॅण्ड मास्टर पॉल केरेस याने पांढऱ्याच्या नवव्या चालीला काळ्याची ९..., उं × सी३ ही खेळी सुचविली आणि पांढऱ्याने १० व बी ३ ची चाल न करता १० उं, ए ३! ची खेळी करून पांढरा सक्तीने मात करतो.

**(टीप २)** उपरिनिर्दिष्ट आठ चालींनंतर ९ बी × सी३, उं × सी३, १० उं ए३ या चालीनंतरची स्थिती (आ. १०८ प्रमाणे) पुढीलप्रमाणे पर्यायी चाली होतात.

**(अ)** १०..., घो ई७, ११ व बी ३, डी५, १२ व × सी३ डी × सी४, १३ ह एफ ई१, उं ई६, १४ उं × ई७, रा × ई७, १५ डी५! व × डी५, १६ ह ए डी१, व सी ५ १७ ह ई५, व बी६; १८ ह × ई६+ ने पांढऱ्याला निर्णायक

वर्चस्व मिळते.

**(ब)** १०..., डी५, ११ उं बी५, उं × ए१, १२ ह ई१+, उं ई६ १२ व ए४ ने पांढऱ्याला निर्णायक वर्चस्व मिळते.

**(क)** १०..., डी६, ११ ह सी१, उं ए५, १२ व ए४, ए६, १३ उं डी५, उं बी६, १४ ह × सी६, उं डी७, १५ ह ई१+ रा एफ८. १६ उं × डी६! ने पांढऱ्याला निर्णायक वर्चस्व मिळते.

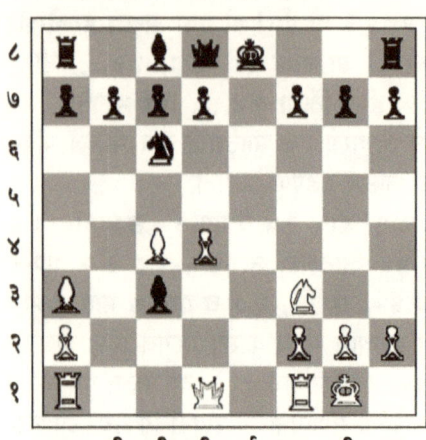

**आकृती क्र. : १०८**

आधुनिक मतप्रणालीनुसार **९ बी × सी३ नंतर काळ्याने ९..., डी५ ही उत्तरदायी चाल केल्यास पुढे १० सी × बी४, डी × सी४, ११ ह, ई१+, घो ई७, ने डाव जवळ जवळ समतोल होतो. उदा. १२ व ई२, उं ई६; १३ उं जी५ व डी७, १४ उं × ई७, रा × ई७ १५ व सी२, एफ६! ने डी५ आणि ह ई५ या पांढऱ्याच्या धाकांचे निवारण करून, तसेच एफ ७ मध्ये राजाला माघार घेण्यासाठीची तरतूद करता येते.**

**'ग्युको पियानो'च्या डाव सुरुवातीचा एक उद्‌बोधक डाव पुढे दिला आहे. हेस्टिंग्ज येथे १९८१ मध्ये हा डाव (पां) स्टेन्नीझ वि. (का) बोर्डेलबन यांच्यामध्ये झाला.**

**१ ई४, ई५, २ घो, एफ३, घो.सी. ६, ३ उं सी४, उं सी५, ४ सी ३, घो एफ६, ५ डी४, ई × डी४, ६सी × डी४, उं बी. ४+७, घो सी३, डी५ (डावांच्या सुरुवातीच्या काही हस्तलिखित सारग्रंथात ही चाली प्रणाली सदोष असल्याने निरुपयोगी आहे, असे नमूद केले असले तरीही ती तशी टाकाऊ मात्र नाही.)**

**८ई × डी५, घो × डी५, ९ ०-०, उं, ई६,** (मध्यभागी काळा राजा स्वगृहात उघड्यावर असल्याने काळ्याने एक प्यादे गारद करण्याचा हव्यास धरणे म्हणजे संकटाला आमंत्रण देणे होय. उदा. ९... उं. × सी३, १०बी × सी३, घो × सी३? ११ व ई१+ रा हलतो. आणि १२ व × सी३, किंवा ९... घो × सी ३ उं × सी३, ११ व बी३! उं × ए१, १२ उं × एफ७+, रा एफ८, १३ उं जी५,

घो ई७, ११ ह ई१)

**१० उं जी५, उं ई७** (आणि पुढे ११..., एफ६ नको, कारण मग पांढरा १२ ह ई१ ने ई६ च्या उंटावर हल्ला चढवता येतो. आता पांढरा एकापाठोपाठ एक अशा मारामारीने अदलाबदल करीत करीत काळ्याला किल्लेकोटची चाल करून दुर्गाश्रय घेण्यापासून वंचित करतो.

**११ उं × डी५, उं × डी५, १२ घो × डी५, व × डी५, १३ उं × ई७, घो × ई७, १४ ह ई१** (या चालीनंतर काळ्याला किल्लेकोटची चाल करता येणार नाही. जर १४... व डी७ मग पांढरा, त्याचा वजीर ई पट्टीवर आणून ई७ च्या घोड्यावर दुहेरी मारा जारी करतो. १५ व ई२ नंतर काळ्याने ए८ चा हत्ती बचावासाठी ह-ए८-डी८-डी-७ मध्ये आणला तर त्या दरम्यान पुढीलप्रमाणे मारक चाली करून त्याची स्थिती बळकट करतो. दा. १४..., ह डी८, १५ व ई२, ह डी ७, १६ घो ई५, ह डी६, १७ घो जी ६! ह ई६, १८ घो एफ ४१ ह × ई२, १९ घो × डी५ अशी फायदेशीर मारामारी करतो.

**१४... एफ६!** (काळ्याची ही समयोचित उत्तरदायी चाल आहे. आपल्या राजासाठी कृत्रिम दुर्गाश्रय निर्मिण्याची त्याची मोहीम आहे. उदा. रा. एफ७ आणि ह ई८)

**१५ व ई२, व डी७, १६ ह ए सी१** या डावातील पांढऱ्याची ही एक ढोंगी चाल आहे. येथे उघड उघड १६ व ई४, सी६. १७ ह ई२, रा एफ ७, १८ ह ए ई१, घो डी५, १९व एच ४ या चाली जोरदार ठरल्या असत्या.

**१६... सी६.** येथे समयोजित चाल १६... रा एफ ७ ही होय. त्यातून डाव समतोल होतो. सी पट्टीवरील पांढऱ्याचा दबाव आणि बी७ च्या प्याद्यावर होऊ शकणारा मारा बोथट करून त्वरित समतोल साधण्याची काळ्याची ही धडपड आहे. त्याला वाटले की पुढे रा एफ७ ची चाल करता येईल.

**१७ डी५!** संभाव्य सुसंघटित माऱ्याची ही पूर्वतयारी आहे. पांढऱ्याने प्याद्याचे बलिदान देऊ केले आहे. यामुळे डी४ या रिकाम्या झालेल्या घरात घोड्याचा मोर्चा उभारून घोड्याला लढाईच्या रणधुमाळीत आणता येते.

**१७... सी × डी५, १८ घो डी४, रा. एफ७** (येथे पांढऱ्याच्या संभाव्य घो एफ५ या धोकादायक चालीपासून निवारण करणे आवश्यक ठरते.)

**१९ घो ई६, ह एच सी८,** (बचाव करणाऱ्या बाजूने दलांची अदलाबदल करून आपली स्थिती सुधारण्याचा आटोकाट प्रयत्न करणे हे स्वाभाविकच ठरते.)

**२० व जी४ ने** दोन चालींत मात करण्याची धमकी देतो. उदा. २१ व × जी७+, रा ई ८ आणि पुढे २२ व एफ ८ मात)

**२०..., जी६** परंतु २०..., घो जी६? नको. मग २१ घो जी५+ ने काळा

वजीर, पांढरा फुकटात मारतो.

२१ घो जी५+ रा ई८, २२ ह × ई७+! (आकृती १०९ पहा)

**आता पांढऱ्याचा सुसंघटित मारा सुरू होतो.**

(अ) आता जर २२..., व × ई ७ मग २३ ह × सी८ + ७ ने पांढरा जिंकतो.

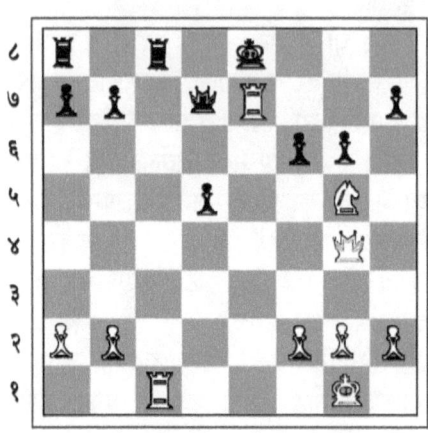

ए बी सी डी ई एफ जी एच

**आकृती क्र. : १०९**

(ब) किंवा जर २२..., रा × ई७ मग २३ ह ई१ + रा डी६ (किंवा रा डी८, २४ घो ई६+, रा. ई७, २५ घो सी५+) २४ व बी ४+, रा सी७ (आणि जर २४..., रा सी६ मग २५ ह सी१ मात होते. किंवा जर २४..., ह सी५, मग २५ ह ई६+ ने पांढरा जिंकतो) २५ घो ई६+! रा बी८, २६ व एफ४+, ह सी७, २७ घो × सी७, व × सी ७, २८ ह ई ८ मात होते.)

**२२..., रा एफ८!** पांढऱ्याच्या पिछाडीच्या रांगेतील कमकुवतपणा जाणून काळ्याने केलेली ही एक उत्कृष्ट उत्तरदायी चाल आहे. काळा सी१ वर हत्ती नेऊन मातचा धाक तर देतो, त्याशिवाय पांढऱ्याच्या सर्व मोहऱ्यांवर काळ्या दलांचा मारा जारी आहे.

मग विजिगीषू चाल करून कोण जिंकेल?

**२३ ह एफ७+! रा जी८** (पुढीलप्रमाणे चाली झाल्यास त्यातून काळ्याचा तोटाच होतो. उदा. २३... व × एफ७, २४ ह × सी८+, ह × सी८, २५ व × सी८+, व ई८, २६ व × ई८+

**२४ ह जी७+!** (म्हणजे पांढऱ्याच्या उत्कृष्ट चालींचा कळसच होय. स्टेन्नीझने वरीलप्रमाणे सुसंघटित मारा जारी करण्याअगोदरच अशा प्रकारे २४ व्या चालीनंतर उद्‌भवणारी अशी संभाव्य स्थिती जणू मन:पटलावर आगाऊच जाणली होती. बिनजोर हत्ती काळ्या राजाला सळो की पळो करतो.

**२४..., रा एच८** (जर २४..., रा एफ८? पण २५ घो × ए७+, रा × जी७ किंवा रा ई८, २६ व × डी७+ ने काळा वजीर मारून पांढरा निर्णायक वर्चस्व मिळवितो.

**२५ ह × एच७+!** या चालीनंतर बार्डेलबन उठला आणि पटावर कोणतीही

चाल न करता स्पर्धा हॉल सोडून निघून गेला आणि तेथे तो परतला नाही.

या २५ व्या चालीनंतर उद्‌भवणाऱ्या स्थितीतून डावाचा शेवट कसा करता येतो याचे प्रात्यक्षिक स्टेन्नीझने प्रेक्षकांना करून दाखविले. **२५..., रा जी ८, २६ ह जी७+, रा एच८, २७ व एच४+, रा × जी७, २८ व एच७+, रा एफे८, २९ व एच८+, रा ई७, ३० व जी७+, रा ई८,** (येथे जर ३०... रा डी ६ मग काळ्यावर दोन चालींत मात होते.)

**३१ व जी ८+,** (परंतु येथे ३१ ह ई१+ नको, मग काळा ३१..., रा डी८, ३२ घो ई६+ व × ई६ मग काळा जिंकतो.) **३१..., रा ई७, ३२ व एफ७+, रा डी८, ३३ व एफ८+, व ई८, ३४ घो एफ७+, रा डी७, ३५ व डी६ मात होते.** अशा प्रकारे स्टेन्नीझने **२२ ह ई७+** या चालीने सुसंघटित मारा जारी केला. तेव्हाच पुढे होणाऱ्या संभाव्य १४ चालींची मोहीम मनःपटलावर आधी रचून वर दाखविल्याप्रमाणे त्या पटावर प्रत्यक्ष दाखवून त्याने डाव जिंकून दाखविला. यातच त्याचे खेळातील प्रभुत्व व कसब दिसून येते.

**दोन घोड्यांचा बचाव**

**१. ई४, ई५; २. घो एफ३, घो सी६; ३ उं सी ४, घो एफ६,** (पांढऱ्यांच्या ३ उं सी४ या चालीवर काळ्याची ३..., घो एफ६ ही अत्यंत जोरदार अशी उत्तरदायी चाल 'दोन घोड्यांचा बचाव' या डावाच्या सुरुवातीच्या प्रकारात आहे. एफ ६ मधील घोड्यानिशी काळा ई४ च्याप्याद्यावर हल्ला चढवितो. त्याशिवाय 'डी५' मधून प्रतिटोला हाणण्याची पूर्वतयारीही करतो. आता जर पांढऱ्याने ४ घो सी ३ ची चाल केल्यास मग काळ्याची सुटका होते.

'दोन घोड्यांचा बचाव' मधील दोन मुख्य उपप्रकार पुढे दिले आहेत.

**(एक) ४. घो जी५** (ची चाल करून पांढरा, एफ७ च्या प्याद्यावर हल्ला चढवतो. आता काळ्याला अत्यंत दक्षतेने व काटेकोरपणे खेळावे लागते.

**४..., डी५; ५ई × डी५ घो ए५!** (येथे ५..., घो × डी५? ही चाल वाईट आहे - यासाठी पोलेरिओ वि. डॉ. मोनिको यांचा पुढे दिलेला डाव पाहा.)

**६. डी३,** (येथे ६ उं बी ५+ या पर्यायी चालीसाठी सिओकाल्टिया वि. नेझिमेडिनोव्ह यांच्यामधील पुढे दिलेला डाव पाहा.)

**६. ... एच६; ७ घो एफ३, ई४, ८ व ई२** (येथे डी ब्रॉनस्टीन वि. ई. रॉजॉन यांच्या १९५६ सालच्या १२ व्या चेस ऑलिम्पियाडमधील डावात डी. ब्रॉनस्टीनने अत्यंत मनोवेधकपणे मोहऱ्याचे बलिदान केले होते. ८ डी × ई४, घो × सी४; ९ व डी४ घो बी६, १० सी४, अशा प्रकारे मोहऱ्याचे बलिदान करून पांढऱ्याने २ प्यादे गारद करून केंद्रामध्ये बलशाली स्थिती मिळविली.

**८. ..., घो × सी४; ९. डी × सी४, उं सी५; १०. घो डी२, ०-०, ११ घो बी३, उं जी४; १२ व एफ १ उं बी४+ १३. सी३, उं ई७** (प्यादे देऊ करून, त्या बदल्यात जोरदार चाली करण्याची मुभा काळा मिळवितो.)

**(दोन) ४. डी४, ई × डी४; ५ ०-०** (येथे पुढीलप्रमाणेही चाली करता येतात. ५ ई५, डी५. ६ उं बी५, घो ई४; ७ घो × डी४ उं डी७, ८ उं × सी६ ९. ०-०, उं सी ५ नंतर परस्परांना पूरक असा धारदार डाव होतो.)

**५. ... घो × ई४; ६. ह ई१, डी५; ७. उं × डी५!, व × डी५ ८ घो सी३, व ए५; ९ घो × ई४, उं ई६, उं डी६** (काळ्याच्या बचावाच्या पद्धतीची नोंद करावी! डाव सुरुवातीला बलिदानाने देऊ केलेल्या प्याद्यांचा योग्य रीतीने बदला घेऊन, त्याच वेळी हल्ल्याचा बीमोड करून काळा चांगली स्थिती प्रस्थापित करतो.

१६०२ मध्ये रोम येथे पोलेरिओ वि. डॉ. मोनिको यांच्यामध्ये दोन घोड्यांच्या बचावाने सुरू झालेला डाव पुढे देत आहे.

**१. ई४, ई५; २. घो एफ३, घो सी६; ३ उं सी४, घो एफ६, ४ घो जी५, डी५; ५ई × डी५ घो × डी५? ६. घो × एफ७!** (येथे ६. डी४ ही तत्त्वानुसार कमी धोक्याची चाल आहे; परंतु, संभाव्य अशा जोरदार चढाईला उद्युक्त करण्यास येथे मोहऱ्याचे बलिदान करणे हे उघड आहे.)

**६. ... रा × एफ७; ७ व एफ३+, रा ई६** (नाहीतर चढाईचा रेटा ठेवून, जादा प्यादे राखून, पांढरा गारद झालेल्या मोहऱ्याचा बदलाही घेईल.)

८. घो सी३, घो ई७ (परंतु, येथे ८..., घो बी ४; ही दीर्घ चिकाटीने लढा देणारी चाल आहे. ९ व ई४, सी६; १० ए३, घो ए६; ११ डी४ मग काळ्याला अत्यंत बिकटपणे बचाव करणे भाग पडते.)

**९ डी४! सी६; १० उं जी५, एच६;** (येथे १०..., रा डी ७ ही जोरदार चाल नव्हे मग ११. डी × ई५, रा ई ८; १२ ०-०-०!; उं ई६; १३. घो × डी५; उं × डी५; १४ ह × डी५, व × डी५ जर १४..., ई × डी४; मग १५ उं बी५+!) १५ उं × डी५ घो× डी५; १६ ई६ मग पांढरा जिंकतो.)

**११ उं × ई७, उं × ई७;१२ ०-०-०, ह एफ८; १३ व ई४ ह × एफ२ १४ डी × ई५!** (या प्राप्त स्थितीतील ही एक शक्तिशाली चाल आहे.)

**१४..., उं जी५+; १५ रा बी१, ह डी२; १६ एच४!,ह × डी१+ १७ ह × डी१, उं × एच४; १८ घो × डी५, सी × डी५; १९ ह × डी५,**

(काळ्याचा डी५ स्थानातील उत्तुंग मोर्चा कोसळल्याने डावाचे भवितव्य निश्चित होते. येथे पुढील चालही चांगली आहे १९ उं × डी५+, रा ई७; २० व × **एच४+**)

**१९. ..., व जी५; २०ह डी६+, रा ई७; २१. ह जी ६** काळा डावाचा राजीनामा देतो.

(१९५४) मध्ये बुखारेस्ट येथे सिओकोल्टिया वि. नेझिमेडिनोव्ह यांच्यामध्ये 'दोन घोड्यांच्या बचावा'ने सुरू झालेला डाव पुढे दिला आहे.

**१. ई४; ई५, २. घो एफ३; घो सी६, ३ उं सी४; घो एफ६, ४. घो जी५; डी५, ५. ई × डी५; घो ए५, ६. उं बी५+** (अशा प्रकारे, पांढरा एक प्यादे गारद करतो खरा; परंतु तो डाववाढीत मागे पडतो, तेव्हा प्रतिस्पर्ध्याकडे डावाचा पुढावा जणू तो देऊ करतो.)

**६ ... सी६, ७. डी × सी६, बी × सी६, ८. उं ई२; एच६, ९. घो एफ३; ई४, १० घो ई५ व सी७, ११. घो जी४** (येथे याहून सरस ११ डी ४ ही होय. आतासुद्धा पांढरा मोहऱ्यांच्या डाववाढीमध्ये आणखी मागे पडतो.)

**११. ... उं × जी४!** (काळा, त्याच्या एका उंटाचे अर्घ्य देऊ करतो; परंतु वेळ वाचवून लाभ मिळवतो. अशा प्रकारे उद्भवलेल्या या स्थितीत हे जास्ती महत्त्वाचे आहे.)

**१२. ..., उं × जी४; उं सी५; १३. उं ई२; ह डी८, १४. सी३?** (एका मोहऱ्याला गारद करणाऱ्या संधीची पांढऱ्याला भुरळ पडते. पांढरा त्याची स्थिती कमकुवत करून घेतो. येथे किल्लेकोटची चाल करून दुर्गाश्रयास जाणे श्रेयस्कर ठरते.)

**१४. ... घो बी ७, १५. ०-०, एच५!** (प्रामुख्याने आपल्या निदर्शनास एक गोष्ट आणू इच्छितो की, काळ्याने मात्र किल्लेकोटची चाल करून दुर्गाश्रयास जाण्याचे येथे नाकारले आहे. कारण, मुख्य मुद्दा असा आहे की, त्याने सुयोग्य डाववाढ साधल्याने त्याला परिणामकारकरीतीने चढाई करण्याचा लाभ दिसत असल्याने, तो पांढऱ्या राजावर निर्घृण हल्ला चढविता यावा म्हणून त्याला त्याचा हत्ती उभ्या एच पट्टीत - स्तंभात हवा आहे.)

**१६. डी४; ई × डी३ (वा.मा.), १७. उं × डी३; घो जी४, १८. व ई२ + रा एफ८!** (अशा परिस्थितीत किल्लेकोटची संधी मिळत असतानाही न घेणे हे महत्त्वाचे ठरते. कारण काळ्याने मिळवलेला पुढावा भक्कम आहे.)

**१९. जी३ व डी७!** (काळा, जी४ मधील आपल्या घोड्याला जोर देऊन त्याच वेळी डी३ मधल्या उंटावर मारा जारी करतो. यातून एच उभी पट्टी मोकळी करून निर्णायक हल्ला चढविता येतो.)

**२०. उं ई४, एच४; २१. उं एफ४, घो × एच२!** (आंतरगोटात शिरलेल्या या घोड्याला पांढरा मारू शकणार नाही; कारण जर २२. रा × एच२, एच × जी३+३मुळे पांढरा राजा मात उद्भवक स्थितीत गुरफटला जातो.

**२२. ह. ई१, घो जी४; २३. उं एफ ३ घो × एफ२; (येथे २३... उं एफ २+ नेही जिंकता येते खरे; परंतु नेझिमेडिनोल व्हने सरळ हल्ला चढवून डाव जिंकण्याचे ठरविले.)**

**२४. उं ई३; एच × जी३, २५. उं × सी५+, घो + सी५; २६. उं × सी६,** (पांढऱ्याचा शेवटचा आशातंतू हा उंट मारता येत नाही, कारण मग २७ व ई७+).

**२६. ..., घो एच३+, २७. रा एफ १ व एफ५+ पांढरा डावाचा राजीनामा देतो.** कारण २८. उं एफ३, जी२+! २९. व × जी२, (२९रा × जी२, घो एफ४ +) **२९. ..., घो एफ४, ३०. व जी३, ह एच३, ३१. व एच२, घो सी डी३ आणि मग काळ्याच्या दहशतींना पांढरा तोंड देऊ शकत नाही. तो हरतो.**

◆

# १०. रुय लोपेझ

१. ई४, ई५; २. घो एफ३, घो सी६; ३ उं बी५ या डावाच्या सुरुवातीची माहिती पंधराव्या-सोळाव्या शतकातील आघाडीचे स्पॅनिश बुद्धिबळपटू लुईस रॉमेरेझ द लुसेना आणि रुय लोपेझ यांच्या लिखाणातून घेतली आहे. ही सुरुवात जरी खूप जुनी असली तरीही आधुनिक स्पर्धांमधून या डाव सुरुवातीने खूप मोठी लोकप्रियता मिळविली आहे. याचे कारण म्हणजे त्यामधील विविध कल्पनांचा साठा, त्यातील गुंतागुंत, त्यातून उद्‌भवणाऱ्या नानाविध मनोरंजक स्थितीमुळे खेळाडूंच्या विविध कुशल कल्पनांना चालना मिळते.

रुय लोपेझमध्ये पांढरा सहसा सी३ची चाल करून डी४ मध्ये केंद्र प्यादे नेण्याचा प्रयास करतो. याला काळा निरनिराळ्या पद्धतीने उत्तरदायी चाली करतो. पूर्वीच्या काळातील उत्तमोत्तम अग्रेसर खेळाडूंच्या नावांची व या उत्तरदायी चालींची सांगड घालून त्या ओळखल्या जातात. उदा. स्टेन्नीझचा बचाव, चिगोरिनच्या पद्धती, मार्शलचे उपप्रकार वगैरे. यात रुय लोपेझच्या उपपत्तींमध्ये सोव्हिएत खेळाडूंनी नवनवीन चाली प्रणालींची भर घातली आहे.

या रुय लोपेझच्या असणाऱ्या पुष्कळ प्रकारांची विभागणी साधारणपणे दोन गटांत करतात. त्यातील पहिल्या गटात ३..., ए६ या चालीविना असणाऱ्या उपप्रकाराचा समावेश आहे. दुसऱ्या गटात **३..., ए६**ची चाल असणाऱ्या निरनिराळ्या शाखांचा समावेश केलेला आहे. अदलाबदलीचा (एक्स्चेंजचा) उपप्रकार. चिंगोरिनचा शक्तिशाली बिंदू (स्ट्रॉँग पॉईंट), खुला (ओपन) उपप्रकार आणि आधुनिक काळातील इतर लोकप्रिय चालीप्रणाली यांपैकी दुसऱ्या गटातील उपप्रकारांची माहिती पुढे दिली आहे.

**(एक) अदलाबदलीचा उपप्रकार -**

**३..., ए६; ४ उं × सी६, डी × सी६; ५ घो सी३,** (येथे जर ५ घो × ई५ मग ५..., व डी ४ ची चाल करून काळा गेलेल्या प्याद्याचा बदला घेतो; सध्या ५ ०-०, बहुधा ही चाल केली जाते. त्याला उत्तर म्हणून काळा ५..., एफ ६ किंवा ५... व डी ६ चाली करू शकतो.

**५. ..., एफ६. ६डी४, ई × डी४; ७व × डी४, व × डी४; ८ घो × डी४, उं डी७; ९ उं ई३, ०-०-०; १०, ०-०-०, उं डी६** या अदलाबदलीच्या उपप्रकारात पांढरा सरस प्यादीरचना रचू शकतो; तर काळा (दोन्ही) उंट जपून ठेवतो; यामुळे दोघांनाही समान संधी लाभतात. या उपप्रकाराने खेळल्या गेलेल्या बऱ्याच डावांची अखेर बरोबरीत होते.

**दोन : लांबणीवर टाकलेला स्टेन्नीझचा बचावः ३..., ए६; ४ उं ए४, डी६!** (येथे ४..., बी५ची चाल अकालिक ठरते. पांढऱ्याने जर उं बी३ची चाल केल्यास, काळ्याची ५..., घो एफ६ ची चाल वाईट ठरते. कारण मग पांढरा ६ घो जी ५ खेळतो. वजिराच्या बाजूकडील ए आणि बी पट्टी प्यादी चालविण्यामागे काही विशिष्ट योजना नसते आणि काळ्याची स्थिती मात्र कमकुवत बनते.

**५. सी३,** (येथे पुढील चालींची शक्यता आहे.) ५ डी ४, बी५, ६ उं बी३, घो × डी४; ७ घो × डी५४; ई × डी४ आता जर पांढऱ्याने ८ व × डी४? मग काळा, ८..., सी५; ९ व डी५, उं ई६; १० व सी६+ उं डी७; ११ व डी५, सी४ ने एका मोहऱ्याचा लाभ होतो. ८ व × डी४? या चालीऐवजी पांढऱ्याने ८ उं डी५, ह बी८; ९ व × डी४, किंवा आमिष देण्याच्या मिषाने ८ सी३डी × सी३; ९ घो × सी३ ने प्याद्याला पुढावा मिळतो.

कधी कधी पुढीलप्रमाणे चालीप्रणाली होतात. ५ उं × सी६+, बी × सी६; ६ डी४ याला काळ्याने ६..., एफ६ ची चाल करून ई५ च्या प्याद्याला केंद्रात घुसण्यास वाव मिळतो.

**५... उं डी७, ६ डी४, घो एफ६** (येथे आणखी एक योजना आखता येते की, जेणेकरून जी ८ मधल्या घोडाला ई७ मध्ये आणून पुढे त्याला जी ६ मध्ये नेणे. उदा. ६... घो जी ई७, ७ उं बी ३!, एच ६ (कारण उं जी५ चा धाक संभवतो) ८ ०-०, घो जी६, ९ उं ई३, उं ई७, १० घो बी डी २, ०-० ने पांढऱ्याला विस्तारित क्षेत्र, तर काळ्याला स्थिर स्थिती प्राप्त होते.

**७०-०, उं ई७** (पुढीलप्रमाणे चाली करण्याची शक्यता आहे. ७..., घो × ई४, ८ह ई१, घो एफ६, ९ उं × सी६, उं × सी६, १० डी × ई५, डी × ई५, ११ व × डी८ +, ह × डी८, १२ घो × ई५, उं ई४, १३ घो डी२, उं ई७, १४ घो × ई४,ए १५ उं एच६, जी × एच६ १६ ह × ई४, ०-०, १७ घो × सी६, बी × सी६, १८ ह × ई७, ह डी२, १९ ह × सी७, ह एफ डी८! पाठोपाठ २०... ह × बी२ ची चाल करून डावाचा समातोल साधता येतो.

**८ घो बी डी २, ०-०, ९ ह ई१, उं ई८ दुसरी चाली प्रणाली म्हणजे** ९... ई × डी४, १० सी × डी४, घो बी४. काही वर्षांमध्ये खेळलेल्या डावांमध्ये ११ उं × डी७, व × डी७, १२ घो एफ १, सी५, १३ ए३, घो सी६, १४

डी५, घो ई५ १५, घो जी ३ ने पांढऱ्याचा डाव वरचढ होतो.

**१० घो एफ१, घो डी७, ११ घो जी३, एफ ६** (एके काळी अलेखाईनने हा उपप्रकार योजला होता. काळ्याची स्थिती काहीशी आवळल्यागत होते.)

**तीन - खुला उपप्रकार**

**३... एद, ४ उं ए४, घो एफ ६, ५ ०-०, घो × ई४** (हा एक धारदार उपप्रकार आहे. उघड्यावर पडलेल्या काळ्या राजाच्या स्थितीचा फायदा घेताना, पांढरा आणखीन एका प्याद्याचा सहज लाभ मिळवतो; तेव्हा काळा अगदी काटेकोरपणे खेळून डावाचा समतोल राखतो.)

**६ डी४** (येथे जर ६ ह ई१, घो सी५, ७ घो × ई५, उं ई७, ८ घो सी ३,०-०, ९ उं × सी६. डी × सी ६ मग काळ्याला चांगली स्थिती लाभते.

**६..., बी५** (पुढील चाली प्रणालीत ६... ई × डी४ (याला रिंगा उपप्रकार म्हणतात.) ७ ह ई१, डी५; ८ घो डी४ (ही चाल काळ्याला धोकादायक आहे.) ८... उं. डी६; ९ घो सी ६ उं एच २+ देऊन शह सातत्यासाठी प्रयत्न केल्यास त्याचे खंडन १० रा एच१ (परंतु १० रा × एच२ व एच ४+ ने शहसातत्याला वाव मिळतो.), १०..., व एच४ ११. उं. जी५ व × जी५, १२. व × डी५! व × डी५, १३. घो बी४+ आणि पांढरा वस्तुनिष्ठ लाभ राखू शकतो. परंतु नुकतेच शोधण्यात आले की १३..., रा डी८!

१४. घो × डी५, उं ई५! किंवा १४..., घो सी५ ने काळ्याला सहज लाभ मिळतो. तेव्हा रिगा उपप्रकाराची चाली प्रणाली अद्यापही वापरात आहे.

११ ह × ई४+, डी × ई४, १२ व डी८+, व × डी८ १३ घो × डी८+ रा × डी८ १४ रा एच २, ने पांढऱ्याला थोडासा लाभ मिळतो.

**७ उं बी३, डी५; १४ डी × ई५, उं ई६; ९ सी३,** (येथे केरेसच्या ९ व ई२ चालीला काळा ९..., उं सी५ १०. उं ई३, व ई७ ११ ह डी१, ह डी८ अशा तऱ्हेने उत्तरदायी चाली करतो.)

**९..., उं ई७** (येथे ९..., उं सी५ ने एकमेकांच्या स्थितीत धारदार बदल होतो)

**१० घो डी२, ०-०** (ही गुंतागुंतीची स्थिती पांढऱ्याला थोडीशी लाभदायक ठरते. यापुढे सर्वोत्कृष्ट चाली प्रणाली म्हणजे ११ उं सी२ किंवा ११ व ई२, याने काळ्याला घोड्याची अदलाबदल करण्यास भाग पाडता येते अथवा सी५ मध्ये माघार घेण्याची सक्ती करता येते.

**चिगोरिनचा शक्तिशाली बिंदू : ३..., ए६, ४ उं ए४, घो एफ६,** ५ ०-० (ई४ मधील प्याद्यावर काळा हल्ला चढवतो, तेव्हा पांढरा ५ घो सी३ किंवा

५ डी३ अशा चाली करून ई४ च्या प्याद्याला जोर करू शकतो. तथापि या चालींमुळे सी३ नंतर डी४ च्या चाली केंद्रात करण्याच्या पांढऱ्याच्या बेताला खीळ बसते. पांढरा हत्तीने प्याद्याला जोर करू इच्छितो व नंतर त्याची पूर्वयोजना अमलात आणतो.

**५..., उं ई७, ६ ह ई१, बी५ ७ उं बी३, ०-०९, ८ सी३, डी६,** हा आमिषाचा उपप्रकार सर्वप्रथम अमेरिकेच्या फ्रँक मार्शलने योजला होता. त्याचा विकास सोव्हिएत रशियाच्या खेळाडूंनी केला याची नोंद घ्यावी. जर ८... डी५, ९ई × डी५, घो × डी५, १० घो × ई५, घो × ई५, ११ ह × ई५ सी६ (कॅपाब्लांका विरुद्ध खेळतानाच्या डावात मार्शलने घो एफ६ ची चाल केली; परंतु त्यानंतरच या जोरदार चालींचा शोध लागला.) १२ डी४, उं डी६ १३ ह ई१ व एच ४, १४ जी३ व एच३ बलिदानाने दिलेल्या प्याद्याच्या बदल्यात काळ्याला हल्ला करण्याची संधी मिळते, तेव्हा पांढऱ्याने याला सर्वोत्तम उत्तरदायी १५ व डी३ ची चाल करणे श्रेयस्कर ठरते, कारण वजीर एफ१ मध्ये नेऊन राजाच्या बाजूचा बचाव करतो.)

**९ एच३,** (येथे जर लगेच ९ डी ४ ची चाल केली, तर मग ९..., उं जी४ व पुढे १०..., उं × एफ३ चा धाक देता येतो) १० डी५, घो ए५, ११ उं सी२, सी६! १२ डी × सी६, घो × सी६, १३ घो बी डी२ बी४! ने काळा प्रतिडाव करतो.)

**९..., घो ए५,** (येथे ९..., घो बी८ ची चालही करतात. याचा हेतू हा की, जर १० डी४ मग १०..., घो बी डी७) असा विकास सोव्हिएत खेळाडू जी बोरिसिंको व एस. फरमन यांनी केला.)

**१० उं सी२, सी५, ११ डी४,** (कधी कधी येथे डी ३ ची चाल करतात. हेतू हा की, वजिराच्या बाजूकडील डाववाढ पुरे करून, डी४ मध्ये प्यादे चालवणे, हा होय.)

**११..., व सी७, घो डी२,** यातूनच चिगोरिनचा शक्तिशाली बिंदू दाखविणारी मुख्य स्थिती उद्भवते.

मॉस्को (१९६७) येथील आंतरराष्ट्रीय स्पर्धेतील पुढे दिलेला डाव पाहा : (पांढरी) गेलर (काळी) पोर्टीश **१ ई४, घो एफ३, घो सी६, ३ उं बी५, ए६; ४उं ए४, घो एफ६, ५ ०-०, उं ई७, ६ ह ई१, बी५ ७ उं बी३, डी६, ८ सी ३, ०-०, ९एच३, ए६,** अशी ही चिगोरिनच्या शक्तिशाली बिंदूमधील स्मायस्लावची चाली प्रणाली आहे. पांढरा घोडा जी५ च्या घरात जाण्याला काळा मज्जाव करतो आणि ई८ च्या घरात आपला हत्ती नेण्याची संधी साधतो.

**१० डी४,ह ई८, ११ घो बी डी२, उं एफ८, १२ घो एफ १, उं बी७**

(काळा, ई५ च्या प्याद्याचे संरक्षण तर करतोच त्याशिवाय पांढऱ्याच्या ई४च्या प्याद्यावर दबावही आणतो.)

**१३ घो जी३, व डी७** (येथे सहसा १३... घो ए५; १४ उं सी२, सी५: अशा चाली करून पांढऱ्याला केंद्रातील त्याच्या परिस्थितीचा आवाका घेण्याचे आवाहन केले आहे. येथे पोर्टीशने नवी चाल रचली खरी; परंतु ती सदोष असल्याचे प्रत्ययास आले आहे.)

**१४ डी × ई५, डी × ई५; १५ घो एच!** (काळ्या वजिराच्या संभ्रमावस्थेचा लाभ पांढरा घेतो. आता पुढे जर १५..., व × डी१: १६ घो × एफ६+, जी एफ६ १७उं × डी१ काळ्याची स्थिती अत्यंत वाईट होते. कारण त्याच्या राजाच्या बाजूकडील प्यादी विखुरली जातात आणि एफ५ च्या घरात पांढरा घोडा मोर्चा बांधण्याचा धाक देतो), असे हे सारे टाळण्याचा प्रयत्न करताना, काळा आणखी वाईट दारुण परिस्थिती ओढवून घेतो.

**१५..., व ई७; १६ घो एच४, घो × एच५: १७व × एच५, घो ए५?** (याने काळ्याचा डाव एकदम कोसळतो, येथे काळ्याने पांढऱ्याची उत्तरदायी चाल लक्षातच घेतली नाही. त्याने एफ७ च्या प्याद्याला जोर करणारी १७..., घो डी८ ची आधारभूत खेळी करून डाव लांबवावयास हवा होता.)

**१८ उं जी५!!** (आता उंट काळ्या वजिरानेही मारता येणार नाही. कारण, १९ व × एफ७+, रा एच७; २० व जी ८ मात किंवा उंटाला प्याद्यानेही मारता येत नाही. कारण १९ घो जी६ नंतर पुढच्याच चालीत मात होते. तेव्हा काळ्या वजिराला सक्तीने माघार घेणे भाग पडते; पण तरीही त्याला एफ७ च्या प्याद्याचे रक्षण करणे भाग पडते.

**१८..., व डी७, १९ ह डी१, उं डी६** (एफ८ चे घर काळ्या उंटाला सोडणे भाग पडते आणि मग पांढरा ए६ मध्ये त्याच्या उंटाचे बलिदान करून जिंकतो.)

**२० उ × एच६, जी × एच६, २१ व जी६+, रा एफ८, २२ व एफ६ रा जी८,** (नाहीतर मग २३ घो जी६+ देऊन पुढील चालीत मात करतो.)

**२३ ह ई३** काळा डावाचा राजीनामा देतो. येथे जर २३... रा एच७ मग पांढरा २४ घो एफ५ ने जिंकतो.

'रुय लोपेझ'च्या डाव सुरुवातीला ---- विश्वविजेता अनातोली कार्पोव म्हणतो की, श्रेष्ठ बुद्धिबळपटू कॅपाब्लांकाच्या मते पटावरील स्थिती नीट रीतीने समजावून घेण्याचा परीस म्हणजे 'रुय लोपेझ' होय. काळ्याच्या कुतरओढीला अनुलक्षून तारता कोव्हरने या प्रकाराला 'स्पॅनिशची पिळवणूक' असे समर्पक नाव दिले. पुढे कार्पोव म्हणतो की, मी दक्षतेने बुद्धिबळ खेळावयास शिकल्यापासून ही रुय

लोपेझची डावसुरुवात काळ्याने वा पांढऱ्याने खेळताना मला आधारभूत वाटत असे. मी काळी दले घेऊन खेळताना जे दोन डाव जिंकलेत, त्यामध्ये ही डावसुरुवात म्हणजे पांढरी दले घेऊन खेळणाऱ्याची 'स्पॅनिश पिळवणूक'च ठरली. (वरील उतारा विश्वविजेत्या अनातोली कार्पोवचा. लेख-सोव्हिएत चेस साप्ताहिक (नं. ४७-१९७६) मधला आहे.)

याला अनुसरून कार्पोवने जिंकलेला एक डाव पुढे दिला आहे.

◆

 ## ११. आदिपर्व रुय लोपेझ

मनिला येथे १९७६ मध्ये (पांढरी) लुबजेविक वि. (काळी) कार्पोव यांच्यामधील डाव पुढे दिला आहे. त्यामधील पर्यायी चाली टिपा, सूचना कार्पोव यांच्या आहेत.

१ ई४, ई५, २ घो एफ३, घो सी ६, ३ उं बी५, ए६, ४ उं, ए ४, घो एफ ६, ५ ०-०, उं सी ७, ६ हई १, बी ५, ७ उं बी ३, डी ६, ८ सी ३, ०-०, ९ एच ३, घो बी ८, १० डी ४, घो बी डी ७, ११घो बी डी २, उं बी ७, १२ उं सी २, हई ८, १३ बी ४, उं एफ ८ १४ ए ४

या रुय लोपेझ या पहिल्या १०-१५ खेळ्यांवर इतक्या टीप-सूचना दिल्या गेल्या आहेत की, त्यावर पुन्हा सविस्तरपणे टीपा-सूचना मी मुद्दाम दिल्या नाहीत. ही एक सर्वांत अशी डावाची सुरुवात आहे की, अजूनही खेळताना ती डावात वापरली जाते, तरीही तिची आकर्षकता अद्यापही टिकून आहे. त्यामधील बऱ्याच उपप्रकारांचा जरी सखोल अभ्यास करण्यात आला असला तरीही, त्यामधील काहींचा अभ्यास अजूनही परिश्रमपूर्वक करून त्यांची व्यावहारिक उपयुक्तता तपासून घेणे आवश्यक आहे. परंतु येथे एक गोष्ट सांगावीशी वाटते की, काही खेळाडूंच्या मते आतापर्यंत अनेक डावांमधून या रुय लोपेझच्या उपप्रकारांचा इतका गाढा अभ्यास केला गेला आहे की, त्यात अजूनही काही नावीन्य उरले असेल, असे त्यांना वाटत नाही. पण ही त्यांची समजूत चुकीची आहे. याहूनही बाधक म्हणजे, ज्या खेळाडूंनी पुस्तकात दिलेले रुय लोपेझचे उपप्रकार वाचून, त्यांचे मनन करून त्यांना आत्मसात केले आहे, असे खेळाडू स्पर्धांमधील डावामध्ये त्यांचा उपयोग यशस्वी रीतीने करू शकतील, अशी त्यांची भाबडी समजूत चुकीची ठरते.

लुपजेविकने - स्पास्की वि. फिशर यांच्या १९७२ मध्ये विश्वविजेतेपदाच्या सामन्यातील १० व्या डावातील चाली-प्रणालींचा वापर करण्याच्या प्रघाताला अनुसरून त्यांचा वापर आता देत असलेल्या डावामध्ये केला आहे.

१४..., घो बी६ : (वर उल्लेख केलेल्या दहाव्या डावामधील चालींप्रमाणेच हीही चाल केलेली आहे. माझी अशी समजूत झाली होती की, १४..., ए५ ही

जास्ती जोरदार चाल आहे. परंतु यामुळे पांढऱ्याच्या खेळाला पुढील खेळींतून जास्त बळकटी येते, असा उलगडा झाला. उदा. - १५ बी ×ए५, ह × ए५, १६ ह बी १, उं ए६, १७ ए × बी५ आणि पाठोपाठ १८ उं बी ३ अशा पांढऱ्याच्या चालीनंतर उद्‌भवणाऱ्या स्थितीचा बचाव करण्याची आवश्यकता काळ्याला उरत नाही.)

**१५ ए५, घो बी डी७, १७ उं बी २, ह बी ८**

(फिशर विरुद्धच्या डावामध्ये स्पास्की १६..., व बी ८ ही चाल खेळला होता. या डावानंतर लगेच त्याने त्या जोरदार चालीचा अवलंब केला. या चालीचा शोध त्याने स्वतःच लावला. तोही १९७३ च्या ॲमस्टरडॅम येथे प्लॅनिक याच्याविरुद्धचा डाव खेळताना स्पास्कीने ही चाल शोधली. ही १६..., व बी ८ व १६..., ह बी८ या चाली प्रणालीचा रोख पांढऱ्याने केंद्रात भगदाड पाडण्यावर आहे. मग सी४ मध्ये उत्कृष्टपणे त्याचा उपयोग करण्याची संधी त्याला लाभते.)

**१७ व बी१ :** (ही एक नवी चाल आहे. त्यामागची कल्पना अशी आहे की, पुढे ए २-जी ८ या कर्णावर मारा जारी करता येतो. येथे सर्वसाधारणपणे १७ ह बी १ ची चाल करतात.)

**१७..., घो एच५!?:** (काळ्या वजिराचा कर्णमार्ग मोकळा होतो. त्यामुळे एच५ घरावर अप्रत्यक्षपणे मारा करता येतो. येथे कल्पना अशी आहे की, डावपेचाच्या हेतूला पूरक अशा एफ ४ च्या घरात घोड्याचा मोर्चा उभारता येतो. तसेच काळा सी५ ची चाल करून केंद्रामध्ये प्रतिटोला हाणण्याची पूर्वतयारीही करतो. परंतु त्याने आताच जर १७..., सी५ ची चाल केल्यास पांढरा १८ बी × सी५, डी × सी५, १६ डी × ई५, घो × ई ५, २० घो × ई५, ह × ई५ २१ सी ४ने पांढऱ्याला सरळ लाभ मिळतो.)

**१८ सी ४ :** (लुबजेविक डावामध्ये पुढावा मिळविण्याची शिकस्त करतो; परंतु त्याला कठीण प्रसंगांना तोंड देणे भाग पडते. बी पट्टीत वजीर विरुद्ध हत्ती अशा त्रासदायक स्थितीत तो अडकलेला आहे आणि कार्यक्षम खेळी केल्यास ती पांढऱ्याला लाभदायक ठरते. येथे धीमी चाल म्हणजे १८ घो एफ१ ही होय. तरीही काळा न घाबरता १८..., सी५ ची चाल करतो मग १९ बी × सी५, डी × सी ५, २० डी × ई५ (किंवा २० घो × ई५, घो × ई५; २१ डी × ई५ सी (४) मग २०..., सी ४ आणि पाठोपाठ २१..., घो × ई५ )

**१८..., बी × सी ४, ११ घो × सी४ :** (येथे १९ डी × ई५, डी × ई ५ च्या मारामारीनंतर बी४ च्या प्याद्यावर मारा जारी होतो.)

**१९..., ई × डी ४ :** (हे ठीक आहे, कारण आताच काळ्याला प्रतिडाव करण्याची घाई नाही)

**२० उं × डी ४ :** या चालीनंतर उद्‌भवणारी स्थिती उद्‌बोधक आणि अभ्यासनीय आहे. येथे जर २० घो × डी४ तर मग २०... घो ई५! २१ उं बी ३ ने काळ्या घोड्याच्या घुसखोरीला वाव मिळतो. (आणि तो निर्भय होतो. २१ घो × ई ५, डी × ई५ आणि पुढे २२..., उं बी ४)

२१..., घो एफ ४ ने बरेच धाक देता येतात. आता या उपप्रकारामध्ये जर २१ घो डी २ ची चाल केली तर मग २१..., उं सी८! मग पुढे सरळ २२... ह × बी४ किंवा २२..., उं × एच ३ चा छुपा मारा करता येतो.)

**२०..., सी५ २१ उं ई ३** (येथे २१ बी × सी५ ची आत्मघातकी चाल केल्यास काळा २१..., उं × ई४ चे प्यादे फुकटात गारद करतो. आणि जर २१ उं सी ३ मग २१..., उं सी ६ ची चाल ठीक नाही. परंतु येथे लुबजेविकने आकर्षक योजना आखली खरी, तथापि त्याला सुसंघटित माऱ्याच्या प्रतिडावाला तोंड द्यावे लागते.)

**२१..., सी × बी ४ :** (येथे काळ्याने जर २१... उं सी ६ ची कंटाळवाणी चाल केली तर मग पांढरा वजीर शांतपणे २२ व डी १ ची चाल करून बी पट्टीतून सहज बाहेर पडतो.)

**२२ घो बी ६, घो एच एफ ६ :** (घोडा वेळेवर माघारी घेतला आहे. दिसायला ही चाल साधी वाटते खरी; परंतु ती कशासाठी केली असावी हे शोधणे कठीण आहे. मी खूप खोलवर विचार केला आणि येथे माघार घेणे हा एक उपयुक्त उपाय ठरतो.)

**२३ व × बी ४ :** (धोकादायक? परंतु येथे दुसरा इलाज काय? कारण काळ्याचे एक जादा प्यादे राहते ना?)

**२३..., डी ५:** (येथे २३... उं × ई४ ने काळ्याला छोटासा वस्तुनिष्ठ लाभ मिळतो खरा; परंतु त्या बदल्यात थोड्याशा स्थितीवाचक लाभाला वंचित व्हावे लागते.)

**२४ व बी ३, डी × ई ४ २५ घो जी ५ :** (अशा प्रकारची चाली प्रणाली निवडण्याची योजना लुबजेविकने बऱ्याच पुढच्या चालींचा विचार करूनच आखली असावी; परंतु मीही त्या पुढचाही विचार केला होता.)

**२५..., उं डी ५, २६ व ए ४ घो × बी६ (नाही तर जादा प्यादे राखून ठेवता येत नाही. उदा. जर २६..., ए६, २७ घो × डी ५, घो × डी ५, २८ घो × ई ४, ह बी ४, २९ व ए २ (पुढील चाली प्रणालीतून पांढरा वजीर कसा चमत्कारिक रीतीने सापळ्यात अडकतो ते पाहा. जर २९ व सी ६, घो बी ८! ३० व ए८, घो, सी७, ३१ व ए ७, घो सी६!**

**२७ उं × बी ६ :** या चालीनंतरची स्थिती आकृती क्र. ११० मध्ये

दाखविली आहे ती पाहा. (येथे जर २७ ए × बी ६ मग पांढरा घोडा २७..., एच ६ मुळे गारद करता येतो.)

**२७..., व ई७! (पांढऱ्याला आश्चर्याचा धक्का देणारी चाल आहे. कारण काळा वजीर ई पट्टीत असणाऱ्या पांढऱ्या हत्तीच्या पट्टीत स्वतःहून येतो खरा; परंतु त्याचा पूर्णपणे मी विचार केला होता. कारण या परिस्थितीचा उपयोग पांढरा करू शकत नाही!)**

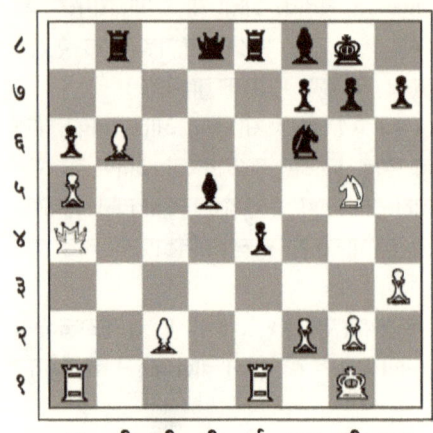

**आकृती क्र. : ११०**

**२८ एफ ३ :** (काळ्या वजिराला ईरेस धरण्याचा लाभ पांढऱ्याला करून घेता येत नाही. जर २८ उं × ई ४, उं × ई४, २९ घो × ई ४, घो × ई४, ३० एफ३, ह × बी ६! ३१ ए × बी६, व सी ५ + ३२ रा एच १; घो एफ २ + ३३ रा एच २, ह बी ८.

**२८..., ह × बी६!** (हे काही बलिदान नव्हे. लुबजेविकच्या लक्षात ही बाब आली नाही, हे चूक आहे. परंतु याच्याहूनही पुढे काय होणार आहे, हे त्याच्या लक्षात आले नाही.)

**२१ ए × बी६, व सी५ + ३० रा एच१, उं सी६!** (हा फारसा गुंतागुंतीचा दुहेरी मारा नाही; परंतु अत्यंत परिणामकारक मात्र आहे. एकीकडे वजिरावर मर्मघातक हल्ला आहे, तर जी५ चा बिनजोर घोडा गर्भगळित झाला आहे)

**३१ व ए५, ई × एफ३** (येथे पांढऱ्याने त्याच्या प्राथमिक चाली गणतीत काळ्याच्या अशा प्रकारच्या चालीचा विचार केला नसल्याने, त्याला आश्चर्याचा धक्का बसतो. येथे वजिरावजिरी करण्याचा प्रश्नच नाही. कारण उघड आहे. येथे कशा मनोरंजकपणे मात करता येते ते मी दाखवतो ३२ व × सी५ ह × ई१ ३३ व जी१ (जर ३३ ह × ई१, एफ × जी२ + ३२ रा एच२, उं × सी५ ने सहज काळा जिंकतो) ३३..., एफ × जी२ + ३४ रा एच२, उं डी ६ मात होते.

**३२ घो × एफ३, व × सी२, ३३ व × ए६** (येथे जर (३३ ह ए सी१, व ई ४) ३३..., ह × ई१ +, ३४ व × ई१, व ए४ ने लढा वाढतो एवढेच)

**३३..., उं × एफ ३ ३४ जी × एफ३, ह × ई१ + ३५ह × ई१, घो एच५!** येथे सरळ धाक दिसून येतो - ३६..., घो जी३+ आणि पुढे ३७..., उं सी५ + आणि पांढरा वजिराला बचावासाठी ई२, एफ१ मार्गे माघार घेण्यास जी३ मधला घोडा मना करतो. येथे पुढीलप्रमाणे चाली करणे चुकीचे आहे--

३५..., एफ२ ३६ह एफ१, व जी३ ३७ व सी८!, घो डी५; ३८ बी७, घो ई३ ३९ह जी१, व एफ३+ ४० रा एच२, व एफ२+ ४१ रा एच१ ने फक्त बरोबरी होते.

**३६ ह ई८,** (येथे जर ३६ ह जी१ मग काळा ३६..., व सी६ ने जिंकतो. त्याच वेळी बी६ चे प्यादे ईरीस धरलेले आहे आणि एफ३ च्या प्याद्यांवर मारा जारी आहे.

**काळा ३६..., व एफ२** ची वरचढ चाल करतो व पांढऱ्या राजाला एच१ मध्ये डांबून ठेवतो, तेव्हा पिछाडीहून पांढऱ्याच्या पुढीलप्रमाणे होणाऱ्या सक्तीच्या शह ससेमिऱ्यास काळ्याला तोंड द्यावे लागते.

**३७ ह × एफ ८+, रा × एफ ८ ३८ व ए३ +, रा ई८ ३९ व ए४+, रा ई७, ४० व बी४+, रा एफ६, ४१ व डी६+, रा जी५; ४२ व ई५+**

(आणि आता जर का काळ्याने ४२..., रा एच४ ची चाल केली तर मग पांढरा ४३ व ई४ + रा × एच३, तेव्हा पांढरा ४४ व जी४ मात करतो) आणि कार्पोवने त्याच्या २८व्या २८..., ह बी६ या चालीच्या वेळेस वरीलप्रमाणे होणाऱ्या सर्व संभाव्य चालींचा चित्रपट मनःपटलावर पारखूनच पुढीलप्रमाणे नेमका तोडगाही शोधून ठेवला होता. तो म्हणजे) **४२..., रा एच ६ ही निर्णायक चाल होय.** तेव्हा पांढरा डावाचा राजीनाम देतो. कारण पांढरा जास्तीत जास्त ४३... व डी ६+ ची चाल करून शह देतो तेव्हा काळा ४३..., एफ ६ चे प्यादे पुढे सारून काळ्या राजाची शह ससेमिऱ्यातून सुटका करतो. तेव्हा पांढऱ्याला बी६ च्या प्याद्याला जोर देत काळ्याच्या... घो जी३ शह मातच्या माऱ्याला एकाच वेळी तोंड देता येत नाही, तेव्हा त्याला राजीनामा देण्यावाचून गत्यंतर उरत नाही.

रुय लोपेझ या डाव सुरुवातीच्या चालीचा आणखी एक आकर्षक डाव पुढे दिला आहे. हा डाव १९६७ मध्ये लेनिनगार्ड येथे (पांढरी) अरसेनिव वि. (काळी) झुकोवस्की यांच्यामध्ये झाला.

**१ ई४, ई५; २ घो एफ३, घो सी६; ३ उं बी५, ए६: ४ उं ए४, घो एफ६; ५ ०-०, घो × ई४; ६ डी ४, बी ५, ७ उं बी ३, डी ५; ८ डी × ई५, उं ई६; ९ सी३, उं ई७; १० घो बी डी २, ०-०; ११ उं सी २, एफ५.**

(येथे पुढीलप्रमाणे चाली केल्यास ११..., घो × डी २, १२ व × डी २,

एफ ६; १३ ई × एफ६, उं × एफ ६; १४ घो जी ५, उं × जी ५; १५ व × जी ५ व × जी५; १६ उं × जी ५ ने काळ्याला प्रतिकूल डावशेवटास तोंड द्यावे लागते.)

**१२ ई × एफ६, (वा.मा.) घो × एफ ६; १३ घो बी ३.** (जर १३ घो जी५, मग काळा १३..., उं जी ४,१४ एफ ३, उं डी ७; १५ ह ई १ व सी ८ने काळ्याला थोडीशी उत्तम स्थिती मिळू शकते.)

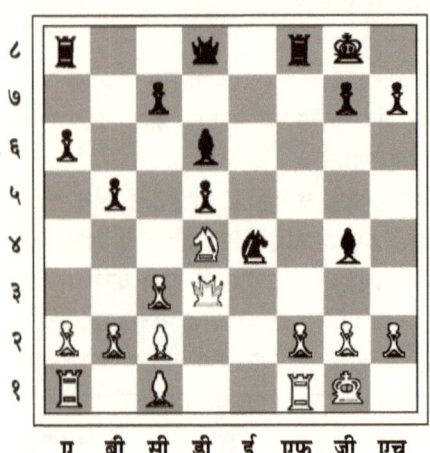

**१३... उं. जी ४; १४ व डी३, घो ई४** या चालीनंतरची स्थिती **आकृती क्र. १११** मध्ये दाखविली आहे ती पाहा. काळ्याच्या अशा चालींमुळे पांढऱ्याला कठीण समस्यांना तोंड द्यावे लागते. येथे जर १४..., उं एच५; मग १५ घो बी डी४, घो × डी४; उं जी ६; ने डाव समतोल होता.)

**आकृती क्र. : १११**

**१५ घो बी डी४, घो × डी४; १६ घो × डी ४, उं डी६. १७ घो × बी ५?** (वस्तुनिष्ठ लाभ मिळविण्याच्या लालसेने पांढरा चुकीचा मारा करतो. (१७..., ए × बी५; १८ व × डी५+, रा एच ८ १९ व × ई४) वस्तुतः पटावरील स्थिती पाहता, पांढऱ्याने याहून जास्ती समजूतदार धोरणाने खेळावयास हवे होते. येथे पुढील चाली वाईट आहेत. १७ घो सी ६ व एच ४; १८ व × डी ५ +, रा एच ८; १९ एच ३, ह × एफ २ मुळे काळ्याचा होणारा मारा पांढऱ्याला थोपविता येत नाही.

आणि जर १७ उं बी ३, मग काळा १७..., रा एच८! १८ उं × डी५, उं × एच२+ १९ रा एच २ व × डी५ ने स्पष्टपणे काळ्याचा लाभ होतो. येथे आवश्यक म्हणजे १७ एच ३ व एच ४; १८ घो × बी ५ घो × एफ २, १९ उं जी५!, घो × डी३ २० उं × एच४, ए × बी५, २१ उं × डी३, उं डी ७ ने डाव समतोल होतो. (असे १९४७ च्या मॉस्को येथील रॅगोझिन वि. रॅविन्स्को यांच्या डावातून दिसून आले होते.)

**१७..., उं × एच२ +; १८ रा × एच २ व एच४ + १९ रा जी १, ह एफ ५; २० उं बी ३** (येथे २० एफ ३ ची चाल नको. कारण मग काळा

२०..., ह एच५; २१ एफ × ई४ व एच २ +; २२ रा एफ २, ह एफ ८+ २३ रा ई १ व एच ४+२४ जी३, ह × एफ १ + २५ रा × एफ १ व एच १+; २६ रा एफ २, ह एच २; २७ रा ई ३ व जी १+ ने अंती काळा जिंकतो.)

**२०... रा एच८; २१ एफ३** (येथे जर २१ व × डी५ मग काळा २१..., ह × डी ५, २२ उं × डी५, ह एफ ८; २३ उं ई४, उं ई२ ने जिंकतो)

**२१..., ह एच ५; २२ एफ × ई ४ व एच २ + २३ रा एफ २, ह एफ८+; २४ उं एफ ४.** (येथे जर २४ रा ई १ मग काळा २४... व एच ४+; २५ रा डी२, ह एफ २+ ने अंती जिंकतो.

**२४... व × एफ ४ +; २४ रा ई१, ह एच१!!;** पांढरा डावाचा राजीनामा देतो. येथे २७ ह × एच१ अशक्य आहे. कारण मग काळा २७..., व एफ २ मात करतो.

या रुय लोपेझ डाव सुरुवातीवरचे आणखी काही उद्‌बोधक डाव सटीप पुढे दिले आहेत.

रेकजेविक (आइसलँड) येथे ऑक्टोबर १९८८ मध्ये पंधराव्या दर्जाची चषक स्पर्धा झाली. ही स्पर्धा विश्वविजेत्या गॅरी कास्पारोवने ११ गुण मिळवून जिंकली. या स्पर्धेत ग्रॅण्डमास्टर नन पोर्टीशविरुद्ध जिंकलेला एक रोमहर्षक डाव पुढे दिला आहे.

'रुय लोपेझ' चाली बदलामध्ये काळा..., ई × डी४ ची चाल करून केंद्र देऊ करतो. कारण त्याला राजाच्या बाजूकडून संभाव्य हल्ला चढवावयाचा असतो. परंतु जर का वजिराच्या बाजूकडील काळ्याची कार्यवाही पुरती जोमदार नसेल, तर मग पांढऱ्याच्या 'ई५' चालीने हल्लेखोर दलांना उत्तरोत्तर वाढीव परिणामकारक चालना मिळून प्रतिस्पर्ध्यांच्या दलांची दाणादाण उडविते, याचे प्रत्यंतर पुढील डावातून दिसून येईल. पुढील डावात पांढरा ई५ ची बलिदानी चाल करून तेथे काळ्या प्याद्याची स्थापना करतो आणि ई४ चे घर आपल्या पांढऱ्या घोड्यासाठी रिकामे करतो.

**(पांढरी) नन, (काळी) पोर्टीश : सुरुवात रुय लोपेझ उपप्रकाराने १ ई ४, ई५; २ घो एफ ३, घो सी ६; उं बी ५, ए ६; ४ उं ए ४, डी ६ (क) ५ उं × सी ६ शह, बी × सी ६; ६ डी ४, ई × डी ४ (ख); ७ व × डी ४, घो एफ ६; ८ ०-०, उं ई ७, ९ घो सी ३, ०-०, १० ह ई १, उं जी ४; ११ व डी ३, उं × एफ३; १२ व × एफ ३, घो डी७; १३ बी ३! उं एफ६; १४ उं बी २, ह ई ८, १५ ह ए डी १, ह ई ६? (ग) १६ व एच ३, व ई ८?; १७ एफ४! ह डी८ (घ) १८ व ई ३, घो बी६; १९ ई ५! डी × ई ५; २० एफ ५!, ह × डी १; २१ ह ×**

डी १, ह ई ७; २२ घो ई ४, ह डी ७; २३ घो × एफ ६ शह, जी × एफ ६; २४ ह ई १ व डी ८; २५ व ई ४! (च), घो डी ५; २६ व जी ४ शह, रा एच ८; २७ उं सी१, व एफ८, २८ सी ४, घो बी ४; २९ व एच ४ व डी ६; ३० व एच ५; ह डी ८; ३१ एच ३, सी ५; ३२ ह ई४! ह जी ८; ३३ व × एच ७ शह!! काळा राजीनामा देतो. (छ) (क) (ख) वगैरे पर्यायी चाली आणि टिप्पणी श्री. रामभाऊ सप्रे यांची, (क) स्टेन्नीझने ही चाल तहकूब केली होती. ५ डी ४, बी ५; उं बी ३ घो × डी ४, ७ घो × डी४ ई × डी४; ८ सी ३, उं बी ७; ९ व × डी ४ × घो एफ६; १, आणि ५ सी ४, उं जी ४, ६ एच ३ उं × एफ ३; ७ व × एफ ३, घो एफ ६; सी ५, उं ई ७; आणि ५ ०-०, उं जी ४; ६ एच ३, उं एच५!; ७ डी ४, बी ५ अशा आणखी काही मुख्य चाली आहेत; (ख) केंद्र देऊ केले आहे. सूत्रानुसार याचा जोरदार बचाव करण्याची शिफारस केली आहे. ६..., एफ ६ (ग) येथे... उं. ई ५!... व एफ ६..., घो सी ५ ने काळ्याला प्रतिडाव साधण्याची संधी मिळते. (घ) येथे १७..., उं × सी३, ८ उं × सी ३ ह × ई ४?? ने डी ७ चा घोडा मारला जातो. (च) जर २५..., ह × डी१?? मग २६ व जी ४ शहने काळा हरतो. (छ) जर ३३..., रा × एच ७; ३४ ह एच ४ शह, रा जी ७; ३५ उं एच ६ शह, रा एच ८; ३६ उं एफ ८ मात.

सत्ताविसावी राष्ट्रीय स्पर्धा कालिकत येथे १९८१ मध्ये झाली.

या स्पर्धेत राहुल शेट्टीने अटीतटीने जिंकलेला रोमहर्षक डाव पुढे दिला आहे.

**(पांढरी) रवी हेगडे (काळी) राहुल शेट्टी.**

सुरुवात रुय लोपेझने. १ ई ४, ई ५, २ घो एफ ३, घो सी ६; ३ उं बी ५, ए ६, ४ उं ए ४, घो एफ ६; डी ३!?, डी ६; (क) ६ सी ३, उं डी, ७ (ख) ७,. ०-०, जी ६; ८ घो बी डी२, उं जी ७; ९ ह ई १, ०-०, १० घो एफ १, बी ५; ११ उं बी ३!, (ग), घो ए ५, १२ उं सी२, सी५; १३ उं जी ५, एच ६; १४ उं डी २, घो सी ६, १५ घो जी३, ह बी८!, १६ एच ३, बी ४, १७ उं ई३?!, बी × सी ३; १८ बी × सी ३, व ए ५; १९ उं डी २, व सी ७; २० व सी १, रा एच ७; २१ ह बी १, उं ई ६! २२ डी ४? सी × डी४, २३ सी × डी ४ घो × डी ४; (घ) २४ घो × डी ४ ह × बी१!; (च) २५ व × बी१, ई × डी४, २६ उं डी ३, ह बी ८; २७ व डी १, ह बी२; २८ उं × ए६, व ए७, २९ उं सी१, ह × ए२; ३० उं डी३; घो डी७, ३१ उं बी १, ह ए५, ३२ रा एच२, डी५, ३३ उं डी२, ह बी५; ३४ ई × डी ५, उं × डी ५, ३५ ह

**ई ७, ह बी७, ३६ व एच५!' घो एफ ६!**

(या चालीनंतर येणारी स्थिती उद्‌बोधक अभ्यसनीय आणि स्फोटक आहे.)

**३७ उं × जी ६ शह!!, रा एच ८ (छ) ३८ उं × एच ६!?, ह × ई७, ३९ उं × जी ७ शह, रा × जी७, ४० घो एफ५ शह, रा जी८, ४१ उं एच ७ शह, घो × एच७, ४२ व जी ४ शह, रा एफ ८, ४३ व जी७ शह, रा ई८, ४४ व × एच७, व सी७, शह. ४५ घो जी३, (ज) व एफ४, ४६ व एच५, ह ई५, ४७ व एच ८ शह, रा डी७, ४८ व बी८, व × एफ२, ४९ व ए७ शह, रा सी६, ५० व ए ६शह, रा सी५, ५१ व ए ५ शह, रा सी४, ५२ व ए ४ शह, रा सी३, ५३ वं ए५ शह, रा सी२; ५४ व सी ५+ डी१, ५५ पांढरा राजीनामा देतो. (क) (ख) वगैरे पर्यायी चाली आणि टिप्पणी सर्वश्री एमेंझर जोसेफ आणि राहुल शेट्टी यांची (क) जर ५..., उं सी५; ६ सी ३, बी५, ७ उं सी२ (७ उं बी३, डी ६, ८ घो बी डी २, ०-० ९ ०-०, उं डी ७ ने समानता), डी५, ८ ई × डी५, घो × डी५, ९ एच ३, ०-०, १० ०-०, एच ६ ने समानता) (ख) जर ६..., जी ६, ७ ०-०, उं जी७, ८ ह ई१, ०-०, ९ घो बी डी२, उं डी७, १० डी४, उं ई ७ किंवा जर ७ घो बी डी२, ०-०, ८ घो एफ १, बी५, ९ उं बी ३, डी५, १० व ई२, डी × ई४; ११** डी × ई४, उं ई ६ ने समानता (ग) याहून सरस म्हणजे ११ उं सी २ होय. (घ) २३..., ई × डी४? २४ ई५! डी × **ई५, २५ घो × ई५? मग २६ उं जी ६ शहने वजीर मारता येतो. (च) जर २४..., ई × डी५? आणि जर २५..., घो × ई५** मग २६ उं जी ६ शहने वजीर मारता येतो. (छ) ही एकमेव चाल आहे. जर ३७..., एफ × **जी६?? ३८ व एच६ आणि व जी ७ मात (ज) एकमेव चाल होय.**

१९८५ सालची ग्रां. प्री. स्पर्धा वेस्ट वेल्स येथे झाली. या स्पर्धेतील स्पर्धकाने प्रयत्न करून अंतिम फेरीतील डावही जिंकणे आवश्यक असते. ब्रिटिशांचा नंबर एकचा खेळाडू ग्रॅ. मा. ननने असा १०० टक्के निकाली डाव नुकताच जिंकला आहे. या डावामधील स्थितीवाचक परिस्थितीतून डावपेचांचे आकस्मिक घाले घालून ननने विजयश्री खेचून आणली आहे. तो डाव पुढे दिला आहे.

**(पांढरी) जॉन नन, (काळी) हॉवर्ड विल्यम.**

**१ ई ४, ई ५; २ घो एफ ३, घो सी ६; ३ उं बी ५ ए ६; ४ उं ए४, डी ६; ५ उं × सी६ शह, बी × सी ६; ६ डी ४, एफ ६; ७ उं ई ३, उं ई६, ; ८ घो सी ३ घो ई ७; ९ व ई २, व बी८; १०, ०-०-०, व बी४; ११ ए ३, व बी७, १२ रा बी१, ह बी८; उं सी१, घो जी६;**

१४ डी ५, उं एफ७; १५ व सी ४, घो ई७; १६ ह एच ई१, जी६; १७ बी३, उं जी७; १८ डी × सी६; उं × सी४; १९ सी × बी७, उं ई६; २० घो डी५, ह × बी७; २१ रा ए२, रा एफ७; २२ ए४, ह एच बी८; २३ उं ए ३, उं एफ८; २४ एच ३, घो सी८; २५ ह ई२, उं एच ६; २६ ह डी ३ एफ५?; (क) २७ ई × एफ५, जी × एफ ५; २८ ह × ई ५, डी × ई५? (ख) २९, घो × ई ५ शह, रा जी ७ (ग) ३० ह जी ३ शह, रा एच ८; ३१ घो एफ७ शह, उं × एफ ७; ३२ उं बी २ शह, उं जी ७, ३३ उं × जी७ शह, रा जी ८, ३४ घो एफ ६ मात होते. (क) (ख) वगैरे पर्यायी चाली आणि टिप्पणी. डावामध्ये आतापर्यंतच्या लढ्यात पांढऱ्याचा केंद्रावरील ताबा, तर काळ्याचा बी पट्ट्यावरील हत्तीचा जोडमारा जारी होतो. (क) परंतु काळ्याने, २६..., एफ ५ च्या ऐवजी, २६..., सी६ ची चाल पसंत करणे श्रेयस्कर ठरते. आता नन, छुपा अचानक मारा कसा सिध्द करतो ते पाहा.

(ख) काळा मूलभूत मातच्या जाळ्यात फसतो. येथे काळ्याने सी६ ही सरस चाल केली असती तरी २९ ह × ई ६, रा × ई६; ३० घो डी ४ शह, रा × डी५; ३१ घो × एफ५, काटशह आणि मग घो × एच ६ ने पांढऱ्याला अनुकूलता लाभते. (ग) येथे काळ्याने जर २९..., रा ई ८ मग ३० घो एफ ६ शह मात होते; किंवा जर २९..., रा जी ८ ३० घो एफ ६ शह, रा जी७; ३१ घो एच ५ शह.

◆

# १२. राजाचे आमिष

**१ ई४, ई ५, २ एफ ४,** ही राजाच्या आमिषाची सुरुवात जुनी असली तरी मनोरंजन आणि उत्सुकता वाढविणारी आहे. यामध्ये पांढऱ्याचा हेतू असा आहे की, एफ ४ च्या प्याद्याचे (बलिदानी) आमिष देऊन काळ्याचे ई५ चे केंद्र प्यादे केंद्राबाहेर काढणे व ई४, डी४ मध्ये प्यादी - केंद्र प्रस्थापित करावयाचे. आणि काळ्याने जर का चुकीच्या पद्धतीने बचाव केला, तर मग पांढरा जोरदार हल्ला चढवू शकतो. यावर आता केलेल्या संशोधनानुसार, काळ्याने उत्कृष्ट बचाव करण्याच्या हेतूने डी५ ची चाल करून केंद्रात प्रतिटोला हाणणे हा होय; परंतु सध्या तुलनात्मकदृष्ट्या राजाच्या आमिषाने डावाची सुरुवात करणे हे क्वचितच दिसते.

राजाचे आमिष हे दोन भागांत विभागले आहे. जर काळ्याने प्याद्याच्या बलिदानाचा स्वीकार केला तर तो (१) राजाच्या आमिषाचा स्वीकार होतो आणि त्या आमिषाला नकार दिला तर तो (२) राजाच्या आमिषाला नकार होतो. असे दोन भाग पडतात. 'राजाच्या आमिषाचा स्वीकार'मध्ये आणखी पोटभेद आहेत. जर पांढऱ्याने ३ घो एफ ३ ची चाल केली, तर ते घोड्याचे आमिष होते आणि जर पांढऱ्याने ३ उं सी ४ ची चाल केली तर ते उंटाचे आमिष होते.

या आमिषाला नकार देताना काळा २..., उं सी ५ ची चाल करतो किंवा तो २..., डी५ ची चाल करून आपल्या प्याद्याचे आमिष देऊ करतो. (म्ह. प्रतिआमिष देतो)

## घोड्याचे आमिष

**१ ई ४, ई५; २ एफ ४, ई × एफ४, ३ घो एफ ३, डी ५!** पूर्वी बलिदानी आमिषाला नकार देताना ३... जी ५ ची चाल करीत असत. पुढे ४ उं सी ४, जी ४ नंतर बऱ्याच अडचणी वाढतात. दुसऱ्या बचाव पद्धतीमध्ये राजाच्या बाजूकडील मोहऱ्यांची त्वरित डाववाढ साधता येते. जर, ३..., उं ई ७, ४ उं सी ४, घो एफ ६! (परंतु येथे ४..., उं एच ४ + नको, कारण मग ५ रा एफ १! ची साधी उत्तरदायी चाल पांढरा करतो. तेव्हा एच४ या अयोग्य जागी आणलेल्या

उंटामुळे काळ्याच्या डाववाढीस अडथळा येतो.) ५ ई ५, घो जी ४, ६ ०-०, घो सी६, ७ डी४, डी ५, ८ ई × डी५ (वा. मा.), उं × डी ६, आणि काळ्याला चांगला डाव खेळता येतो.

**४ ई × डी५, घो एफ ६** (येथे ४..., व × डी५ ची चाल कमकुवत ठरते कारण मग ५ घो सी ३, व ई ६+, रा एफ २! आणि पुढे ७ उं बी ५ + आणि ८ ह ई १ ची दहशत देता येते.

**५ उं बी ५+** (येथे ५ सी ४ या पांढऱ्यांच्या चालीला काळा ५..., सी६ ने उत्तर देतो; मग ६ डी × सी६, घो × सी६, ७ डी४, उं बी४+, ८ घो सी३, ०-०, ने डाव समतोल होतो.)

**५..., सी६, ६ डी × सी६, बी × सी६, ७ उं सी४, घो डी५, (काळ्याची स्थिती चांगली समाधानकारक आहे.)**

**उंटाचे आमिष**

**१ ई४, ई५, २ एफ४, ई × एफ४, ३ उं सी४, डी५,** (येथे ३..., व एच४+ ही चाल खूप कमकुवत ठरते. जरी किल्लेकोटची चाल करण्याची पांढऱ्याची संधी हुकते खरी, तरी पुढे उदा. ४ रा. एफ१, जी५, ५ घो सी३, घो एफ६. ६ घो एफ३, नंतर काळ्या वजिराला सक्तीने माघार घ्यावी लागते आणि पांढऱ्याला केंद्रात लाभ मिळतो, तसेच त्याच्या मोहऱ्यांना डाववाढ साधता येते.)

**४ उं × डी५, घो एफ६! ५ घो सी३, उं बी ४, ६ घो जी ई२,** (येथे जर ६ घो एफ३ मग ६..., उं × सी३, ७ डी × सी३, सी६, ८ उं सी ४ व × डी१ + ९ रा × डी१, ०-०, १० उं × एफ४, घो × ई४, ११ ह ई१, नंतर डाव समतोल होतो.)

**६..., उं × सी३, ७ बी × सी३, घो × डी५, ८ ई × डी५, व ए४+, ९ रा एफ१, उं जी४,** (नंतर दोन्ही बाजूंना समान संधी मिळते. उदा. १० व ई१, व × ई१+, ११ रा × ई१, एफ३, १२ जी × एफ३, उं × एफ३, १३ ह जी१, उं × डी५, १४ ह × जी७, घो सी६, १५ घो एफ४ ०-०-०, १६ रा एफ२ अशा चाली होण्याची शक्यता आहे.)

**राजाच्या आमिषाला नकार**

**१ ई४, ई५, २ एफ४, उं सी५, ३ घो एफ३,** (येथे ३ एफ × ई५? ची चाल करणे चूक आहे. कारण मग ३..., व एच४+, ४ जी३, व × ई४+, ने हत्ती फुकटात मारता येतो.)

**३..., डी६, ४ उं सी४, घो सी६, ५ डी३, घो एफ६, ६ घो सी३, उं जी४** पांढऱ्याची स्थिती कार्याला चालना देणारी आहे. आता त्याने ७ घो ए४

ची चाल करणे इष्ट ठरते आणि त्रासदायक उंटावर मारा करता येतो.)

**फाल्कबीरचे प्रतिआमिष**

**१ ई४, ई५ २ एफ४, डी५ ३ ई × डी५, ई४** (ही एक सुंदर चाल आहे. यामुळे डाववाढीसाठी पांढऱ्याला घोडा एफ३ मध्ये आणण्यास मना करतो.)

**४ डी३, घो एफ६, ५ घो डी२** (येथे ब्रॉस्टीनने पुढील चालींची शिफारस केली आहे. ५ डी × ई४, घो × ई४, ६उं ई३, हे सारे जरी खरे असले तरी यातून खूप गुंतागुंत निर्माण होते. पुढे ६..., व एच ४+, ७ जी३, घो × जी३, घो एफ३)

**५..., ई × डी३, ६ उं × डी३, घो × डी५, ७ घो ई४, उं ई७** ने डाव समतोल होतो.

या डावसुरुवातीची प्रचिती पुढे दिलेल्या दोन डावांतून पाहा. पहिला डाव सेंट पिट्सबर्ग येथे (पां) चिगोरिन वि. (का) डायडॉव यांच्यामध्ये झाला.

**१ ई४, ई५, २ एफ४, ई + एफ४, ३ घो एफ३, जी५, ४ उं सी४, जी४,** ५ ०-०, चिगोरिनने घोड्याचे बलिदान देऊ केले आहे. याला मुझिओ - आमिष म्हणतात.

काळ्याला मिळू शकणाऱ्या संधीहून असा वस्तुनिष्ठ तोटा सोसूनही पांढरा संधी साधू शकतो. तो उत्कृष्टपणे डाववाढ करू शकतो आणि 'ई' व 'एफ' पट्टीवरून जोरदार मारा करू शकतो.

पूर्णपणे विश्लेषण करून त्यांचे प्रात्यक्षिक दाखविलेल्या पुढे दिलेल्या ५ ते १२ अखेरपर्यंतच्या चाली पांढऱ्याला व काळ्यालाही उत्कृष्ट आहेत.

**५..., जी × एफ३, ६ व × एफ३, व एफ ६, ७ ई५ व × ई५, ८ डी३, उं एच६, ९ घो सी३, घो ई ७, १० उं डी२, घो सी६, ११ ह ए ई१, व एफ५, १२ घो डी५, रा डी८, १३ उं सी३! १३ व ई२, व ई६ १४ व एफ३, व एफ५ चालीनंतर सक्तीने बरोबरी साधू शकतो.**

**१३..., ह ई८?** (ही चुकीची चाल आहे. या हत्तीवर पांढऱ्या घोड्याचा मारा जारी होतो. याहून सरस म्हणजे १३..., ह एफ ८ ही चाल होय. मग पांढरा १४, जी ४! व जी६, १५ एच४ अशा चाली रचून चढाई करू शकतो.

**१४ उं एफ६, उं जी५, १५ जी४!, व जी६, १६ उं × जी५, व × जी५, १७ एच; ४!, व × एच४, १८ व × एफ४, डी६. १९ घो एफ६!, घो ई५? या चालीनंतरची स्थिती!** (आकृती क्र. ११२ पाहा.)

**१९..., ह एफ८,** ही सरळ चाल आहे. आता पांढरा काळ्या घोड्यावर हत्तीचे बलिदान करून काळ्या राजाला पार उघड्यावर आणून त्यावर सक्तीने हल्ले

चढवून अंती मात करतो.

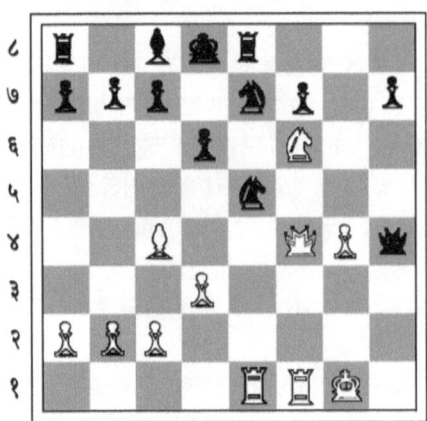

ए बी सी डी ई एफ जी एच

**आकृती क्र. : ११२**

**२० ह × ई५!, डी × ई५, २१ व × ई५, उं जी४, २२ व डी४+, रा सी८, २३ उं ई६+!, रा बी ८, ३४ घो डी७ +, रा सी ८, २५ घो सी५+ रा बी८ २६ घो ए६+!, बी × ए६, २७ व बी ४ मात करतो.**

दुसरा डाव १९५२ मध्ये मॉस्को येथे (पां) ब्रूस्टीन वि. बोटविनिक यांच्यामध्ये झाला तो पुढे दिला आहे.

**१ ई४, ई५, २ एफ ४, ई × एफ४, घो एफ३ डी५ (एक उत्कृष्ट बचावाची पद्धत आहे. आता जर का पांढऱ्याने ४ ई५ ची चाल केली, तर मग काळा ४... जी५!)**

**४ ई × डी५, घो एफ६! ५ उं बी ५+, सी६, ६ डी × सी६, बी × सी६ ७ उं सी ४, घो डी५! ८डी४, उं डी६, ९ ०-०, ०-०; १० घो सी३, घो × सी३** (येथे याहून समयोचित १०..., उं ई६)

**११ बी × सी३, उं जी४, १२ व डी३, घो डी७; १३ जी३?** (ही अयोग्य चाल आहे, यामुळे राजाची बाजू कमकुवत होते. येथे १३ उं डी२ सरस आहे.)

**१३..., घो बी६,** येथे जर १३..., एफ × जी३? मग १४ घो जी५! ने पांढरा अनिवार्य हल्ला चढवतो.

**१४ उं बी ३ सी५, १५ सी४?** (हा चूक आहे. यामुळे उंटाला डावामध्ये खेळावयास वाव मिळत नाही. येथे जर १५ डी × सी५ मग काळा १५..., उं × सी५+, १६ रा एच१, एफ × जी३ १७ घो जी५, व × डी३, १८ सी × डी३)

**१५..., व एफ६, १६ घो ई५,** (आता १६ सी३ चूक ठरते; कारण मग १६..., उं एफ५, १७ व डी१, एफ × जी३ वगैरे)

**१६..., उं × ई५, १७ डी × ई५ व × ई५; १८ उं × एफ४, व एच५ १९ ह एफ ई१, ह ई८, २० ए४, उं ई२!** (अंतिम हल्ल्याची ही सुरुवात आहे.

**२१ व सी३, घो डी७, २२ ए५, घो एफ६, २३ उं ए४, ह ई६, २४**

**रा जी२, घो ई४, ३५ व ए३, जी५!** (पांढरा डावाचा राजीनामा देतो. उंट माघारी घेतल्यावर काळा २६..., हा एच६, ची निर्णायक चाल करून अंती डाव जिंकतो.

◆

 **१३. फ्रेंच बचाव**

**१ ई४, ई६, २ डी४, डी५.** ही आहे फ्रेंच बचावाची सुरुवात. डावाची ही एक भरीव सुरुवात आहे. यामध्ये काळ्याची बहुधा प्रतिबंधक परंतु बळकट स्थिती उद्भवते. याच्या काही उपप्रकारांमध्ये सी८ मधल्या उंटाची (टाळे बंद) गळचेपीची उणीव होते खरी; परंतु दुसऱ्या बाजूचा विचार करता, सी५ च्या चालीने केंद्रात क्रियाशील प्रतिडावामुळे काळ्याला प्रतिसंधी प्राप्त होते. पांढऱ्याच्या ई४ मधल्या प्याद्यावरती मारा करता येतो. मग पांढरा, (एक) **३ ई × डी५ ने अदलाबदलीची चाल करतो किंवा (दोन) ३ ई५ ची चाल करून पुढे जातो, अथवा (तीन) ३ घो सी३ किंवा (चार) ३ घो डी२ ने ई४ च्या प्याद्याला जोर करतो. याप्रमाणे फ्रेंच बचावाचे मुख्य चार उपप्रकार आहेत.**

**(एक) अदलाबदलीचा प्रकार**

**३ ई × डी५, ई × डी५**

अदलाबदलीच्या या उपप्रकारामधून समसमान स्थिती प्राप्त होते. तेव्हा फायद्याच्या दृष्टीने आशा करणे दोन्ही बाजूंना कठीण जाते. **४ उं डी३, घो सी६, ५ सी३, उं डी६, ६ व एफ३, उं ई६, ७ उं ई२, वे डी७, ८ उं एफ४, घो ई७, ९ उं × डी६, १० व जी३, व × जी३, ने डाव समतोल होतो.**

**(दोन) ई४ - ई५ च्या चालीचा उपप्रकार ३ ई५ सी५! ४ सी३ व बी६!** (काळ्याच्या या चालीकडे खास लक्ष देणे आवश्यक आहे. वजिराच्या या चालीने, काळा डी४ प्याद्यावर दबाव आणतो, तसेच बी२ च्या प्याद्याचे लक्ष्य बनवतो. तशात पांढऱ्या वजिराच्या बाजूकडील मोहऱ्यांची उदा. सी१ मधल्या उंटाची व बी१ मधल्या घोड्याची डाववाढ रोखतो. तेव्हा डावाच्या सुरुवातीलाच एकदम असा वजीर बाहेर काढण्याची मोहीम समर्थनीय ठरते. तसेच बी६ मध्ये बाहेर काढलेल्या काळ्या वजिरावर पांढऱ्याला आता कशानेही हल्ला चढविता येत नाही.

**५ घो एफ३, घा सी६, ६ डी ४,** (येथे ६ बी३ ? ही चुकीची चाल आहे,

कारण ६..., सी × डी४, ७ सी × डी४, उं बी ४+, ८ उं डी२, घो × डी४, आता ६ एऽ३ ही चाल करण्याचा हेतू हा आहे, की पुढे तो ७ बी४ ची खेळी करून दबावापासून सुटका करून घेतो, तरीसुद्धा काळा त्याला अडथळा आणतो.

**६..., ए५; ७ उं डी३,** आपल्या मोहऱ्यांची डावबाढ साधताना पांढरा एक सापळा टाकतो. जर काळ्याने ७..., सी × डी४ ही चाल करून प्यादे गारद केले, की मग पांढरा ८ सी × डी४, घो × डी४? ९ घो × डी४ व डी४? तर मग पांढरा १० उंट बी५+ देऊन काळा वजीर मारतो.

**७..., उं डी७; ८ ०-०,** पुढावा मिळविण्यासाठी प्याद्याचे बलिदान देऊ केले आहे.

**८..., सी × डी४, ९ सी × डी४, घो × डी४, १० घो × डी४, व × डी४, ११ घो सी३, व बी६.** आता काळ्याने येथे ११..., व × ई५ ची चाल करून आणखी एक प्यादे गारद करणे म्हणजे धोक्याला आमंत्रण देणे होय. कारण मग पांढरा १२ ह ई१ व डी६, १३ घो बी५, ची जोरदार चढाईखोर चाल करतो.

**१२ व ई२,** बलिदानी प्याद्याच्या मोबदल्यात आता पांढऱ्याला पुढावा मिळतो.

**(तीन) निमझोविचचा उपप्रकार ३. घो सी३, उं बी ४** (येथे ३..., घो एफ ६ ची चालसुद्धा करता येते)

**४ई५, सी५, ५ ए३, उं × सी३+ ६ बी × सी३, घो ई७, ७ ए४, घो सी६, ८ घो एफ३, व ए५** या चालीनंतरची स्थिती.

(आ. क्र. ११३ पहा.)

यातून गुंतागुंतीची स्थिती उद्भवते. आता जर ९ उं डी२ मग काळा ९..., उं डी७ आणि ... ह ई८ च्या चाली करून वजिराच्या बाजूकडे प्रतिडाव करू शकतो.

**चार तराशचा उपप्रकार (३ घो डी२)**

**३घो डी२, सी५!**

या चालीमुळे काळ्याचे जरी सुटे प्यादे पुढे उद्भवले तरी

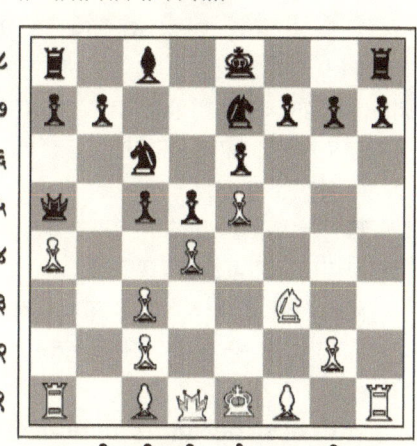

ए बी सी डी ई एफ जी एच

आकृती क्र. : ११३

सुद्धा त्याची ही एक सर्वोत्कृष्ट चाल आहे. कारण, यामुळे स्थितीला सोपे स्वरूप देता येते, तसेच त्याला त्याच्या मोहऱ्यांची डाववाढ साधणे सुलभ होते. आता येथे पुढीलप्रमाणे चाली करता येतात. ३..., घो एफ६, ४ ई५, घो एफ डी७, एफ४, किंवा ३... घो सी६, ४ घो जी एफ३, घो एफ६, ५ ई५, घो डी७, ६ उं बी५ यातून गुंतागुंत वाढून काळ्याची स्थिती प्रतिबंधक होते.

**४ ई × डी५, ई × डी५.** येथे जर ४... व डी × डी५ मग हा अकाली बाहेर काढलेला काळा वजीर कसा गारद केला जातो, हे पुढे दिलेल्या डावातून पाहा.

### ५घो एफ३, घो एफ६.

येथे ५..., घो सी ६ ची चाल खेळतात; परंतु ६ उं बी ५ नंतर काळ्याला बचाव साधणे खूपच जिकिरीचे जाते. उदा. ६..., उं डी६, ९ ०-०, घो जी ई७, ८ डी × सी५, उं × सी५, ९ घो बी३, उं बी ६ १० उं ई ३! उं × ई३, ११ उं × सी६+, बी × सी६ (११..., घो × सी६, १२ ह ई१) १२ एफ × ई३ आणि पांढरा, काळ्या घरांवर जोरदार दबाव आणतो.

**६ उं बी५+, उं डी७, ७ उं × डी७+, घो बी × डी७ ८ ०-०, उं ई७, ९ डी × सी५, घो × सी५.**

दोघांनाही समान संधी मिळतात. डी५ या मोक्याच्या घरात आलेले काळ्याचे प्यादे, सी४ व ई४ या केंद्रबिंदूवर ताबा ठेवते.

१९६७ साली मॉस्को येथील आंतरराष्ट्रीय स्पर्धेमधील (पां) स्टीन वि. (का) उल्मन यांच्यातील डाव पुढे दिला आहे.

**१ ई ४, ई६, २ डी ४, डी५, ३ घो डी२, सी ५, ४ ई × डी ५, व × डी ५,** (येथे ४..., ई × डी ५ ही चाल जास्ती खात्रीशीर आहे. येथे वजिराने प्यादे मारल्याने काळा डाववाढीमध्ये मागे पडतो. तेव्हा त्याने अत्यंत काटेकोरपणे व दक्षतेने खेळणे आवश्यक आहे.

### ५ घो जी एफ३

तात्पुरते प्याद्याचे बलिदान देऊन अशा प्रकारे पुढे चाल करणे उत्कृष्ट आहे. पांढरा त्वरित डाववाढ साधू शकतो.

**५..., सी × डी४, ६ उं सी ४, व डी ६, ७ ०-०, घो एफ६.**

काळा डी ४ मध्ये प्यादे राखू शकत नाही. जर ७..., ई५, तर मग पांढरा ८ घो × ई५, व × ई५, ९ ह ई१.

**७ घो बी३, घो सी६, ९ घो बी × डी४, घो × डी४, १० घो × डी४, उं ई७, ११ बी३,**

आता पांढरा त्याचा उंट ए१ - एच८ या लांब कर्णावर (बी२ मध्ये) आणून

सुसंघटित माऱ्याला जोड देऊ शकतो.

**११..., एद,**

ही अनावश्यक चाल आहे; याहून सरस ११..., ०-० ही होय. मग १२ उं डी२, उं डी ७ ने मोहऱ्यांच्या डाववाढीला चालना मिळते.

**१२ उं बी२, ०-०, १३ व एफ३, व सी७, १४ ह एफ ई१, बी५,**

चुकीचा डावपेच आहे. आता पांढऱ्याला १५ व × ए८ ची चाल करणे लाभदायक ठरत नाही. कारण काळा १५..., उं बी७, १६ व ए७, ह ए८ ने पांढरा वजीर मारू शकतो. तर मग १७ घो × ई६ नंतर काळा १७..., व सी ६ ची चाल करतो. परंतु, काळा पांढऱ्या उंटाचा पाठलाग अशा प्रकारे करतो की, त्या उंटाला नेमके त्याच ठिकाणी जायचे असते. येथे १४..., उं डी ७ ची चाल सरस आहे, हा उंट ई ६ या महत्त्वाच्या स्थानाचे रक्षण करतो.

**१५ उं डी३, उं बी७, १६ व एच३, जी६,**

राजाच्या बाजूकडे सक्तीने कमकुवतपणा निर्माण केला आहे. कारण १७ घो × बी५, ए × बी५, १८ उ × एफ६ अशा चालींनी दहशत देता येते.

**१७ ए ४, बी × ए४**

अशा प्रकारे केलेली मारामारी काळ्याला हितावह नाही.

पण त्याला १७... बी४ ची चाल करता येणार नाही; कारण मग १८ रा × ई६, एफ × ई६; १९ व × ई६, ह एफ७; २० उं सी४ आणि पांढऱ्याकडे जादा दोन प्यादी राहतात आणि जर २०..., ह एफ ८ तर मग २१ उं एफ६ किंवा २१ व × ई७!

**१८ ह × ए४, घो एच५;** (येथे १८..., व बी६ सरस आहे; पंरतु काळा पुढे होणाऱ्या संभाव्य बलिदानांचे महत्त्व कमी लेखतो.)

**१९ घो × ई६, एफ × ई६; २० व × ई६+, ह एफ७; २१ उं सी४, व एफ४,** याने तो त्वरित हरतो. याहून चिकाटीने खेळण्यासाठी त्याने २१... उं डी ६ ची चाल केल्यास पांढरा २२ व एच ३ (व पुढे २३ व सी३ ची दहशत), उं एफ८; २३ ह ए५, नंतर पांढरा २४ ह × एच५ ची दहशत देऊन, अनिवार्य हल्ला चढवतो आणि जर २३... व ए५ मग २४ उं एफ७+, रा × एफ७; २५ व × ई६ मात होते.

**२२ व × एफ७+, व एफ७; २३ ह × ई७!** काळा राजीनामा देतो, कारण जर २३... उं डी५, २४ ह एफ७, उ × एफ७, २५ ह × ए६ आणि डावाच्या शेवटील स्थितीत काळ्याकडे तीन प्यादी कमी असल्याने त्याला डावाचा राजीनामा देण्यावाचून गत्यंतर नसते.

या फ्रेंच बचाव डावेसुरुवातीचे आणखी काही सटीप डाव पुढे दिले आहेत.

१९८९ मध्ये दहिसर (मुंबई) येथे झालेली ६२ स्पर्धकांची स्पर्धा प्रवीण ठिपसेने जिंकली. या स्पर्धेतील ठिपसेने जिंकलेला डाव पुढे दिला आहे.

**(पांढरी)** (ठिपसे) **(काळी)** (गिरिनाथ) **१ ई४, ई६; २ डी४, डी५; ३ ई५, सी५ (क) ४ सी३, व बी६; ५ घो एफ३ उं डी७ (ख); ६ उं ई२, उं बी५? (ग) सी४! उ × सी४!; ८ उ × सी४, व बी४ शह; ९ घो बी डी२, डी × सी४; १० ए३ व ए५; ११ ०-०, घो सी६; २ घो × सी४, व सी७; १३ डी५, ई × डी५; १४ व × डी५, ह डी८; १५ व ई४, व डी७ (च) १६ उं जी५, व डी३; १७ व जी४! (छ) घो एच६, १० उं × एच५६, जी × एच६; १९ ई६, एफ६; २० ह ए डी१, व जी६; २१ व एफ४, ह जी८; २२ घो ई३, एच५; २३ ह × डी ८ शह, घो × डी८; २४ घो एच४, व डी३ (ज) २५ ह डी१, व ए६; २६ ह × डी८ शह (झ);**

(क) वगैरे पर्यायी चाली आणि टिप्पणी श्री. रामभाऊ सप्रे यांची. (क) डावाची सुरुवात फ्रेंच बचावाने, त्यात पुढारलेल्या उपप्रकाराची साथ ठिपसे करतो. (ख) येथे सहसा ५..., घो सी६ ची चाल करून, पुढे डी४ वर हल्ला करतात. (ग) अशा प्रकारे, डाव सुरुवातीलाच बुद्द्दू उंटांची अदलाबदल करण्याच्या प्रयत्नांचे प्रत्यंतर वेळेच्या (निष्कारण) अपव्ययात होते. (च) पांढरा १६ घो डी६ शहची दहशत देतो आणि काळ्याला अद्यापही राजाच्या बाजूकडील डाववाढ करणे साधले नाही. (छ) जी७ वरील संभाव्य हल्ल्यामुळे १७..., उं ई७ च्या चालीला आळा बसतो. (ज) जर २४... व जी५ मग २५ व ए४ शह, घो सी६; २६ व डी१ (ने पुढे २७ व डी७ मातच्या धमकीमुळे) काळा पूर्णपणे बचाव करण्यास वंचित होतो. २६... व जी७ २७ घो एच एफ५ वगैरे (झ) जर २६..., रा × डी८; मग २७ व बी ८ शह, रा ई७, २८ घो एच एफ५, शह वगैरेने पुढे मात.

◆

# १४. फ्रेंच बचाव

सर्वसाधारण असणारी फ्रेंच बचावाची प्रणाली टाळावयाची झाल्यास डी३ आणि जी३ ने साधणारी बंद पद्धत, हा पर्याय चांगला ठरतो. यातून उलटा राजाचा भारतीय बचाव उद्भवतो, त्यामुळे ई५ ऐवजी ई ६ मध्ये चालविलेल्या प्याद्यामुळे, परिणामी काळा दोन चालींनी मागे पडतो.

यातून पांढऱ्याला संधी मिळून, ई५ मध्ये घुसून राजाच्या बाजूकडून जोरदार हल्ला चढविण्याची संधी पांढऱ्याला मिळते. पुढे दिलेल्या डावात फ्रेंच बचावाच्या १ ई४, ई६, २ डी३, डी ५, ३ उं, डी२, सी५ या चालींहून निराळ्या क्रमाने ही प्रणाली गाठली आहे. या डावात काळ्याने एका पट्टीवर दुहेरी हत्तींचा मारा योजूनही त्यातून त्याला हवा असा परिणाम, तो साधू शकत नाही.

(पांढरी) टी. के. वर्धन (काळी) टी. एस. रवी.

१ घो एफ ३, डी५, २ जी ३, सी ५, ३ उं जी २, ई ६ (क); ४ ०-०, घो एफ ६ (ख), ५ डी३, उं ई७; ६ घो बी डी२, बी ६?!; ७ सी ३, ०-०; ८ ह ई१, उं बी ७; ९ व सी२, घो सी६, १० ई४, डी × ई४; ११ डी × ई ४ व सी७, १२ घो सी४, ह ए डी८ (घ); १३ उं एफ ४ व सी ८; १४ ई ५, घो डी ५; १५ उं जी५! (च), एच६; १६ उं × ई ७ घो डी × ई७, १७ घो डी६, व सी ७; १८ घो × बी७ व × बी७, १९ घो डी २, व सी७; २० एफ ४, ह डी७; २१ घो ई४, ह एफ डी ८; २२ व ई२, रा एफ ८!? (छ), २३, व एच ५, घो ए ५? (ज), २४ घो डी ६, घो सी ८, २५ एफ ५! (झ); घो × डी६ २६ ई × डी६ व × डी६ २७ एफ × ई६, × ई६; २८ व जी ६?! (ट); ह एफ७? (ठ), २९ ह एफ १!; ह डी डी७; ३० उं एच३, ह डीई७; ३१ ह ए डी१, ह एफ १ शह; ३२ ह × एफ१ शह, रा जी ८; ३३ उं एफ५! ह एफ७, ३४ उं × ई६, काळा राजीनामा देतो.

(क), (ख) वगैरे पर्यायी चाली आणि टिप्पणी श्री. रामभाऊ सप्रे यांची. (क) ३... घो सी ६, ४ डी ४ ने उलटा ग्रनफिल्ड आणि ३..., घो सी६, ४ डी ३, जी६, ५, ०-०, उं जी७, ६ ई४ घो एफ६ ने उलटा राजाचा भारतीय बचाव असे

चालींचे क्रमबदल उद्‌भवतात.

**(ख)** आणखी एक पद्धत म्हणजे ४..., उं डी ६... **(घ)** येथे १२..., ई ५ चालीने, पुढे पांढऱ्या घोड्याला, डी५ आणि एफ५ मध्ये जाण्याची मुभा मिळते. **(च)** उंटांच्या मारामारीतून काळ्या घरांवरील काळ्याचा ताबा कमकुवत होतो आणि डी६ मध्ये पांढऱ्या घोड्यांना जाण्यास वाव मिळतो.

**(छ)** घोड्याचे संभाव्य बलिदान टाळले आहे. २३ घो एफ ६ शह?किंवा २३ व जी४/२४ घो एफ ६ शह. **(ज)** कदाचित २४... घो बी७, खेळण्याचा काळ्याचा इरादा दिसतो; परंतु पांढरा त्याला अटकाव करतो आणि घोडा अडकून पडतो. याहून सरस २३..., घो सी८/२४..., घो ६ ई७ होत. **(झ)** कोंडी फोडण्यासाठी केलेले प्याद्याचे बलिदान उपयुक्त ठरते. जर २५..., ई × एफ५, मग २६ घो × एफ५, घो ई७, २७ ई६! ह डी २, २८ व जी४, घो × एफ५ २९ व × एफ५ ने पांढऱ्याला लाभ **(ट)** येथे २८ व एच ३, ह ई७, २९ ह ए डी १ ने पांढरा सरळ जिंकतो. **(ठ)** काळ्याला पुढील चालींमुळे तग धरता येतो, २८... ई ५! २९ ह एफ १ शह, रा जी ८ किंवा २९ व एच ७. हा एफ ७.

### सिसिलियन बचाव

**१ ई ४, सी५ :** या चालीतून सिसिलियन बचाव सिद्ध होतो. ही आधुनिक डावसुरुवातीमधील एक लोकप्रिय सुरुवात आहे. यातून घनघोर लढाईला तोंड फुटते. 'सिसिलियन बचाव'वर बरीच पुस्तके लिहिली गेली आहेत; परंतु त्यातील गुंतागुंतीच्या उपप्रकारांमध्ये बुद्धिबळ तंत्रज्ञांचे अजूनही एकमत होत नाही. जगातील अग्रगण्य बुद्धिबळपटू सिसिलियन बचावाचा उपयोग खेळताना करतात. सर्वसाधारणपणे, पांढरा, राजाचा बाजूकडे तर काळा वजिराच्या बाजूकडे डाववाढ साधून पुढावा मिळविण्याचा प्रयत्न करतात. यामधील खास उपप्रकार पुढे दिले आहेत.

### एक बंद पद्धत

**१ ई ४, सी५, २ घो सी३:** पांढरा केंद्रात डी४ मध्ये प्यादे चालविण्याचे नाकारतो आणि राजाच्या बाजूकडे प्याद्याचा मारा सिद्ध करण्याचा आटोकाट प्रयत्न करतो. काळ्याच्या योजनांतर्गत डी ४ चे केंद्रस्थान पटकविणे आणि वजिराच्या बाजूकडील डाववाढ साधून पुढावा मिळविणे, हे हेतू आहेत.

**२..., घो सी६, ३ जी ३, जी ६; ४ उं जी२, उं जी ७; ५ डी३, डी ६, ६ उं ई ३, ई६, ७ एफ ४ :** येथे ७ घो जी ई२ नंतर पाठोपाठ ८ व डी २ सहसा खेळतात; परंतु सध्या ७ एफ ४ चालीला प्राधान्य देतात. कारण यामुळे घोड्याला ई२ पेक्षा जास्ती क्रियाशील अशा एफ३ चे स्थानात आणता येते.

**७..., घो जी ई७, ८ घो एफ ३, ०-०, ९ ०-०, घो डी ४:** राजाच्या

बाजूकडून चढाई करण्यास पांढरा सिद्ध झाला आहे. तर काळा ह बी ८ चालीनंतर बी५ ची खेळी करून वजिराच्या बाजूकडे प्रतिडाव करण्याचा बेत करतो.

**(दोन) स्केव्हॅनजीनचा उपप्रकार** डच सिटीच्या स्केव्हॅनजीन गावावरून या उपप्रकाराचे नाव पडले आहे. १९२३ मध्ये प्रथमच हा उपप्रकार आंतरराष्ट्रीय स्पर्धेमध्ये खेळला गेला.

**१ ई४, सी५, २ घो एफ३, ई ६, ३ डी ४, सी × डी४, ४ घो × डी४, घो एफ६, ५ घो सी३, डी६, ६ उं ई२**

या ई२ मधील उंटाची उपयुक्त डाववाढ साधणे, हे स्केव्हॅनजीन उपप्रकाराचे खास लक्षण आहे. जर पांढऱ्याने काळ्या राजाच्या बाजूकडे चढाई करण्याचा इरादा धरला, तर मग ई२ मधील उंट डी ३ मध्ये नेतात किंवा जर काळ्याने केंद्रामध्ये दबाव वाढवला, तर मग उंट एफ ३ मध्ये नेतात.

**६..., घो सी ६, ७ उं ई ३, उं ई ७, ८ ०-०, ०-०, ९ एफ ४, उं डी ७ :** ए ६ किंवा व सी७ अशा चाली करण्यात वेळ फुकट न दवडता, डी७ उंट सी ६ मध्ये नेऊन पांढऱ्याच्या केंद्र प्याद्यावर मारा करण्याचा काळा आटोकाट प्रयत्न करतो.

**१० व ई१, घो × डी४, ११ उं × डी४, उं सी६, १२ व जी ३, जी ६ :** काळ्याचा प्रतिडाव खेळण्याचा इरादा असल्याने राजाच्या बाजूकडे कमकुवतपणाचे काळ्याला भय राहत नाही. जर १३ उं डी ३ किंवा १३ उं एफ ३ मग काळा १३..., बी५ करतो. ई ४ च्या प्याद्याचा बचाव करण्याचा विचार पांढऱ्याने पुन्हा एकदा करणे अत्यावश्यक ठरते.

**(तीन) राउझरचा उपप्रकार**

नामांकित सोव्हिएत बुद्धिबळतज्ज्ञ वेवलॉंड राउझर यांनी सिसिलियन बचावातील या उपप्रकाराचा विकास केला, त्यावरून या उपप्रकाराला त्यांचे नाव प्राप्त झाले. यामध्ये असणाऱ्या तीव्र छटांमुळे सिसिलियन बचावाचा हा उपप्रकार डावांमध्ये वापरला जातो. यामध्ये पांढरा डी पट्टीवर दबाव वाढवून राजाच्या बाजूकडून चढाई करतो.

**उदाहरणार्थ**

**१ ई४, सी५, २ घो एफ३, घो सी ६, ३ डी ४, सी × डी४, घो × डी४, घो एफ६, ५ घो सी३, डी६, ६ उं जी ५, ई ६ ७ व डी २, उं ई ७ :** येथे जर काळ्याने ७... एच ६ ची चाल केली, तर पांढरा ८ उं × एफ६ आणि मग काळ्याला ८..., व × एफ ६ ही वाईट चाल सक्तीने खेळावी लागते. कारण पांढरा ९ घो डी बी ५, व डी ८ १०, ०-०-० ची चाल करतो. मग डी६

मधले काळे प्यादे वाचविण्याची संधी काळ्याला मिळत नाही. येथे आता जर ७..., ए ६, मग पांढरा ८ ०-०-०, उं डी७, अशा चाली झाल्या, तर मग सहसा काळा वजिराच्या बाजूकडे किल्लेकोट करतो.

**८. ०-०-०, ०-० :** एकमेकांना संधी देणारी ही धरसोड वृत्तीची स्थिती आहे. आता पुढीलप्रमाणे चाली होतात. ९ एफ ४, घो × डी४, १० व × डी४, एच६, ११ उं एच ४, (आता जर ११ उं × एफ६, उं × एफ ६, १२ व × डी६, व ए५ आणि मारले गेलेल्या प्याद्याच्या बदल्यात काळ्याला जोरदार प्रतिडाव करता येतो.) ११..., व ए ५, १२ उं सी ४, ई ५, १३ एफ × ई५, डी × ई५, १४ व डी ३.

**(चार) ड्रॅगॉनचा उपप्रकार**

**१ ई ४, सी ५, २ घो एफ ३, डी ६, ३ डी ४, सी × डी४, ४ घो × डी४, घो एफ६, ५ घो सी३, जी ६, ६ उं ई ३, उं जी ७ :** येथे ६..., घो जी४? (घोडचूक ठरते, कारण मग ७ उं बी ५+, उं डी ७,८ व × जी४)

**७ उं ई २ :** ड्रॅगॉन उपप्रकाराची ही एक नमुनेदार मोहीम आहे. सध्या ७ एफ ३ ची चाल सहसा करतात.

**७..., ०-०, ८. ०-०, घो सी६, ९ घो बी३ :** येथे पांढऱ्याच्या ९ एफ ४ चालीला काळा ९..., व बी६! ची उत्तरदायी चाल करून डी ४ च्या घोड्याला ईरेस पकडून बी २ वर मारा करून ९..., घो × ई ४ ची दहशत देतो.

**९..., उं ई६, १० एफ ४ :** या उपप्रकाराच्या मुख्य स्थितीतून काळ्याच्या (डी६, ई७, एफ७, जी६ आणि एच ७ या) प्याद्यांची विशिष्ट रचना ही मोठ्या पालीसमान (म्हणजेच ड्रॅगॉनसमान) दिसत असल्याने याला ड्रॅगॉनचा उपप्रकार असे म्हटले जाते.

काळ्या राजावर हल्ला चढविण्याचा पांढऱ्याचा इरादा दिसतो, तर एफ५ मध्ये प्याद्याची आगेकूच रोखण्यासाठी, काळा १०..., व ई८ ची चाल करतो. किंवा १०..., ए ५ ची चाल करून वजिराच्या बाजूकडे प्रतिडाव करण्याचा बेत करतो. या सिसिलियन बचावाची प्रचिती पुढे दिलेल्या डावातून पाहा :

१९६९ च्या विश्वविजेतेपदाच्या सामन्यातील (पां) स्पास्की वि. (क) पेट्रोशियन यांचा डाव पुढे दिला आहे.

**१ ई४, सी ५, २ घो एफ ३, डी६, ३ डी ४, सी × डी४, ४ घो × डी४, घो एफ ६, ५ घो सी ३, ए ६:** हासुद्धा सिसिलियन बचावाची तीव्र छटा दाखविणारा उपप्रकार आहे.

**६ उं जी ५, घो बी डी७:** येथे सहसा ६... ई ६ ही चाल करतात; परंतु

पेट्रोशियनने केलेली चाल ही बऱ्याच वेळा केली जाते.

**७ उं सी ४, व ए ५ :** येथे जर ७..., ई६ ची चाल केली, तर मग पांढऱ्याच्या ८ उं × ई६ ही बलिदानी चाल काळ्याला विचारात घ्यावी लागते.

**८ व डी २, एच ६ :** काळ्याची ही एक नवी चाल आहे. पांढऱ्या उंटाची स्थिती काळ्याला अजमावून पाहावयाची आहे. सहसा येथे ८..., ई ६ ची चाल करतात.

**९ उं × एफ ६ :** येथे उंट माघारी घेण्यात वेळ दवडण्याचा पांढऱ्याचा हेतू नसून, त्याच्या प्रतिस्पर्ध्याहून मोहऱ्यांची जलद डाववाढ साधून चढाई करण्याची संधी साधणे, हा त्याचा उद्देश आहे.

**९..., घो × एफ ६, १०. ०-०-०, ई६, ११ ह एच ई १, उं ई ७;** राजाच्या बाजूकडे किल्लेकोटची चाल करण्याची पूर्वतयारी काळा करतो खरा; परंतु या बाजूच्या दुर्गाश्रयाच्या स्थानाची स्थिती धोकादायक ठरते. येथे ११..., उं डी७ पाठोपाठ काळ्याने वजिराच्या बाजूकडे दुर्गाश्रय घेणे, हे लक्षवेधी ठरते. कारण पांढऱ्यानेसुद्धा वजिराच्या बाजूकडे दुर्गाश्रय घेतलेला आहे. त्यामुळे पांढऱ्यालाही वजिराच्या बगलेकडून चढाईची तयारी करणे, हे काम काही तसे सोपे नाही.

**१२ एफ ४, ०-०, १३ उं डी ३ :** चढाई करण्याच्या अगोदर, पांढरा राजाची स्थिती बळकट करतो. दरम्यान, काळा ई ६ स्थानाला जोर करण्याचा प्रयत्न करतो.

**१३..., ह ई ८, १४ रा बी १, उं एफ ८, १५ जी ४!** पांढरा जी ४ चे प्यादे देऊ करून, काळ्या राजाची (जी) पट्टी मोकळी करण्याचा बेत रचतो. कारण हे प्यादे पुढे जी ६ मध्ये दहशत देऊ शकते. काळा हे बलिदान स्वीकारतो.

**१५..., घो × जी ४, १६ व जी २, घो एफ ६, १७ ह जी १, उं डी ७, १८ एफ ५, रा एच ८ :** काळा आणखीन उभ्या पट्ट्या उघडण्याच्या भानगडीत पडत नाही. येथे १८..., ई ५ ची चाल समयोचित आहे असे वाटते.

**१९ ह एफ १ व डी ८ :** काळा बचाव साधण्यासाठी वजिराला घाईने माघारी आणतो खरा; परंतु आता तो बचाव करण्यास पुरा पडत नाही.

**२० एफ × ई ६, एफ × ई ६, २१ ई ५ :** पांढऱ्याच्या सुसंघटित माऱ्याची ही सुरुवात आहे.

**२१..., डी × ई ५, २२ घो ई ४, घो एच ५ :** येथे स्पष्ट आहे की, २२..., घो × ई ४ ची मारामारी करता येत नाही. कारण मग २३ ह × एफ ८+, ह × एफ ८, २४ व × जी७ मात आणि जर २२..., ई × डी ४ मग २३ घो × एफ ६ नंतर २४ व जी ६ च्या चालीमुळे काळ्याला बचाव करता येत नाही.

**२३ व जी ६, ई × डी ४:** याने काळा लगेच हरतो; परंतु येथे जर २३...,

घो एफ४, मग पांढरा २४ ह × एफ ४, ई × एफ ४, २५ घो एफ ३ व बी६, २६ ह जी ५. पुढे २७ घो एफ६ ने दिलेल्या दहशतीचा काळ्याला प्रतिकार करता येत नाही.

**२४ घो जी ५: काळा राजीनामा देतो; कारण जर २४...,** एच × जी५ मग पांढरा २५ व × एच५, रा जी ८ २६ व एफ ७ + रा एच ८, २७ ह एफ ३ नंतर काळ्याला मात टाळता येत नाही. किंवा २७ व जी ५+, रा जी ८, २८ उं एच ७+, रा एच८, २९ उं जी ६+ आणि पुढे मात करतो.

सिसिलियन बचावाची शान आणि विनाश दाखविणारे सटीप डाव पुढे दिले आहेत, तेही अभ्यसनीय आहेत.

**सिसिलियन बचावाची शान**

सिसिलियन बचावाची लोकप्रियता त्यामधील प्रतिहल्ल्यावर अवलंबून असते आणि बऱ्याच डावामध्ये काळ्या नेत्रदीपक चालींना पांढऱ्याला सामोरे जावे लागते. याची बरीच उदाहरणे आहेत. त्यातील १९८८ च्या थेसालंकी येथील ऑलिम्पियाडमधील निवडक डाव पुढे दिला आहे.

**(पांढरी) पॉपोविक (काळी) हॉक : सुरुवात सिसिलियन बचावाने १ ई ४, सी५; २ घो एफ३, एद (क), ३ सी३ (ख), बी ५; ४ डी४, उं बी७! ५ उं डी३, ई६; ६-०-०, घो एफ६; ७ ई५, (ग), घो डी५; ८ घो जी ५, !? (घ), सी × डी४; ९ सी × डी४, उं ई७; १०व जी४?! एच५; ११ व जी ३, घो सी ६; १२ ह डी१? (छ), घो × डी ४; १३ घो × एफ७, रा × एफ७; १४ उं जी ६ शह, रा जी ८; १५ ह × डी४, व बी ६! (ज), १६ ह डी ३, ह एफ ८; १७ ह एफ ३ व डी ४! (झ), १८ उं डी २, ह एच६!; १९ ह × एफ८ शह, उं × एफ ८; २० उं डी३ (ट), एच ४!; २१ व एफ ३ घो बी ४!; २२ व × बी७, घो × डी३; २३ व एफ ३, घो × ई५; २४ व सी ३, व डी ५ (ठ), २५ पांढरा राजीनामा देतो.**

**(क) (ख) वगैरे पर्यायी चाली आणि टिप्पणी श्री. रामभाऊ सप्रे यांची. (क)** सिसिलियन बचावातील 'ओ' केली चा हा उपप्रकार अगदी क्वचित पाहण्यात येतो. **(ख) येथे पर्यायी चाली म्हणजे ३ बी ४/, ३ डी४/ ३ सी ४. (ग)** १९७२ च्या विक ॲन झी स्पर्धेत ब्राऊन वि. लुबजेविक यांच्या डावात ७ घो बी डी२, घो सी६, ८ ह ई १, डी५, ९ ई ५, घो डी ७, १० घो एफ१, व बी ६, ११ उं ई ३ ने पांढऱ्याला अनुकूलता. **(घ)** येथे ९ घो एच ३ ने डाववाढ साधणे इष्ट ठरते. **(च)** येथे समयोचित १० व एच ५ आहे. याने १०..., उं ×

जी ५ ची चाल काळ्याला करणे भाग पडते. मग, ११ उं × जी५, व बी ६, १२ उं ई ३ने समतोल साधता येतो. **(छ)** एफ७ च्या भ्रामक बलिदानाच्या मोहाने काळ्याला किल्लेकोट करण्यापासून वंचित करण्याची भुरळ पडते खरी, परंतु ती विकृत ठरते. त्याने येथे डी ४ च्या बचावासाठी घो एफ ३ ची चाल करणे इष्ट ठरते. **(ज)** काळा राजा सुरक्षित आहे; परंतु पांढऱ्याची वजिराच्या बाजूकडील खुंटलेली डाववाढ त्याला खूप अडचणीत टाकेल. **(झ)** पिछाडीतून धाक देण्यात काळ्याचा इरादा आहे. जर १८ ह × एफ ८ शह, उं × एफ८, १९ व एफ ३, घो एफ ! ने काळा जिंकतो. **(ट)** पांढऱ्यावर ही चाल लादलेली आहे. जर २० एच ३ मग काळा २०..., ह × जी६, २१ व × जी ६, व × बी२ **(ठ)** पिछाडीचा धाक दूर करण्यासाठी पांढऱ्याने जर २५ एच ३ ची चाल केल्यास, मग काळ्याच्या २५..., ह जी६, या चालीला तोंड देता येत नाही.

**सिसिलियन बचावाचा विनाश**

ई ४ या सलामीच्या चालीने सुरू केलेल्या डावात, ७५ टक्के खेळाडू सिसिलियन बचावाचीच निवड करतात हे खरे; परंतु काळ्याने हा बचाव अत्यंत कौशल्याने आणि जागरूकतेने खेळणे अत्यावश्यक आहे. बऱ्याच वेळा उच्चस्तरीय डाव खेळताना खेळाडू घाईगर्दीने आणि निर्दयतेने या सिसिलियन बचावाचा नाश करतात, याचे प्रत्यंतर पुढे दिलेल्या डावातून येईल.

हे डाव थेसालंकी १९८८च्या २८ व्या ऑलिम्पियाडमधील आहेत. **(पांढरी)** कोंडॉन **(काळी)** इझरालोव. **१ ई४, सी ५, २ घो एफ ३, डी ६; ३ डी ४, सी × डी४, ४ घो × डी ४, घो एफ ६, ५ घो सी ३, घो सी ६, ६ उं जी ५;** (सिसिलियन बचावातील रिशटर हल्ल्याचा उपप्रकार)

**६..., ए ६; ७ व डी २, ई ६; ८-०-० एच ६, ९ उं एफ ४, उं डी ७, १० घो × सी ६, उं × सी६; ११ व ई.१,**

येथे जर १ उं × डी६, उं × डी६, १२ व × डी६, व × डी६, १३ ह × डी६, घो × ई४ ने समतोलता.

**११..., डी५?** (११..., व सी ७ समयोचित आहे.)

**१२ ई × डी ५, उं × डी ५, १३ उं सी ४, उं बी ४?** (जर १३..., उं ई ७, १४ घो × डी ५, ई × डी ५, १५ उं × डी ५, घो × डी ५, १६ व ई ५ ने पांढऱ्याला प्यादे मिळते.)

**१४ उं × डी ५, उं × सी३,** (किंवा १४..., घो × डी५, १५ ह × डी ५, व × डी५, १६ घो × डी५, उं × ई१, १७ ह एच × ई१ ने पांढऱ्याला एक मोहरा मिळतो.

**१५ उं सी ६ शह! रा ई ७, १६ व × सी३ काळा राजीनामा देतो.**

**(पांढरी)** ज्युडिथ पोलगर. **(काळी)** अँगेलोव.

**१ ई ४, सी ५, २ घो एफ ३, घो सी ६; ३ उं बी ५, (क) जी ६, ४-०-०, उं जी ७; ५ सी ३, ई ५ , (ख); ६ डी ४, ई × डी ४; ७ सी × डी४; घो × डी ४; ८ घो × डी४, सी × डी४; ९ ई ५! घो ई ७; १०, उं जी ५, ०-०; ११ व × डी ४, घो सी६; १२ व एच ४, व बी ६; १३, घो सी ३, उं × ई ५; १४ ह ए ई १, उं × सी ३? (ग) १५ बी × सी ३, व × बी ५; १६ व एच ६. व एफ ५, १७ व × एफ ८ शह!! काळा राजीनामा देतो.**

**(क) (ख) वगैरे पर्यायी चाली आणि टिप्पणी श्री. रामभाऊ सप्रे यांची (क)** सिसिलियन बचावातील निम्झोविच रोझोलिमोचा हल्ला **(ख)** पाठ्यपुस्तकानुसार ५..., घो एफ ६, ६ ह ई १, ०-०, **(ग)** विरोधी मोहरे गारद केले खरे; परंतु तो आत्मघात होय. १४..., उं जी ७ ने डाव लांबविणे शक्य होते, परंतु पांढऱ्याचा उघड उघड लाभ दिसून येतो. जर १४..., एफ ६, १५ उं × एफ६! ह × एफ६, १६ ह ई ८ शह वगैरेंनी अंती मात. **(घ)** १७..., रा × एफ ८, १८ उं एच ६ शह, रा जी ८, ११ ह ई ८ मात.

### कारोकानचा बचाव

**१ ई४, सी६.** फ्रेंच बचावाप्रमाणे, काळा डी मध्ये केंद्रात प्यादे चालविण्याची पूर्वतयारी करतो; परंतु ती फ्रेंच बचावाहून अगदी भिन्न पद्धतीने करतो. कारोकोनच्या काही उपप्रकारांमध्ये ई६ च्या प्याद्याने बंद होणाऱ्या मार्गाशिवाय सी८ मधल्या उंटाला बाहेर काढता येणे शक्य असते. काळा बऱ्याच वेळा सी५ मध्ये प्याद्याची आगेकूच दोन चालींनी करतो.

### (पहिला) उपप्रकार

(पांढऱ्याच्या आगेकूचीनंतरचा आहे.) **१ ई ४, सी६, २ डी ४, डी५ उं एफ ५!; ४ उं डी ३, उं × डी३, उं × डी३, ५ व × डी ३, ई ६, ६ घो ई २,** येथे जर ६ घो एफ ३ ची चाल केल्यास, निम्झोविचने शिफारस केलेल्या चालीप्रणालीप्रमाणे काळा पुढीलप्रमाणे चालींची मोहीम करतो. ६..., व ए ५+, ७ सी ३ व ए६, ने पुढे वजिरावजिरी उद्भवते. कारण जर काळ्याने वजीर माघारी घेतला, की मग पांढऱ्याला किल्लेकोटच्या चालीची मुभा राहते.

**६..., व बी ६; ७ घो सी ३, सी५,** काळ्याला केंद्रामध्ये उत्कृष्टपणे प्रतिडाव करण्याची संधी लाभते.

### (दोन) पानोवचा हल्ला

**१ ई ४, सी६, २ डी ४, डी ५; ३ ई × डी५, सी × डी ५, ४ सी४, घो एफ ६** येथे जर ४..., डी × सी ४ मग ५ उं × सी ४ ने वजिराच्या अमिषाच्या स्वीकारात डावाचे रूपांतर होते.

**५ घो सी ३, ई ६,** येथे ५..., घो सी६ ही चाल कमकुवत आहे. मग ६ उं जी ५ आणि जर ६..., डी × सी ४ मग ७ डी ५, घो ई५, ८ व डी४, घो डी ३+, ९ उं × डी३, सी × डी३, १० ०-०-० ने पांढऱ्याला डाववाढीसाठीचा खूप फायदा मिळतो.

(१९३४ च्या ब्रोटाविनिक वि. फ्लोअरच्या सामन्यातील डावाप्रमाणे).

**६ घो एफ३, उं ई ७, ७ सी ५, ०-० ८ बी४,** पांढऱ्याला वजिराच्या बाजूला थोडासा लाभ मिळतो. उदा. अलेखाईन स्मृती स्पर्धेतील (१९५६) ब्रोटाविनिक वि. गोलेम्बिक यांच्या डावात पुढीलप्रमाणे चाली झाल्या. ८..., बी६, ९ उं डी३, उं डी७ (येथे पुढीलप्रमाणे खेळणे समयोचित आहे) ९..., ए ५, १० घो ए४, घो एफ डी७) १० उं ई ३, घो जी ४, १०, ०-०, ए ५, १२ घो ए४! याने पांढऱ्याला नक्की लाभ मिळतो.

**(तीन) मुख्य उपप्रकार**

**१ ई ४, सी६, २ डी ४, डी ५, ३ घो सी ३, डी × ई ४, ४ घो × ई ४, उं एफ ५; येथे ४...** घो डी७ ची चाल करता येते; त्यामुळे ५..., घो एफ ६ च्या चालीची पूर्वतयारी करता येते. (शेवटी ताल वि. फॉस्टर याचा दिलेला डाव पाहा.)

**५ घो जी३, उं जी६, ६ घो एफ३, घो डी७, ७ एच४, एच ६, ८ एच ५** या उपप्रकाराच्या आधुनिक स्पष्टीकरणानुसार पांढरा काळ्याच्या राजाकडील बाजूची कोंडी करतो.

**८..., उं एच ७, ९ उं डी ३, उं × डी३, १० व × डी३, व सी ७!**

काळा वजिराच्या बाजूकडील किल्लेकोटच्या चालीची पूर्वतयारी करतो, त्याशिवाय पांढऱ्या उंटाला एफ ४ मध्ये जाण्याला मना करतो.

**११ उं डी २, ०-०-०, १२. ०-०-०, घो एफ ६, १३ व ई २!** ई५ मध्ये घोड्याचा मोर्चा उभारून पांढरा त्याची बाजू बळकट करतो.

**१३..., ई ६, १४ घो ई५, घो × ई५,** येथे १४..., घो बी६, १५ उं ए५, पांढऱ्याचा डावही बराच मोकळा होतो.

**१५ डी × ई५, घो डी ७, १६ एफ ४, उं ई७, १७ घो ई४, घो सी ५, अशा प्रकारे १९६६ च्या स्पास्की वि. पेट्रेशियन यांच्या विश्वविजेतेपदाच्या सामन्यातील १३ व्या डावात वरीलप्रमाणे चाली झाल्यावर पांढऱ्याचा**

**डाव आणखी मोकळा होतो.**

**(चार) २ घो एफ ३ च्या चालीचा उपप्रकार**

**१ ई ४, सीद, २ घो एफ ३, डी ५, ३ घो सी३,** अशा प्रकारच्या चाली प्रणालीमुळे पांढरा काळ्याच्या उं एफ ५ च्या अनुषंगाने बचाव करण्याला अडथळा आणतो. उदा. जर ३... डी × ई४, ४ घो × ई४, उं एफ ५? मग पांढरा ५ घो जी ३, उं जी ६, ६ एच ४, एच ६, ७ घो ई ५, उं एच ७, ८ व एच५!

**३..., उं जी ४** येथे ३..., डी४, ४ घो ई२, सी५ या चाली कमकुवत ठरतात; कारण मग पांढरा ५ सी३! आणि जर ५..., घो सी ६ मग पांढरा ६ सी × डी ४, सी × डी४, ७ व ए४ ने प्यादे गारद करतो.

**४ एच३ उं × एफ३; ५ व × एफ३, ई६; ६ डी४! घो एफ ६, ७ उं डी३, डी × ई४ घो × ई४** बलिदानाने देऊ केलेल्या प्याद्याला गारद करणे धोक्याचे ठरते; कारण काळा डाववाढीमध्ये मागे पडतो.

**९ व × ई४ घो डी७ केंद्रामध्ये पांढऱ्याला छोटासा लाभ मिळतो.**

**१९५८ मध्ये पोर्ट रोझ येथे (पांढरी) ताल विरुद्ध (काळी) फॉस्टर यांच्यामध्ये झालेला डाव पुढे देत आहे.**

**१ ई४ सीद; २ डी ४, डी५; ३ घो सी३, डी × ई ४; ४ घो × ई४, घो डी७; ५ घो एफ३, घो जी एफ६; ६ घो × एफ६+, घो × एफ६; ७ उं सी४, उं एफ५;** (येथे ७..., उं जी४? ही चाल चुकीची आहे; कारण मग ८ उं × एफ७+, रा × एफ७; ९ घो ई५+)

**८ व ई२,** (पांढरा वजिराच्या बाजूकडील किल्लेकोटची चाल करण्याची पूर्वतयारी करीत आहे.)

**८..., ई६; ९ उं जी५, उं ई७** (येथे ९..., उं जी४! ची चाल जोरदार ठरते. पेट्रेशियनची ही हुशारीची चाल ब्लेड (१९६१) येथे फिशरविरुद्ध खेळलेल्या डावातील आहे. त्यातून खूप गूढ गुंतागुंत निर्माण होते.)

**१०. ०-०-०, एच६; ११ उं एच४, घो ई४;** (काळ्याची ही प्रश्नांकित चाल ठरते. काळा उंटांची मारामारी करून डावाला सौम्य स्वरूप देऊ इच्छितो तेव्हा तो राजा मध्यात ठेवू इच्छितो.)

**१२ जी४!,** अनपेक्षित उत्तरदायी चाल आहे. १२..., उं × जी४ ही चांगली खेळी नाही; कारण १३ उं × ई७, उं × एफ३; १४ व × एफ३, किंवा १२..., उं × एच४ तेव्हा, यापुढे १३ जी × एफ५, ई × एफ५; १४ घो × एच४, व एच४ १५ एफ३ अशा चालींनी वरील दोन्ही पर्यायी चालींतून पांढऱ्याला एक मोहरा (फुकटात) मिळतो.

१२..., उं एच७; १३ उं जी३, घो × जी३; १४ एफ × जी३!
(बुद्धिबळ खेळ सूत्रानुसार पांढऱ्याने १४ एच × जी३ च्या चालीची शिफारस केली आहे;... नियमाला अपवाद असतात. पांढऱ्याच्या (१४ एफ × जी३!) चालीमुळे पांढऱ्याला एफ स्तंभाचा उपयोग मोहऱ्यांसाठी करता येतो.

१४..., व सी७; १५ घो ई५, उं डी६; १६ एच ४!

या चालीने, राजाच्या आणि वजिराच्या किल्लेकोटाची चाल करण्याला अडथळा आणला आणि जर १६..., ०-०-०! मग १७ घो × एफ ७! ने जिंकतो. किंवा जर १६..., ०-०; मग १७ जी ५ ने दुर्गाश्रयाच्या प्याद्यांची तटबंदी उद्ध्वस्त होते.

१६..., एफ६; ( घोडा माघारी वळवून काळा वजिराच्या बाजूकडील किल्लेकोटाची चाल करू इच्छितो.)

१७ उं × ई६! (समयोचित डावपेच होय जर विरोधी राजा मध्यात असेल, तर तत्काळ उभ्या पट्ट्या मोकळ्या करणे आवश्यक असते.)

१७..., एफ × ई५; १८ डी × ई५, उं ई७ याहूनही १८... उं × ई५ वरचढ नाही मग १९ ह एच... ई१!

१९ ह एच एफ१, याने पुढीलप्रमाणे (दहशत देता येते) २० उं एफ७+, रा एफ८; २१ उं जी ६ काट+, रा जी ८, २२ व सी ४ मात होते.

१९..., ह एच एफ ८, २० ह एफ × एफ८ + उं × एफ८, २१ व एफ३! ने काळ्याला त्याचा हत्ती डावात खेळायला आणण्यास पांढऱ्याने मना केले आहे. २१..., ह डी ८?, २२ ह × डी८+ ने जिंकतो.

२१... व ई७, २२ व बी३, याने नवीन दहशत देता येते. २३ उं डी७+, व × डी७; २४ ह × डी७, रा × डी७,२५ व × बी७+)

२२..., ह बी८; २३ उं डी७+, व × डी७, २४ ह × डी७, रा × डी७, २५ व एफ७+, उं ई७, २६ ई६+, रा डी८, किंवा २६, रा डी६; २७ व एफ४+ ने हत्ती मारतो.

२७ व × जी७, काळा राजीनामा देतो. कारण एच७ मधला काळा उंट मारला जातो.

## आलेखाईन बचाव

१ ई, घो एफ६ ही झाली आलेखाईन बचावाची सुरुवात. अशा या हुशारीच्या बचावामध्ये पांढऱ्याच्या केंद्र प्याद्यांना बाहेर खेचून त्यांच्यावरती मोहऱ्यांनिशी हल्ला चढवावयाचा अथवा त्यांची अदलाबदल करावयाची असते. तरीदेखील काळ्याने एक गोष्ट ध्यानात ठेवणे आवश्यक आहे की, त्याच्या प्रतिस्पर्ध्याला टापूलाभाचा फायदा होतो.

**२ ई५, घो डी५, २३ डी४, डी६, ४ घो एफ३,** येथे ४ सी४, घो बी६, ५ एफ४, डी × ई५, ६ एफ × ई५ मुळे पांढरा, ज्याला 'मोठे केंद्र' म्हणतात ते तो स्थापू शकतो. यामुळे त्याला हल्ला करता येण्याजोग्या संधी लाभतात; परंतु ती प्यादी कमकुवत होण्याचा संभव असतो. (यासंदर्भात जोकसिक वि. हॅझाई यांच्यातील पुढे दिलेला डाव पाहा.)

जर पांढऱ्याला लढ्यामध्ये गुंतागुंत वाढवावयाची नसेल, तर तो मग पुढील चाली करतो. ४ सी४, घो बी६, ५ ई × डी६, ई × डी६, ६ घो सी३.

**४..., उं जी४, ५ उं ई२, ई६, ६ ०-०, घो सी६, ई५ प्याद्यावर हल्ला चढवून काळा डी६ मध्ये सक्तीने मारामारीचा घाट घालतो.**

**७ ई × डी६, सी × डी६, ८ सी४, घो बी६, ९बी३, उं ई७, १० घो सी३, ०-०, ११ उं ई३,** या चालीतून आलेखाईन बचावाची मुख्य स्थिती उद्भवते. पांढऱ्याला खेळावयाची मोकळीक मिळते खरी; परंतु काळ्याची स्थिती भक्कम आहे.

**१९७५ मध्ये हंगेरी येथे जोकसिक वि. हॅझाई** यांच्यामधील झालेला डाव पुढे दिला आहे.

**१ ई ४, घो एफ६, २ ई५, घो डी५, ३ डी४, डी६, ४ सी४, घो बी६, ५ एफ४,** या उपप्रकारातून गुंतागुंतीचा आणि तीव्र लढा उद्भवतो. अलेखाईन उपप्रकारावर अनुभवी टीकाकरांच्या मते, डावसुरुवातीच्या निराकरणाची भूमिका पाहावयाची झाल्यास ती या उपप्रकारातून दिसून येईल.

**५... उं एफ५, ६ घो सी३, डी × ई५, ७ एफ × ई५, ई६, ८ घो एफ३,** या चालीहून पुढे दिलेल्या चाली जास्ती समयोचित आहेत. उदा.८ उं ई३, उं बी४, ९ घो एफ३, सी५, यातून डावात अस्पष्टता उद्भवते.

**८..., उं बी४,** येथे काळा ८..., घो सी६ ही चाल करण्याचे टाळतो; कारण पांढऱ्यांच्या 'डी५' चालीचा प्रतिटोला रोखण्यास; तसेच अनुकूल व योग्य परिस्थिती निर्माण करून संभाव्य सी५ ची चाल काळ्याला करावयाची आहे.

**९ उं डी३, सी५** येथे जर ९... उं, जी४, १० ०-०, घो सी६, ११ सी५, उं × सी३, १२ बी × सी३, घो डी५, १३ व ई१ तर मग पांढऱ्याची स्थिती वरचढ होते. इव्हकोव्ह वि. टिम्मन यांच्या (१९७४ च्या ॲमस्टरडॅम येथील) डावात ९... उं × डी३ नंतर १० व × डी३, सी५, ११ ०-०, सी × डी४ १२ घो ई४ ने पांढऱ्याला उत्कृष्टपणे डाव खेळता येतो. (तो पुढील धाक देतो. १३ सी५ किंवा १३ घो एफ जी५)

**१० डी५!** ही पुढील चालीहून सरस आहे, १० उं × एफ५, ई × एफ५. ११ डी५, घो × सी४, ने डावात गुंतागुंत वाढते. आता पांढऱ्याची स्थिती वरचढ

आहे.

**१०..., उं × डी३** येथे केव्हाही १०..., ०-०? ही चाल पांढऱ्याला नजरेत भरेल असा घवघवीत लाभ मिळवून देते.

**११ व × डी३, ई × डी५,** ही एकमेव चाल करता येते.

**१२ घो जी५!** या स्थितीतील ही एक नवीन चाल आहे. (आ. ११४ पहा.)

**१२... घो सीद,** येथे जर १२..., डी४ मग पांढरा पुढील अपेक्षित चाली करतो. १३ ०-०! डी × सी४, १४ व × डी८+, रा × डी८ १५ घो × एफ७+ ने अंती जिंकतो. तसेच १२..., एचद ही चाल चुकीची ठरते. मग १३ घो × एफ७! ने निर्णायक हल्ला करता येतो.

**१३ घो × एफ७!, रा × एफ७, १४ व एफ५+, रा ई८,** येथे १४..., रा जी ८ ही घोडचूक ठरते. मग १५ व ईद+, रा एफ८, १६ ०-०,

**१५ ०-०, व ई७,** काळ्याची स्थिती बिकट होते. येथे १५..., व डी७? १६ ईद ही चाल करणे वाईट आहे किंवा १५..., व सी७, १६ घो बी५, ने परतवता न येणारा असा हल्ला करता येतो.

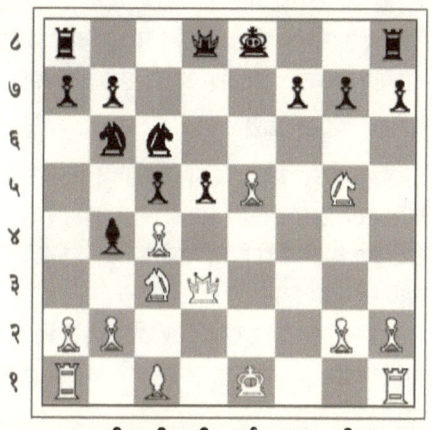

आकृती क्र. : ११४

**१६ घो बी ५!** ने पांढरा पुढील धाक देतो. १७ घो डीद+ किंवा १७ उं जी५.

**१६..., जीद.** येथे १६..., ह एफ ८ १७ घो सी७+ किंवा १६..., एचद? १७ घो डीद+ या चालींनी काळा हरतो. तसेच पुढील चाली प्रणालीही निकृष्ट आहे. १६..., घो डी४, १७ घो × डी४, सी × डी४, सी × डी४, १८ उ जी५, व डी७, १९ ई द, व सी७; २० सी ५! उं × सी५, २१ ह ए सी १, घो सी४, २२ व × डी५, ने पांढऱ्याला जोरदार हल्ला चढवता येतो.

**१७ व एच३, घो × ई५** येथे १७..., रा डी८ १८ ह एफद! किंवा १७... ह डी८, १८ उं जी५! या दोन्ही चाली प्रणाली वाईटच आहेत. मग पांढरा जिंकतो. (१८..., व × जी५? मग १९ व ईद+ व ई७, २० घो सी ७ व पुढे मात.) तसेच पुढील चालींतून काही निष्पन्न होत नाही. १७..., ह एफ८, १८ उं जी५! व × जी५ (जर १८..., ह × एफ१ + मग १९ ह × एफ१, व जी५; २० घो

सी७ + रा ई७, २१ व ई६+, रा डी८, २२ व डी६+ रा सी८, २३ घो ई ६, व ई३, + २४ रा एच१, व × ई५, २५ ह एफ ८+); १९ घो सी७+, रा ई७, २० व ई ६+, रा डी८, २१ व डी६+, रा सी ८ २२ ह × एफ८+घो डी ८; २३ घो ई६ वगैरे.

**१८ उं जी५!** व × जी ५ जर १८..., व डी ७ मग १९ घो सी ७+! व × सी७, २० व ई६+, आणि पुढील चालीत मात करतो.

**१९ घो सी७+, रा ई७** येथे १९..., डी८ केव्हाही नको; कारण मग २० घो ई६+

**२० व ई६+ रा डी८, २१ व डी६+, रा सी८, २२ घो ई६! व डी ८ ही सी७** मधे मात होण्याविरुद्धची एकमेव बचावाची चाल होय.

**२३ घो × डी८ आणि मग पांढरा जिंकतो** या अत्यंत उद्‌बोधक डावातून अलेखाईन बचावाचे तंत्र आणि सूत्र आत्मसात करता येईल.

### युफिन स्टीव्ह बचाव

**१ ई४, डी६.** (या चालींतून युफिन स्टीव्ह-बचाव उद्‌भवतो. डावाच्या पूर्वतयारीसाठीची ही एक मवाळ चाल आहे. राजा-उंटाचा फँचेट्टोचा मोर्चा उभारण्यासाठी राजाच्या बगलेकडील डाववाढ साधून काळा त्यातून जुनी भारतीय रचना करण्याची शिकस्त करतो.)

**२ डी४, घो एफ६; ३ घो सी३, जी ६; एफ३,** सध्या ४ एफ४ ही चाल बहुधा करतात. बोलेशसावस्की वि. मोझिनोझिक यांच्यामधील पुढे दिलेला डाव पाहा.)

**४..., उं जी ७; उं जी ५, ०-०;** (याहून ५..., सी६ ही जास्ती लवचिक चाल आहे. काळा त्याच्या प्रतिस्पर्ध्याच्या य़ोजना उघड होईपर्यंत, तो किल्लेकोटची चाल करण्याची घाई करणार नाही.

**६ व डी२, सी६.** (पांढऱ्याचा डाव जास्ती मोकळा आहे. त्याला हल्ला करण्याच्या संधी बऱ्याच मिळतील.)

१९६७ मधील यू.एस.एस.आर. च्या चवथ्या सामन्यातील बोलेसावस्की वि. मोझिनोझिक यांच्यामधील डाव पुढे दिला आहे.

**१ ई४, डी६, २ डी४, घो एफ ६; ३ घो सी३, जी६; ४ एफ ४,** ही एक बलशाली चालीप्रणाली आहे. त्यामध्ये ई प्यादे केंद्रात चालविण्याचा हेतू आहे.)

**४... उं जी७; ५ घो एफ३, सी ६; ६ उं डी३, ०-०, ७ ०-० बी ५; ८ ई५! घो ई८; ९ घो ई४, ए ५; १० व ई१!,** हल्ल्याच्या

पूर्वतयारीसाठी, पांढरा त्याचा वजीर राजाच्या बाजूकडे वळवतो.

**१०..., घो सी७, ११ व एच ४, घो बी ए ६; १२ सी३, एफ५.**

**१३ घो ई जी५, एच६; १४ घो एच३, उं डी७; १५ घो एफ२, सी५. १६ डी × सी५, डी × सी५ १७ व जी ३, व ई८, १८ ह ई१, उं ई ६. १९ एच ४, ह डी८; २० एच ५! जी × एच५; २१ घो एच४, रा एच७;**

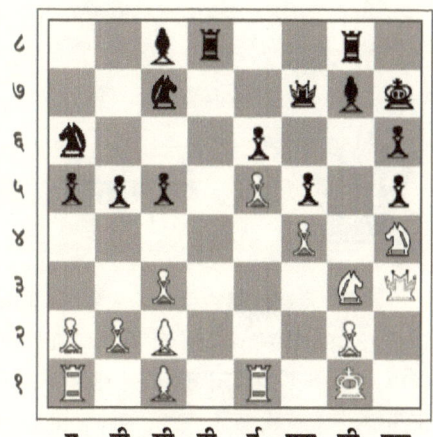

**आकृती क्र. : ११५**

**२२ व एच३ व एफ७; २३ उं सी२, उं सी८, २४ घो एच१ ई६, २५ घो जी३, ह जी८,** या चालींतून उद्‌भवणारी आ. क्र. ११५ पाहा. काळ्याची स्थिती आधीच कमकुवत झाली आहे. तशात त्याने नुकतीच केलेली हत्तीची ह जी८ चाल चुकीची आहे. त्यामुळे पराभव लवकर होतो. बोलेसावस्की नेत्रदीपक सुसंघटित मारा करून काळ्याची बचाव फळी उद्‌ध्वस्त करतो.

**२६ घो जी × एफ५! ई × एफ५, २७ ई ६ व एफ६;** , (येथे जर २७... उं × ई ६ मग पांढरा २८ ह × ई६!, घो × ई६ २९ उं × एफ५ + रा एच८, घो जी ६+ रा एच७, ३१ घो ई५+ आणि काळ्याला मात टाळता येत नाही.)

**२८ व × एफ५+!** (काळा राजीनामा देतो. आता वजीर मारला की, पांढरा चार चालींत मात करतो.)

◆

# १५. बंद सुरुवात वजिराचे आमिष

**१ डी४, डी५, २ सी४** या वजिराच्या आमिष प्रकारामध्ये अगदी पहिल्या चालीपासून केंद्र प्रस्थापित करण्याचा लढा सुरू होतो. यामध्ये काळ्याचे, 'डी५' च्या केंद्र प्याद्याचे उच्चाटन करण्यासाठी, सी४ चे प्यादे बलिदानाने देणे, हा मुख्य हेतू आहे. उदा. २..., डी × सी४, नंतर पांढरा ३ घो एफ३ ची चाल करून मारल्या गेलेल्या प्याद्याची भरपाई सहज करतो. (येथे लगेच ३ ई४ किंवा ३ ई३ नको, कारण मग काळा३... ई५ ने त्याचा डाव मोकळा करू शकतो.)

३..., घो एफ६ (सी४ प्यादे राखून ठेवण्यासाठी... बी५ ची चाल काळ्याला लाभदायक ठरत नाही; कारण ४ ए४, सी६, ५ई३, ए६, ६बी३, सी × बी३, ७ ए × बी५, सी × बी५ ८ उं × बी५ + ने पांढरा त्याचे प्यादे परत मिळवू शकतो आणि सरळ ४ ई ३ ई६ ५ उं × सी४ लाभ मिळवतो.)

**१ डी४, डी५, २ सी४, ई६, ३ घो सी३, घो एफ६, ४ उं जी५, घो बी डी७,** (एफ ६ चा घोडा ईरेस धरल्याने) नवोदित खेळाडूला वाटते की, तो एक प्यादे पुढील चालींतून गारद करू शकेल.

**५ सी × डी५, ई × डी५, ६ घो × डी५,** परंतु त्याची निराशा होते; कारण ६..., घो × डी५ ७ उं × डी८, उं बी४+, ८ व डी२, उं × डी२+, रा × डी२, रा × डी८ आणि पांढऱ्याचे एक मोहरे कमी होते. बलवान खेळाडूंच्या डावामध्येही कधी कधी अशा विविध प्रकारच्या चुका होतात.

**१ डी४, डी५, २ सी४, घो एफ६, ३ सी × डी५, ई४** अशा चाली प्रणालींतून केंद्र खाली होण्याचा संभव असतो.

'डी५' प्याद्याचा बचाव करण्याचा, काळ्याचा सर्वोत्कृष्ट मार्ग म्हणजे २..., ई६ किंवा २..., सी६ प्यादे चालविणे होय.

'वजिराच्या आमिषा'मधील बचावासाठी दोन मुख्य प्रकार आहेत.

**(एक) सनातन बचाव**

**१ डी४, डी५, २ सी४, ई६, ३ घो सी३, घो एफ६, ४ सी × डी५, ई × डी५,** 'डी५'च्या प्याद्याच्या अदलाबदलीशिवाय बऱ्याच वेळा पुढीलप्रमाणे

चाली प्रणाली होतात. उदा. ४ उं जी५, उं ई७, ५ ई३, ०-०, ६ घो एफ३, घो बी डी७, ७ ह सी१, सी६ने पांढऱ्याचा डाव थोडासा मोकळा होतो.

**५ उं जी५, ३ उं ई७, ६ ई३, सी६, डी५**च्या प्याद्याला जोर करण्यासाठी ही चाल सहसा वजिराच्या आमिषामध्ये करतात आणि बी८ मधील घोडा डी७ मध्ये चालवतात.

**७ उं डी३, ०-०, ८ व सी२, घो डी७, ९ घो एफ३, ह ई८, १०, ०-०, घो एफ ८, ११ ह बी१, यानंतर, पांढरा पुढे बी४ आणि ह सी१ अशा चाली करून वजिराच्या बाजूकडे डाव वळविण्याचा प्रयत्न करतो आणि काळा ई४ मध्ये घोडा घुसवून राजाच्या बाजूकडे गुंतागुंत वाढविण्याची खटपट करतो.**

**(दोन) स्लाव बचाव**

**१ डी४, डी५, २ सी४, सी६, ३ घो एफ३, घो एफ६, ४ घो सी३, डी × सी४** या बचावामध्ये काळा केंद्र खाली करतो खरा; परंतु आपल्या बुद्धिबळ दलांनी मध्यवर्ती केंद्र घरांवर दबाव आणतो.

काळ्याच्या ४..., ई६ या चालीला पांढरा पुढीलप्रमाणे उत्तर देतो– ५ सी × डी५, ई × डी५, ६ उं जी५ ने वरील पहिल्या (एक) प्रकारात त्याचे रूपांतर करतो.

पण ४..., उं एफ५? चूक आहे; कारण मग ५ सी × डी५, सी × डी५, ६ व बी३, मग काळ्या उंटाला परत सी८ मध्ये माघार घ्यावी लागते. कारण ६..., बी६ चालीने काळ्याच्या स्थितीत जास्ती कमकुवतपणा येतो.

**५ ए४, उं एफ५, ६ ई३, ई६ ७ उं × सी४, उं बी४**

**८ ०-०, ०-०, ९ व ई२** मोकळीक मिळाली असे पांढऱ्याला वाटेल; परंतु काळ्याची स्थिती भक्कम आहे.

वजिराच्या आमिषाला नकार व वजिराच्या आमिषाचा स्वीकार दाखविणारे तीन सटीप डाव पुढे दिले आहेत.

१९८१ सालची बंगलोरची स्पर्धा जिंकणाऱ्या ग्रँण्डमास्टर कुझमिनला आनंदने या स्पर्धेत हरविले. तो रोमहर्षक डाव पुढे दिला आहे.

**(पांढरी) कुझमिन (काळी) विश्वनाथन आनंद** (पर्यायी चाली आणि टिप्पणी विश्वनाथन आनंदाची)

**१ डी४, घो एफ६, २ सी४, ई६, ३ जी३, डी५, ४ घो एफ३, उं ई७, ५ उं जी २ ०-०, ६ ०-०, डी × सी४, ७ घो ए३, उं × ए३, ८ बी × ए३, बी५** येथे साधारणपणे पुढील चाली असतात) ८..., उं डी७, ९ घो

ई५, उं सी६, परंतु नुकत्याच इलेक्सास वि. कोशासविली (इस्राईल १९८७) यांच्या डावात पांढऱ्याला पुढील चालीतून फायदा मिळतो.

१० घो × सी६, घो × सी६, ११ उं बी २, घो डी५, १२ ह सी१, घो बी६, १३ ई४, घो ई७, १४ व सी२, व डी७, १५ उं ए१, (येथे परंपरागत १३ ई३ हून १४ ई४ ही सुधारित चाल आहे) तसेच येथे १३ घो ई७ ऐवजी १३ व डी६ सरस ठरते. (परंतु आनंदने सी४ चे प्यादे राखण्याचे ठरविले आणि त्यातून पांढऱ्याला कोणता मोबदला मिळेल, हे पाहण्याचे ठरवले.)

**९ ए४, ए६, १० उं ए३** (येथे १० घो ई५, घो डी५, ११ ई४? घो सी३ ने काळा वरचढ होतो.)

**१०..., ह ई८, ११ घो ई५, घो डी५, १२ ई४, घो एफ६,** (येथे १२..., घो सी३? नको मग १३ व एफ३)

**१३ घो × एफ७!?** (ही आणीबाणीची स्थिती आहे. जर १३ ह बी१, मग १३..., उं बी७ पुरे आहे किंवा जर १३ एफ ४, उं बी७ १४ एफ५!? घो बी डी ७ने काळा वरचढ होतो.)

**१३..., रा × एफ७, १४ ई५, घो डी५, १५ व एच५ शह रा जी८, १६ उं ई४, जी६ (ही एकमेव चाल होय.) १७ उं × जी६!, ह ई७, १८ उं × ई७, व × ई७, १९ उं ई४!** (येथे जर १९ उं × एच७, व × एच७, २० व ई८ शह, रा जी७, २१ व सी८, व जी८! २२ व बी ७, घो डी७; २३ ए × बी५, ए × बी५ २४व × बी५ घो ७ बी ६ ने अस्पष्टता उद्‌भवते.)

**१९..., घो सी६, २० एफ४! व एफ७** (जर २०..., घो डी ४, मग २१ एफ उं बी ७: २२ एफ६, व एफ७; २३ व जी ४ ने पांढरा वरचढ.)

(काळ्याच्या १९ व्या चालीनंतरची स्थिती उद्‌बोधक आणि अभ्यासनीय आहे.)

**२१ व × एफ७?** (कुझुमिनने डावाच्या शेवटामधील राजाच्या बाजूकडील कार्यकारी शक्तींना जादा जोखले आहे. त्याने २१ उं × एच७ शहची चाल नाकारली; कारण २१... व × एच७, २२ व ई८ शह, रा जी७, २३ व × ई६, व × ई४! मग सुसंवाद साधून काळा शहांचा ससेमिरा लावू शकतो आणि व ए ८ चालीनंतर व × डी४ शह व नंतर घोड्याचा शह. यात २३ व सी६? चूक आहे; पण २३ एफ५!ने पांढऱ्याला विजिगीषू स्थिती आणता येते. उदा. २३..., उं बी७ (येथे जर २३..., ई × एफ ५ मग २४ व × सी६ ने पांढरा जिंकतो; कारण सी८ च्या उंटाला ई४ च्या घरात जाण्यात अडथळा येतो.) २५ एफ६, रा एच६, २५ एफ७, व एच८, २७ व ई६ ने पांढऱ्याला वर्चस्व मिळते. काहीही झाले तरी २१..., व × एच७ ऐवजी आनंदने रा जी७ ची चाल करण्याचे ठरविले होते; पण

२२ व ए४, व ई७, २३ व एच३! पुढे उं ई४ ने पांढरा वरचढ. तरीही २१ व जी५, व जी७ २३ × जी७ या चाली सरस होतात.

**२१..., रा × एफ७, २२ ह ए डी१, घो सी ई७! २३ जी४, उं डी७, २४ ह एफ३, एच५! २५ एफ५, ह जी८, २६ एफ × ई६ शह, रा × ई६, २७ जी ५, ह × जी ५ शह** ने काळ्याला निर्णायक वर्चस्व.

**२८ रा एफ२, ह जी४: उं एच७, बी ४, ३० एच३, ह एफ४; ३१ ह × एफ४, घो × एफ४, ३२ रा जी३, घो एफ डी५, ३३ रा एच ४, उं × ए४, ३४ ह एफ१, उं ई८, ३५ रा जी५, सी३, ३६ ह एफ८, उं जी६! ३७ उं × जी६, घो × जी६: ३८ रा × जी६, सी२, ३९ ह एफ१, ए५: ४० ह सी१, घो ई३, ४१ रा जी ५, ए४, ४२ रा एफ४, घो डी५ शह, ४३ पांढरा राजीनामा देतो.**

या डावात योजनेनुसार ६-७ व्या चालीतून सी पट्टीत बढत प्यादे निर्माण करून ते शेवटपर्यंत राखून ठेवण्याचे चातुर्य, तसेच पांढऱ्याचा पुढावा नाहीसा करून मातबर मोहऱ्यांची मारामारी करून २७ व्या चालीत वर्चस्व मिळवून अंतिम पर्वात बी आणि सी पट्टीत निर्णायक वर्चस्व मिळविणारी कर्दनकाळ काळी बढत प्यादी पूर्व योजनेनुसार निर्माण करण्याची आनंदची किमया वाखाणण्यासारखी आहे. या डावात दूरदृष्टिकोन ठेवून चातुर्याने केलेल्या प्रज्ञादीपक आनंदच्या चालीमुळे त्याला ग्रॅण्डमास्टर कुझामिनविरुद्धचा डाव जिंकता आला.

### बुडत्याचा पाय खोलात

सुट्या वजीर प्याद्याच्या रक्षणासाठी तारांबळ उडतेच. त्याचे घोर परिणाम इतर दलांमध्ये विस्कळितपणा उद्‌भवण्यात होतात, तसेच यामुळे प्रतिस्पर्ध्याला संधी मिळते आणि तो आपला कृतिशील आक्रमक मोर्चा राजाच्या बाजूकडे वळवितो. त्यातून राजाच्या बाजूंकडून संरक्षक प्याद्यांची तटबंदी कमकुवत होते आणि शेवटी सुसंघटित माऱ्याचे भक्ष्य कसे ठरते, हे दिसून येते. पुढील डावात डी५ चे प्यादे बलिदानातून प्रथम सुरुवात होते. आणि पांढरा विरोधी सुट्या वजीर प्याद्याला गारद करतो व त्यातून उद्‌भवणाऱ्या घणाघाती सुसंघटित माऱ्याला प्रतिस्पर्ध्याला बळी पडावे लागते आणि बुडत्याचा पाय खोलात याची प्रचिती येते.

**(पांढरी)** स्नीडर वि. **(काळी)** अ‍ॅन्का (१९८९ ची हंगेरियन अजिंक्यपद स्पर्धा) १ डी४, डी५, २ घो एफ३, घो एफ६; ३ सी ४, ई६, ४ घो सी३, उं ई७, ५ उं जी५, एच६ **(क)** ६: उं एच ४, ०-०, ७ ई४ बी६; ८ उं डी३, **(ख)** उं बी७ **(प)** ९-०-०, सी ५; १० ह सी१, घो बी डी७, ११ व ई२, ए६?; १२ सी × डी५, ई × डी५ १३ डी × सी५ घो × सी५; **(ग)** १४ ह एफ डी१,

घो एफ डी७; १५ उं जी३, घो × डी३; १६ व × डी३ घो मी५; १७ व एफ५, जी६ **(घ)** १८ व एफ४, रा एच७, १९ व डी४, घो ई६; २० व डी२, ह सी८, २१ उं ई५, बी५, २२ ह बी१, एफ६ **(च)** २३, उं जी३, उं बी४; २४ ह बी सी१; व ए५; २५ एच४ एच५? **(छ)**; २६ ई४! ह एफ डी८; २७ ह × डी५, उं × डी५ २८ व ई३, उं × सी३; २९ सी × डी५! **(ज)** उं डी२; ३० व × ई६, ह × सी१ शह; ३१ रा एच २, ह × डी५, ३२ व एफ७ शह, रा एच६; ३३ व × डी५, उं बी४ **(झ)** ३४ उं एफ ४ शह, काळा राजीनामा देतो.

**(क)**, **(ख)** वगैरे पर्यायी चाली आणि टिप्पणी श्री. राजाभाऊ सप्रे यांची. **(क)** व उंटाची फियांचेट्टोची व्यूहरचना साधण्यासाठीच बी६ चालींच्या आधीही... एच६ चाल करण्याचा प्रघात आहे. यातूनच तार्ताकोवरच्या बचावाचा वेगळेपणा दिसून येतो. परंतु... एच६ चालीविनाही हा खेळता येतो. **(ख)** येथे पर्यायी चाल ८ व सी२ (प) कर्सडाय ब्यूटोवने पुढील चाली सुचविल्यात ८..., डी × सी४, ९ उं × सी४, उं बी७; १० ०-०, घो ई४,

**(ग)** १३..., बी× सी५ मुळे सी५ व डी५मध्ये अधांतरी त्रिशंकू प्यादी होणे स्वीकारावी लागतात. ही चाल चालते; पण ती कमी कृतिशील आहे. **(घ)** डी५ च्या प्याद्यावर धमकी टाळण्यासाठी ही... जी६ ची कमकुवतपणा उत्पन्न करणारी चाल करणे भाग पडते **(च)** नाहीतर मध्यकर्णावरील उंटाची धोकेबाज चाल जाचक ठरते. परंतु यामुळे आता काळा राजा त्याच्या रांगेतही उघडा पडतो. (छ) आतापर्यंत काळ्याने चांगला बचाव साधला आहे. या निष्क्रिय चालीमुळे पांढऱ्याला डावपेच टाकण्याचा पुढावा साधता येतो. येथे समयोचित २५..., उं × सी३; २६ बी × सी३ घो सी५ ने २७..., घो ई४ ची संभाव्य चाल साधून पांढऱ्या सी प्याद्याला धमकी देतो येते. **(ज)** परिणामकारक मारामारी साधून पांढरा त्वरित आक्रमण करतो. **(झ)** जर ३३... ह डी१, मग ३४ घो × डी२, व × डी२; ३५ व × डी२ ह × डी२ ने पांढरा जिंकतो.

आशियाची सांघिक स्पर्धा दुबई संयुक्त अरब अमराती येथे जानेवारी १९८६ मध्ये झाली. या स्पर्धेत भारताच्या छोट्या आनंदने चौथ्या पटावर खेळून ८ पैकी ७ गुण मिळवून सुवर्णपदक जिंकले व सर्वांत मोठा पराक्रम गाजवला. आनंदने इराकच्या खलीफला हरवले, तो नेत्रदीपक डाव पुढे दिला आहे.

**(पांढरी) खलिफ (काळी) आनंद**

**१ डी४, डी५ : २ सी४, डी** × सी४ : ३ घो एफ३, घो एफ६: ४ ई३, ई६: ५ उं × सी४, ए६, ६, ए४ **(क)**, सी५: ७ ०-०, घो सी६; ८ घो सी३ **(ख)**, सी × डी४; ९ ई × डी४, घो × बी४; १०: उं जी५, उं ई७, ११ व

ई२ ०-०; १२ ह एफ डी१, घो एफ डी५?! १३ उं × ई७? **(ग)**, घो × ई७; १४ घो ई५; बी६; १५ घो ई४, घो एफ५, १६ ह ए३, उं बी७ **(घ)**; १७ ह एच३, घो डी५, १८ व एच५? एच६, १९ व जी४, ह सी८, २० उं बी३? **(च)**, ह सी७,; २१ घो जी३, घो एफ६, २२ व एफ४, घो डी६: २३ उं ए२?? **(छ)** ह सी२, २४ उं बी१ घो डी५ २५ व जी४, एफ५; २६ व एफ३, ह × बी२: २७ घो एच५, घो ई४! **(ज)** २८ उं × ई४ एफ × ई४ २९ व जी४ **(झ)** व जी५! **(ट)**, ३० व × ई६, शह, रा एच७; ३१ घो एफ७, व ई७! ३२ व एफ५ शह **(ठ)** जी६! **(ड)** ३३ घो जी५ शह, रा एच८ **(ढ)** ३४ व × जी६, व × जी५! ३५ व डी६, ह × एफ२; ३६ घो जी३, ह२ एफ६; ३७ घो × ई४, ह× डी६; ३८ घो × जी५, घो एफ४ ३९ पांढरा राजीनामा देतो.

**(क)**, **(ख)** वगैरे पर्यायी चाली टिप्पणी श्री. आर. बी. सप्रे यांची. **(क)** डावाची सुरुवात वजिराच्या आभिषाच्या स्वीकाराने झाली. यामध्ये दुसरी मुख्य चाली प्रणाली म्हणजे ६ ०-०/७ व ई२/ ८ ह डी१. **(ख)** कर्स डायब्यू टोव्हने पुढील चाली प्रणाली सुचवली आहे– ८ व ई२, उं ई७; ९ डी × सी५, उं × सी५: १० ई४, घो जी४ आणि ८ व ई२, उं ई७, ९ घो सी३: सी × डी४, १० ह डी१, ई५! ११ ई × डी४, ई × डी४; १२ घो × उी४ घो × डी४ १२ व ई५ व डी६. (ग) जर १३ घो × डी५! मग घो × डी५: १४ उं × डी५, उं × जी५ १५ उं बी३ ने पांढऱ्याला संभाव्य डी५ किंवा घो ई५ या चालींनी स्थितीवाचक लाभ मिळविता येतो. **(घ)** पांढऱ्याच्या सुट्या डी४ प्याद्याच्या पुढील डी५ घरावर काळ्याला भक्कम पकड मिळते. येथे आता सर्वांत धोकादायक चाल म्हणजे १६... घो × डी४ मग १७ व एच५, ही होय. **(च)** येथे समयोचित बरोबर चाल म्हणजे २० उं डी३ होय मग घो बी४ (येथे आता २०... घो × डी४? चूक ठरते मग पांढरा२१ ह × एच६, एफ६ २२ व जी ६) **(छ)** बी१ - एच७ या कर्णावर उंट आणण्याची ही पांढऱ्याची चाल घातक आणि महाग ठरते. या चुकीच्या चालीमुळे काळ्या हत्तीला दुसऱ्या रांगेत घुसण्याची आयती संधी मात्र मिळते. **(ज)** यामधून उद्‌भवणाऱ्या दीर्घ हिकमती डावपेचांच्या चाली प्रणालीची छोट्या आनंदने बिनचूक मोजणी करून ठेवल्याचे आढळले. **(झ)** जर २९ व × ई४? मग २९..., घो एफ४!, ३० व × बी७, घो × एच५: ३१ ह × एच५, व डी४!!, ३२ ह एफ१, व × एफ२ शह!! ३३ ह × एफ२, ह बी१ शह आणि मात होऊन डाव उत्कृष्ट रीतीने लवकर संपतो. **(ट)** पांढऱ्याने पुढील संभाव्य चाली गृहीत धरल्यात ३० व ई६ मग ३१ घो जी६ **(ठ)** जर ३१ व × ई७ घो × ई७; ३२ घो ई५, ह × एफ२; ने पांढऱ्याला राजीनामा देणे भाग पडेल. **(ड)** काळ्याची ही आणि पुढची चाल या चाली काळ्याच्या अचूक मोजणीच्या गुरुकिल्लीच्या चाली

होत. **(ढ)** ३३..., एच × जी५?? मग, ३४ घो एफ ६ ह बी१ शह, मग ३५ ह एच ७ ने मात करतो. यासाठी काळ्याच्या ३३..., रा एच ८ ने हे सारे टाळले आहे.

या डावात छोट्या आनंदने आपल्या हिकमती चाली अत्यंत कौशल्याने करून, पांढऱ्याचा राजाच्या बाजूने होणारा हल्ला उधळून लावून अंती मोजून आणि योजून चाली करून डाव जिंकला आहे, यातील त्याचे चातुर्य वाखाणण्यासारखे आहे.

◆

 ## १६. जुना भारतीय बचाव

सर्व भारतीय बचावांमध्ये जुना भारतीय बचाव हा अत्यंत लोकप्रिय आहे. त्यापासून प्रखर तुंबळ युद्धाला तोंड फुटते. यामधील दोन मुख्य प्रकार पुढे देत आहे.

**(एक) सॅमिश उपप्रकार**

१. डी४, घो एफ६, २. सी४, जी६, ३. घो सी३, उं जी७, ४. ई४, डी६, ५. एफ३, पांढरा प्याद्यांनी केंद्र काबीज करून त्याला बळकटी आणतो. काळा, ई५ किंवा सी५ च्या चाली करून प्रतिडाव करण्याची तयारी करतो.

५. ..., ०-०, ६. उं ई३, ई५, ७. डी५ पांढऱ्याने केंद्र बंद न करता त्याने ७ घो जी ई२ ही संभाव्य चाल करावी. तेव्हा काळा, ७..., सी६ची उत्तरदायी चाल करतो व योग्य समयी डी५ ची चाल करून डी४ मध्ये मारामारी करून केंद्र खालसा करतो.

७. ..., घो एच५, ८. व डी२, एफ५, ९. ०-०-० वजिराच्या बाजूचा किल्लेकोट करतो खरा; परंतु यातून कष्टसाध्य लढा उद्भवतो. (एफ५ मध्ये मारामारी करून) पांढरा जी ४ च्या चालीची पूर्वतयारी करतो. तेव्हा काळा त्याची खेळीची पाळी आली की, तो वजिराच्या बाजूकडील एक स्तंभ (उभी पट्टी) मोकळा करण्याची कोशिश करतो.

**(दोन) 'जी२' च्या घरात उंटाने डाववाढ साधण्याचा प्रकार.**

१. डी४, घो एफ६, २. सी४, जी६, ३. घो एफ३, उं जी७, ४. जी३, डी६, ५. उं जी२, या उपप्रकारात दोन्ही बाजूंकडील खेळाडू राजाच्या बाजूचा किल्लेकोट करतात.

५. ..., ०-०, ६. ०-०, घो बी डी७, येथे ६..., सी५ आणि ६..., घो सी६ च्या चालीसुद्धा चालतात.

७. घो सी३, कधी कधी पांढरा, ७ व सी२, ई५, ८. ह डी१, अशा चाली करून 'डी' पट्टीवरती दबाव आणण्याचा प्रयत्न करतो.

७..., ई५, ८. ई४, पांढऱ्याचा डाव मोकळा झाला आहे; परंतु काळ्याची

मोहरी सी४, डी४, ई४ बिंदूंवर दबाव आणून सूचक प्रतिडाव साधू शकतात.

काळ्याने पुढावा घेण्याच्या शक्यता दाखविणारा उद्बोधक डाव पुढे दिला आहे.

**(पां.)** ब्रॅंटस **(का.)** बरसॉव (हा डाव १९५६ च्या बायलो रशियन चॅम्पियनशिपमधला आहे.)

**१. डी४, घो एफ६, २. सी४, जी६, ३. घो एफ३, उं जी७, ४. जी३, डी६, ५. उं जी२, ०-०, ६. ०-०, घो बी डी७, ७. घो सी३, ई५. ८. ई४, सी६.** येथे समयोचित चाली म्हणजे ८..., ह ई८, ९. एच३, ई × डी४, १० घो × डी४, घो सी५ ने ई४ च्या प्याद्यावर दबाव आणण्याची कोशिश केली आहे. (याआधीच्या आठ चालींवर वरील (दोन) मधील टिपा पाहाव्यात.)

**९ एच ३, ई × डी४, १०. घो × डी४ ए५, ११. उं ई३ ह ई८, १२. व सी२, घो सी५, १३. ह ए डी१, घो एफ डी७ येथे १३...,** ए४? ची चाल करणे चुकीचे आहे; कारण मग १४. घो × सी६, बी × सी६, १५. उं × सी५ने एक प्यादे मिळते.

**१४. ह एफ ई१** याहून सरस म्हणजे १४ घो बी३! व ई७, १५. घो × सी५ **व पुढे १६. एफ४** (अशा चाली बोटविनिक विरुद्ध स्मायस्लाव यांच्या डावात झाल्या होत्या.)

**१४... ए४, १५. घो ई२, व ए५** काळा प्याद्याचे बलिदान देऊ करून, त्यातून तो मनोवेधक सुसंघटित मारा साधू शकतो.

**१६. ह × डी६, घो ई५, १७. बी३?**

पांढऱ्याने येथे १७. ह डी डी१ ची चाल करून प्यादे देऊ करणे आवश्यक ठरते.

**१७..., ए × बी३, १८. ए × बी३, उं × एच३.** सुसंघटित माऱ्याची ही सुरुवात आहे. आता जर १९ उं × एच३ मग काळा १९..., घो एफ३+, २०. रा एफ१, घो × ई१, २१. रा × ई१, घो × ई४, २२. ह डी३, घो × सी३, २३. घो × सी३, व ए१+, २४. घो डी१, ह ए२. आणि पांढरा त्याचा वजीर गमावतो. या चालीतून उद्भवणारी स्थिती अत्यंत उद्बोधक आणि अभ्यसनीय आहे.

**१९. बी४, उं × जी२:** काळ्याने अत्यंत हुशारीने केलेली उत्तरदायी चाल आहे. आता जर पांढऱ्याने २०. बी × ए५, मग काळा, २०... घो एफ३+, २१ रा × जी२, घो ई१+, २२. रा एफ१, घो × सी२, आणि काळा जिंकतो. या सुसंघटित माऱ्यातून केलेला दुहेरी हल्ला नेत्रदीपक आहे.

**२०. ह बी१, उं × ई४!; २१ घो × ई४ व ए४! २२ व × ए४, घो × ए४;** या सुसंघटित माऱ्याअखेरीस काळा एक प्यादे गारद करतो. पुढे टाळता न येऊ शकणारा तोटा पांढऱ्याला सहन करावा लागतो.

**२३ घो एफ६+** पांढऱ्याचे आणखी एक प्यादे जाते. येथे पुढील चाली प्रणाली २३ ह सी १, घो बी२!; २४ सी५ वाईट आहे; कारण मग २४..., घो ई सी४,? २५ घो एफ६+! उं × एफ६; २६ ह × एफ६, घो × ई३; वगैरे.

**२३..., उं × एफ६; २५ ह × एफ६ घो × सी४** काळ्याकडे दोन जादा प्यादी उरतात, मग काळा सहज जिंकतो.

कास्पारोवने जिंकलेला एक नेत्रदीपक डाव पुढे दिला आहे. तोही उद्‌बोधक आणि अभ्यसनीय आहे.

नमुनेदार चढाईची चुणूक दाखविणाऱ्या पुढील डावात कास्पारोवने तीन प्याद्यांचे बलिदान दिले. त्यात आणखी मनोवेधक बाब म्हणजे स्पिलमनने जी१ मध्ये उंट आणून एफ२ मध्ये व जी३ मध्ये प्यादी राखून प्रतिविश्लेषणाला योग्य अशी समस्या निर्माण केली.

**(पांढरी)** स्पिलमन **(काळी)** कास्पारोव

१ सी४, जी६, २ ई४, उं जी७, ३ डी४, डी६, ४ घो सी३, घो एफ६, ५ घो एफ३, ०-०, ६ उं ई२, ई५, ७ उं ई३ **(क)**, घो जी ४ **(ख)** ८उं जी५, एफ६ ९ उं एच ४ ४! जी५, १० उं जी३, घो एच६, ११ एच३ **(ग)** घो सी६, १२ डी५, घो डी४! **(घ)** १३ घो × डी४, ई × डी४, १४ व × डी४ एफ५, १५ व डी२, एफ४ १६ उं एच२, घो एफ७, १७ एच४, एच६, १८ एच × जी५ एच × जी५, १९ जी३? **(च)** एफ ३! २० उं × एफ३, घो ई५, २१ उं ई२, जी४! **(छ)** २२ उं जी१, सी५, २३ डी × सी६ × (वा.मा.), बी × सी६, २४ ०-०-० उं ई६! **(ज)** २५ व × डी६, व जी ५ शह! २६ रा बी१, व जी६. २७ रा ए १, ह ए बी८, २८ ह एच५? **(झ)** व × एच५, २९ व × ई६ शह, रा. एच ८, ३० व ई७, घो एफ३, ३१ उं × एफ३ ह × एफ३, ३२ घो ए४ **(ट)** ह ई८, ३३ व × ए७ व ई५ **(ठ)** ३४ व बी६, व × ई४, ३५ व बी४, व सी२, ३६ ह बी१, ह डी३, ३७ व सी५, ह ई२, ३८ व एच ५ शह, रा जी८, ३९ व × जी४ व × बी१ शह, ४० पांढरा राजीनामा देतो.

**(क) (ख)** वगैरे पर्यायी चाली आणि टिप्पणी श्री. राजाभाऊ सप्रे यांची. **(क)** सुरुवात राजाच्या भारतीय बचावाने, सहसा ७-०-०, घो सी६ किंवा ७... घो बी डी७ **(ख)** अकेसन वि. स्ट्रेलेटस्की यांच्या (ग्रोनिनजन १९८०-८१) डावात पुढीलप्रमाणे चाली झाल्यात : ७..., व ई७, ८ डी५, घो जी४, ९ उं जी५, एफ६, १० उं एच४, एच ५, ११ घो डी२, सी५, १२ डी × सी६ (वा.मा.),

बी × सीद, १३ बी४, उं ईद, १४ घो बी३, ह डी८, १५ ०-०, डी५? १६ सी × डी५ व × बी४. १३ डी × ईद! ह डी १, १७ ह × डी१, व ई७, १८ घो ए४, ए५ १९ घो बीद, ह एद, २० घो सी८, व × ईद, २१ ह डी८ शह, रा एच७, २२ घो सी५, व एफ७; २३ घो × एद काळा ३६ व्या चालीवर राजीनामा देतो.

**(ग)** येथे डी५ चालीने सुपरिचित स्थिती उद्‌भवू शकते. **(घ)** प्याद्याच्या बलिदानाची आगाऊ कल्पना बहुधा स्पिलमनला आली नसावी. **(च)** हे भयानक आहे. दोन प्याद्यांविरुद्ध कोंडीत अडकलेल्या उंटामुळे एक मोहरे उणे अशी वस्तुतः पांढऱ्याची स्थिती होते. याहून सरस म्हणजे १९ एफ ३ होय. **(छ)** कदाचित पांढऱ्याने, २१..., ह × एफ२?, २२ उं जी १ अशा चाली अपेक्षिल्यात. **(ज)** प्याद्यांच्या बलिदानांनी कास्पारोवने हा दिवस गाजवला. **(झ)** निष्क्रिय असणाऱ्या हत्तीला उपयुक्त ठरू शकणाऱ्या कामाला जुंपले. नाहीतरी पांढऱ्याला दुसरी अशी उपयुक्त चाल नव्हतीच. **(ट)** ३२ व एच४, व × एच४. ३३ जी × एच४ ह सी३ ने काळा अंती जिंकतो. **(ठ)** पांढऱ्याचे ई प्यादे पडते आणि चार आक्रमक काळ्या मोहऱ्यांविरुद्ध पांढऱ्याची तीन मोहरी त्यांच्या राजाच्या बचावासाठी निष्प्रभ ठरतात.

### विश्वविजेत्या कास्पारोवचे श्रेष्ठत्व

कास्पारोवशी खेळताना ग्रॅण्डमास्टरांचे अवसान कसे गळून पडते, हे पुढील डावातून दिसून येईल या डावामध्ये कास्पारोवने डावसुरुवातीपासून ते थेट शेवटपर्यंत डाव कसा आवळत आणला, ते दिसून येईल.

**(पांढरी) कास्पारोव, (काळी) पोपोव्हिक**

१. घो, एफ३, घो एफद;
२. सी४, जीद,
३. घो सी३, डी५;
४. सी × डी५, घो × डी५;
५. व ए४, शह (क) उं डी७;
६. व एच४, घो एफद;
७. ई४, उं जी४, (ब)
८. घो ई५, उं ईद
९. एफ४, उं जी७; (ग)
१०. व एफ२, ०-०;
११. डी४, घो सीद?; (घ)
१२. घो × सीद, बी × सीद;

१३. एच३, व बी८;

१४. उं डी३, ह डी८;

१५. उं ई३, (च) व बी४;

१६. ०-०, ह ए बी८;

१७. ह ए बी१, घो ई८;

१८. ई५, एफ५

१९. ह एफ सी१, उं एफ८

२०. बी३, घो जी७;

२१. घो ए४, उं डी५;

२२. घो सी५, व बी६;

२३. बी४, ई६

२४. घो ए६, ह बी सी८;

२५. ए४, व बी७;

२६. व एफ१, व ए ८;

२७. उं सी ४, उं ई४;

२८. ह बी२, रा एच८;

२९. उं डी३, उं डी५;

३०. रा ए२, उं ई७, (झ),

३१. ह बी सी२, ह डी७;

३२. बी५, सी × बी५

३३. घो × सी७, व बी७;

३४. घो × डी५, ह × सी२;

३५. ह × सी२, ह × डी५;

३६. उं × बी५, ह डी८;

३७. व सी१, व ई४;

३८. ह सी३, एच६ ?

३९. उं सी६ काळा राजीनामा देतो.

(क) (ब) वगैरे पर्यायी चाली आणि टिप्पणी श्री. रामभाऊ सप्रे यांची. (क) सुरुवात इंग्लिश ओपनिंगने बुद्धिबळ सूत्रांनुसार तुमचा वजीर अकालीच बाहेर काढू नका... (ब) यांत्रिकपणे ७..., सी५ ची केलेली चाल अप्रासंगिक ठरते. कारण मग ८ ई५. घो जी४; ९ ए३, घो एच६; १० जी४ ने पुढे डी ३ उं × एच६ ची दहशत देता येते. (ग) आता डी४ वर ताबा मिळविण्यासाठी जर ९... सी५ : मग १० व एफ२, व डी४ ११ ब × डी४, १२ घो बी५ ने पांढऱ्याला लाभ किंवा १०...,

बी६ ११ उं बी५ शह, घो एफ डी७; किंवा घो बी डी७; एफ ५ ने पांढरा जिंकतो. **(घ)** ११..., घो सी६? ची चाल पुढील चालीला आमंत्रण देते. १२ डी५? घो × ई५; १३ एफ × ई५ घो जी४; १४ व एच४, घो × ई५? (येथे १४... उं सी८, चांगली आहे.) १५ डी × ई६; एफ ई६ ने मोहऱ्याच्या बदल्यात स्थित लाभ मिळतो. ११..., घो बी डी७ सरस ठरेल. परंतु त्यात सी पट्टीत मध्ये दुहेरी प्यादी संभवतात. काळा डी५ वर ताबा मिळवू पाहतो, तसेच तो बी पट्टीत डाव खेळण्याची आशा करतो. **(च)** सुरुवातीला सामर्थ्यशाली असणारा पांढरा वजीर आता एफ२ मधील साधारण स्थितीत जातो. परंतु डी४ व बी२ च्या प्याद्यांना जोर देण्याचे त्याचे काम नोंद घेण्यासारखे आहे. **(छ)** आता संभाव्य १९ एफ ५ ने होणाऱ्या पांढऱ्याच्या चढाईला पायबंद घालणे जमते. **(ज)** हालचालीवर आलेल्या बंधनामुळे काळ्याची स्थिती दयनीय झाली आहे. **(झ)** सी७ वरील छुप्या हल्ल्याला तोंड देण्यासाठी जर ३०..., घो ई८ मग ३१ उं सी ४ ने किल्ला लढविणाऱ्या वजीर उंटाची अदलाबदल होते किंवा ३१..., उं ई४, ३२ ह सी३, घो जी७ ३३ उं डी३, उं डी५; ३४ बी ५ ने डाव वाढू शकतो. (पांढरा प्यादे गारद करतो. काळा व उंटाचे शिरकाण करून सी पट्टीवर ताबा मिळवितो.

## निम्झो भारतीय बचाव

**१. डी४, घो एफ६, २ सी४, ई६, ३ घो एफ३, बी६**, या चालीतून निम्झो भारतीय बचाव उद्भवतो. यातून पुढे शांतपणे डाव खेळला जातो. यात पांढरा त्याच्या उंटाची डाववाढ जी२ मध्ये करतो.

**४ जी३, उं बी७, ५ उं जी२, उं ई७?** येथे ५..., उं बी४+ ला सर्वोत्तम उत्तर ६ उं डी२, उं × डी२+; ७ व × डी२, ०-०, ८ घो सी३, मग ८..., घो ई४; ९ व सी२, घो × सी३, या चाली वाईट आहेत; कारण १० घो जी५!

**६ ०-०, ०-०, ७ घो सी३, घो ई४;** येथे ७... डी५ ची चाल कमकुवत आहे; कारण नको असणारी ईर आणि वजिराच्या बाजूकडील दबाव होय. आणि जर७... डी६, मग ८ व सी२! घो बी डी७, ९ ई४, ने पांढऱ्याला केंद्रामध्ये लाभ उठवता येतो.

**८ व सी२, घो × सी३, ९ व × सी३,** येथे ९ घो जी५ बरोबरीच्या सुसंवादाला ९..., घो × ई२+! ने त्याचे खंडन करता येते (किंवा १० रा एच१, उं × जी२+) १०..., उं × जी२, ११ रा × जी२, उं जी५ मग काळा जिंकतो.

**९..., एफ५;** काळा ई४ च्या घरावर ताबा राखून ठेवतो आणि दोन्ही बाजूंचा डाव बहुधा समतोल होतो.

# १७. आदिपर्व – डच बचाव

**१ डी४, ई६, २ सी४, एफ५** या चालीतून 'डच बचाव' उद्भवतो. (१ डी४, डी५, २ सी४, ई६) अशा वजिराच्या आमिषाच्या बचावासारखा किंवा (१ डी४, घो एफ६, २ सी४, ई६, ३ घो सी३, उं बी४) याप्रमाणे निमझोविच बचावासारखा या डच बचावामध्ये काळा 'ई४' चे घर ताब्यात ठेवू पाहतो. काळा '१ डी४' च्या चालीला बहुधा १... एफ५ च्या चालीने उत्तर देतो; कारण पांढरा पुढे २ 'ई४' च्या चालीमुळे यशस्वी रीतीने एका प्याद्याचे बलिदान करतो. जर १ डी४, ई६ नंतर पांढऱ्याने २ ई४ ची चाल केल्यास काळा त्याला २..., डी५ ने उत्तर देतो आणि त्यातून पुढे त्याचे रूपांतर फ्रेंच बचावात होते.

**३ जी ३!** सी८ मधील काळ्या उंटाच्या संभाव्य डाववाढीवर रोख आहे. काळ्याने जर ३..., बी६ ची चाल केली तर मग पांढरा ४ उं जी२, घो सी६, ५ डी५! चाली करतो, तेव्हा काळा संकटात पडतो.

**३..., घो एफ६, ४ उं जी२, उं ई७, ५ घो एफ३, ० - ०, ६. ० - ० आता ६..., डी५; ७ बी३, सी ६;** अशा चाली करून काळा घट्ट पकड मिळवितो खरा; परंतु त्या प्रतिबंधक ठरतात. (सी ८ च्या काळ्या उंटाला खेळण्यासाठी बाहेर काढणे मुश्कील होऊन बसते.) यालाच 'दगडी भिंतीचा उपप्रकार' म्हणतात.

आता दुसऱ्या पर्यायी चाली म्हणजे ६..., डी६ नंतर पांढरा ७ घो सी३, व ई८ च्या चाली करून पुढे ई५ मध्ये प्यादे चालविण्याची पूर्वतयारी करतो.

वरील दोन्ही प्रकारांमध्ये काळ्याला डाववाढ साधण्यासाठी त्याची मोहरी बाहेर काढणे कठीण जाते; त्यामुळेच 'भारतीय बचाव' अथवा 'वजिराचे आमिष' याहून डच बचाव कमी लोकप्रिय ठरतो.

## इंग्लिश बचाव

**१ सी४,** बलवान खेळाडू बहुधा डावाची सुरुवात या १ सी४ चालीने करतात. या सुरुवातीच्या लवचिक चालींतून इतर सुपरिचित डावसुरुवातींमध्ये

रूपांतर करता येते. उदा. (१ सी४, ई६; २. घो सी३, डी५; ३ डी४, या चालींतून 'वजिराचे आमिष'चा उपप्रकार उद्‌भवतो.) बऱ्याच वेळा१ सी ४ चालीतून जुना भारतीय बचाव किंवा 'ग्रॅन फिल्डचा बचाव' उद्‌भवतात. परंतु, काळा, १ सी४ च्या चालीला, १... सी५ ने अथवा १..., ई५ ने उत्तर देतो, तेव्हा त्यातून विशिष्ट प्रकारचे नमुनेदार उपप्रकार उद्‌भवतात आणि त्याला 'इंग्लिश सुरुवात' म्हणतात. त्याची काही नमुनेदार उदाहरणे पुढे दिली आहेत.

**१ सी४, ई५; २ घो सी३, डी६, ३ जी३** येथे जर ३ घो एफ३, घो एफ६; ४ डी४, घो डी७; ५ जी३, जी६ या चालींतून जुना भारतीय बचाव उद्‌भवतो.

**३..., घो सी६, ४ उं जी२, जी ६; ५ डी३, उं जी७; ६ घो एफ३, घो ई७; ७ ०-०, ०-०, ८ ह बी१,** वजिराच्या बाजूला फायदा करून घेण्यासाठी, पांढरा संभाव्य बी प्यादे चालविण्याची योजना आखतो. काळ्याने, राजाच्या बाजूकडे प्रतिडाव करण्याची पूर्वतयारी करावयास हवी. उदा. 'एफ' प्यादे पुढे सारण्याची अथवा उं डी७, व सी८ आणि उं एच३ या चाली कराव्यात.

तेव्हा वरील उपप्रकारात पांढरा वजिराच्या बाजूकडून डाव सुरू करतो. या डावसुरुवातीचे काही नमुनेदार डाव पुढे दिले आहेत. पुढे दिलेला डाव रेयॉन (फ्रान्स) येथे १९९० साली झाला.

**(पांढरी) कॉर्चनॉय (काळी) रेनेट :** १ सी४, ई५, जी३, घो एफ६, ३ उं जी२, सी६, ४ डी४ **(क)** ई × डी४, ५ व × डी४, डी५, ६ घो सी३, डी × सी४, ७ व × सी४, उं ई६, ८ व ए४, उं ई७, ९ घो एफ३, व सी८?

**(ख)**, १० ०-०, उं एच३, ११ उं × एच३, व × एच३, १२ व बी३, व सी८, १३ ई४, घो ए६, १४ घो डी४ जी६? **(ग)** १५ ई५, घो एच५, १६ व सी४, घो सी५, १७ उं एच६, व जी४, १८ ह ए डी१, ह डी८, **(घ)** १९ घो डी बी५!!, व सी ८, २० घो डी६ शह, उं × डी६, २१ ई × डी६, घो ई६, २२ ह एफ ई१ रा डी ७, २३ जी४! काळा राजीनामा देतो. **(च) (क) (ख)** वगैरे पर्यायी चाली आणि टिप्पणी श्री. रामभाऊ सप्रे यांची. डावाची सुरुवात इंग्लिश ओपनिंगने **(क)** रुळलेल्या ४ घो सी३, डी५ आणि ४ घो एफ३, ई४, ५ घो डी४, डी५ आणि ४ घो एफ३, ई४, ५ घो डी४, डी५ याहून अगदी वेगळी चाली प्रणाली आहे. (ख) ९..., ०-० या रूढ डाववाढीच्या चालीहून काळ्याच्या कायम चढाईखोर चालींमुळे तो डाववाढीत मागे मागे पडत जातो. **(ग)** भयंकर घोडचूक होय; परंतु १४..., ०-०, १५ घो एफ५ येथे उपयुक्त ठरत नाही. तसेच १४..., घो सी५, १५ व सी४, घो सी × ई४ १६, घो × ई४, घो × ई४ १८ ह ई१... धोकादायक ठरतात. **(घ)** काळ्याला वाटले की, १८..., घो ई६?, १९

घो × ई६! व × सी४?? (१९... व × ई६, २० व × ई६, एफ × ई६ २१ जी४ ने पांढरा जिंकतो) २० घो सी७, मात होते. परंतु १९ घो डी बी५! ने तसाच परिणाम होत नाही. येथे १८... ०-०-०, या चालीने बचाव साधता आला असता.

**(च)** जी४! ने एक मोहरे फुकटात गारद करता येते. उदा. जर २३..., घो एच जी७, मग २४ उं × जी७, घो × जी७, २५ व एफ७, मात किंवा २३..., घो एफ६, २४ व एफ४! घो × एफ४, २५ ह ई७ मात होते.

अठ्ठाविसावी चेस ऑलिम्पियाड थेसालंकी (ग्रीस) येथे नोव्हेंबर १९८८ मध्ये झाली. त्यामधील विश्वविजेत्या गॅरी कास्पारोवने जिंकलेला एक नेत्रदीपक डाव पुढे दिला आहे.

विश्वविजेता कास्पारोवने अग्रक्रमांकी पटावर खेळणाऱ्या अर्जेंटिनाच्या ग्रॅ.मा. कॅम्पोराचा कसा धुव्वा उडविला, याचे प्रत्यंतर पुढील डावातून येईल. यामध्ये प्रतिस्पर्ध्याला सतत दडपणाखाली ठेवून आक्रमक क्षेत्रव्यूह लादून, त्याच वेळी कल्पकतेने विविध पथकांतील वाढीव परिणामकारक संयोजन वाढवून प्रतिस्पर्ध्यांच्या किल्लेकोटातील राजाच्या तटबंदीची प्यादी गारद करून त्याला बाहेर खेचून निर्णायक सुसंघटित हल्ला चढवून हरविले.

**(पांढरी)** कास्पारोव **(काळी)** कॅम्पोरा : डावाची सुरुवात वजिराच्या आमिषाला नकाराने झाली. १ सी४, घो एफ६, २ डी४, ई६, ३ घो सी३, डी५, ४ सी × डी५, ई × डी५, ५ उं जी५, उं ई७, ६ ई३, ०-०, ७ उं डी३, घो बी डी७, ८ घो जी ई२ ह ई८, ९ व सी२, घो एफ८, १०-०-०-०, उं ई६, ११ रा. बी१, घो जी४; १२ उं × ई७, व × ई७, १३ घो एफ४, घो एफ६, १४ एफ३, सी५, १५ जी४, सी × डी४, १६ ई × डी४, व डी६, १७ व डी२, ए६, १८ घो सी ई२, ह ई७, १९ घो जी३, घो जी६, २० घो जी२, घो डी७, २१ ह एच जी१, ह ई ई८, २२ ह डी एफ१, घो जी एफ८, २३ घो ई३, रा एच८, २४ घो एच५, जी६ (या चालीनंतर येणारी स्थिती अभ्यसनीय आणि उद्बोधक आहे) २५ एफ४, जी × एच५, २६ एफ५, एच४, २७ एफ × ई६, एफ × ई६, २८ जी५, ह ई७, २९ घो जी४, ह जी७, ३० घो एच६ व बी६, ३१ जी६, एच× जी६, ३२ घो एफ७ शह, रा जी८, ३३ व एच६, ह एच७, ३४ ह × जी६ शह, घो × जी६, ३५ व × जी६ शह, ह जी७, ३६ व एच८ काळा राजीनामा देतो.

◆

# १८. छोटा डाव आणि सापळे

नवोदित खेळाडूंना डावसुरुवातीतील मुख्य सूत्रे आत्मसात करण्यासाठी पुढे काही नमुनेदार छोटे डाव दिले आहेत. त्यामध्ये डाव सुरुवातीत होऊ शकणाऱ्या संभाव्य चुकांचीही माहिती दिली आहे; तसेच त्यात प्राथमिक सापळे आणि सुसंघटित मारा कसा करावयाचा, हेही दाखविले आहे.

**विश्वासघातकी ईर**

१९५० साली सॅवनो ड्रॉन येथे करेस वि. अर्लमोवस्की यांच्यामधील डाव पुढे दिला आहे. सुरुवात **कारोकान बचाव**

**१ ई४, सी६,** संभाव्य डी५ चालीचा, काळा पूर्वतयारी करतो. दोन जर्मन खेळाडू कारो आणि कान यांनी ही डावसुरुवात १९ व्या शतकात शोधून काढली आहे.

**२ घो सी३, डी५; ३ घो एफ३, डी × ई४; ४ घो × ई४; ५ व ई२ घो बी डी७?? ६ घो डी६ मात होते.** आ.क्र. ११६ पहा. आ. ११६ मधून दिसून येईल की, शह देणाऱ्या पांढऱ्या घोड्याला काळा मारू शकत नाही. कारण पांढऱ्या वजिराने ईरस पकडलेल्या ई७ च्या प्याद्याने घोडा मारता येत नाही; तसेच, काळ्याचीच दले, काळ्या राजाला पलायन घरात पळून जाण्यापासून वंचित करतात. ही आहे घोड्याची चिरडणारी मात.

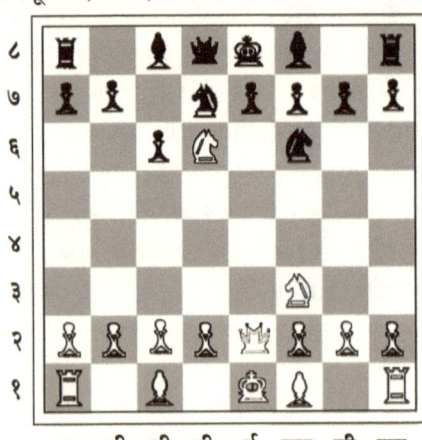

ए बी सी डी ई एफ जी एच

आकृती क्र. : ११६

**'एफ! चे घराकडे द्या लक्ष!'**

१८९९ साली व्हिएन्ना येथे हॅमलिश वि. एक नवोदित यांच्यामधील डाव पुढे दिला आहे. सुरुवात **'युमिमेटसिव्ह**

**(पकरॉबॅश) बचाव.'**

**१ ई४, डी६; २ डी४, घो डी७,** ही चाल तितकीशी बरोबर नाही. येथे काळ्या व घोड्याची डाववाढ न साधता २..., जीद् ची चाल सहसा करतो.

**३ उं सी४, जी६, ४ घो एफ३, उं जी७?** काळ्याला संभाव्य धोक्याची जाणीव झालेली नाही.

**५ उं × एफ७+!!, रा × एफ७** याहून चांगली चाल म्हणजे ५..., रा एफ ८ ही होय. तरीही आता ६ घो जी५+ नंतरही काळ्याची अवस्था चिंतेची बनते.

**६ घो जी५+, रा एफ६** काळ्या राजाला एफ८ माघार घेणे श्रेयस्कर नाही. उदा. जर ६... रा एफ८ मग ७ घो ई६ द्विघाती शहमाऱ्याने काळा वजीर मारता येतो; परंतु पुढे व एफ ३ मात होते.

**'डावसुरुवातीला वजीर बाहेर काढण्याचा तोटा'**

**स्कॅन्डीनेव्हियन बचाव**

**१ ई४, डी५** येथे 'डी' प्यादे लवकर चालवणे, हे या स्कॅन्डीनेव्हियन बचावामधील नमुनेदार लक्षण आहे.

**२ ई × डी५, व × डी५,** ३ घो सी३, आता काळा वजीर हलविणे भाग पडल्याने काळ्याला एक 'गतिवाढ' घालविणे भाग पडते, हा या बचावातील दोष आहे.

**३..., व ए५, ४ डी४, घो एफ६, ५ उं डी२, घो सी६?**

ही चूक आहे. येथे ५ ..., सी६ ची चाल करणे श्रेयस्कर ठरते, त्यामुळे वजीर माघारी वळवणे जमू शकते.

**६ उं बी५, उं डी७, ७ घो डी५!** आता काळ्याला त्याचा वजीर देणे भाग पडते. त्यानंतर त्याचा डाव जातो. या चालीनंतर येणारी स्थिती उद्‌बोधक व अभ्यसनीय आहे.

१८८८ मध्ये पॅरिस येथे फ्राझर वि. टाउबेनस यांच्यामधील झालेला डाव पुढे देत आहे. सुरुवात **'स्कॉच डाव'**

**१ ई४, ई५, २ घो एफ३, घो सी६, ३ डी४** हा पत्रोत्तरी डाव आहे. १८२४ मधे एडिनबरो आणि लंडनमधील पत्रोत्तरी डावांमध्ये स्कॉच बुद्धिबळपटूंनी यशस्वी रीतीने ही स्कॉच डावसुरुवात वापरली होती. त्यावरूनच या जुन्या डावसुरुवातीला **'स्कॉच डाव'** असे नाव देण्यात आले.

**३..., ई × डी४, ४ घो × डी४, व एच ४, ५ घो सी३** प्याद्याचे बलिदान देऊन ५ घो बी५! चालीने पांढरा जोरदार हल्ला चढवतो. विरोधी वजिराच्या घुसखोरीविरुद्धची ही एक उत्कृष्ट उत्तरदायी चाल आहे.

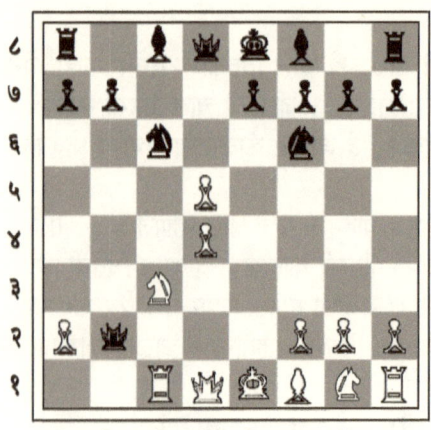

आकृती क्र. ११७

**५..., घो एफ६?** ही चूक आहे. येथे ५..., उं बी४ समयोचित आहे.

**६ घो एफ५!, व एच५, ७ उं ई२, व जी६, ८ घो, एच४ काळा राजीनामा देतो; कारण काळ्या वजिराला पलायनघर राहत नाही.**

**चुकीचा हल्ला**

१९३५ मध्ये मॉस्को येथे बोटविनिक वि. स्पाइल्मन मन यांच्यामध्ये झालेला अटीतटीचा डाव पुढे देत आहे.

**सुरुवात 'कारोकान बचावाने' १ ई४, सी६, २ डी४, डी५ ३ ई × डी५,** सी × डी५, ४ सी४, घो एफ६, ५ घो सी३, घो सी६ ६ उं जी५, व बी६; अशा परिस्थितीत त्या वेळी ही चाल नवी ठरली होती. ख्यातनाम ऑस्ट्रियन बुद्धिबळपटू आर. स्पाइल्मन यांनी, तरुण रशियन चॅम्पियन बोटविनिवविरुद्धचा डाव खेळताना ही नवीन चाल अभ्यासपूर्वक योजली होती. नाही तरी ६..., व बी६ ही असमाधानकारक चाल ठरते; कारण काळा त्याची डाववाढ न साधता एकाकी वजिरानिशी हल्ला चढविण्याचा प्रयत्न करतो.

**७ सी × डी५, व × बी२?** हार खावयास लागणारी चाल होय. पुढे शोधाअंती असे आढळून आले की, ७..., घो × डी४ ने निराळे प्यादे गारद करणे सरस ठरते. तरीही सद्य:स्थितीत ८ घो जी ई२! घो एफ५! ९ व डी२, घो बी६, १० उं ई३, व ए५, ११ घो जी३ ने पांढऱ्याची स्थिती वरचढ होते. काहीही झाले तरीही स्पाइल्मनला माहीत होते की, डावसुरुवातीलाच प्रतिस्पर्ध्याच्या आंतरगोटात शिरून वजिराचा हल्ला धोकादायक ठरतो; परंतु येथे त्याने घरगुती अभ्यासामधील पृथक्करणामध्ये केलेल्या चुकीने त्याचा घात केला. त्याला (उघडपणे) वाटले की, पांढऱ्याला ८ घो ए४ ची चाल करावी लागेल. तेव्हा तो पुढील चालीमधून हल्ला चढवू शकेल. उदा. ८...., व बी ४+; ९ उं डी२, व × डी४; १० डी × सी४, घो ई४; ११ उं ई३, व बी४+; १२ रा ई २, बी × सी४!

**८ ह सी१?! आ.क्र. ११७ पाहा**

काळ्याने ही चाल अपेक्षिली नव्हती; परंतु ती तर्कशुद्ध आहे. वस्तुनिष्ठ

लाभाचा उठाव घेऊन पारध करण्यापेक्षा पांढरा त्याची स्थिती निर्णायक रीतीने बळकट करतो. आता काळ्याने सी६ मधला घोडा कसाही माघारी वळवला तरीही तो हरतो. उदा.

(ह) ८..., घो बी८, ९ घो ए४, व बी४+; १० उं डी२, ने सी८ मधला उंट गारद करतो.

(र) ८..., घो ए ५; ९ व ए४+; आणि ए५ मध्ये आलेल्या घोड्याचे मरण ओढवले.

(तो) ८..., घो डी८; ९ उं × एफ ६, ई × एफ६; १० उं बी ५+, उं डी७; ११ ह सी २, व बी ४ १२ व ई२+!, उं ई७; १३ उं × डी७+, रा × डी७, १४ व जी ४ + ने विजिगीषू हल्ला चढवता येतो.

**८..., घो बी४; ९ घो ए४, व × ए२, १० उं सी४, उं जी४, ११ घो एफ३, उं × एफ३; १२ जी × एफ ३** काळा राजीनामा देतो. काळ्या वजिराची कोंडी होते आणि त्याची सोडवणूक करण्यासाठी त्याला एका मोहऱ्याचे अर्घ्य द्यावे लागते (१२..., व ए ३; १३ ह सी३, घो सी२+)

## आनंदी अश्व

१९९२ मध्ये कोलेग्न येथे मोलॉक वि. कॉस्टीक यांच्यामधील झालेला डाव पुढे दिला आहे. **सुरुवात ग्युको पियानोने १ ई४, ई५, २ घो एफ३, घो सी६, ३ उं सी ४, घो डी४.** निव्वळ प्रलोभन दाखविणारी चाल आहे. अर्थात ग्रॅ.मा. कॉस्टीकला माहीत होते की, ही चाल काही तितकीशी उत्कृष्ट नाही. आता येथे ४ सी३, घो × एफ३+ ५ व × एफ३ ने पांढरा, काळ्याच्या डाववाढीला आळा घालतो. येथे पुढील दोन्ही चालीही चांगल्या आहेत. उदा. (अ) ४ घो × डी४ ने काळ्याची केंद्रात दुहेरी प्यादी होतात. ४ डी ३ ही साधी चालही समयोचित आहे. तरीदेखील प्याद्याच्या प्रलोभनाला प्रतिस्पर्धी बळी पडेल, असा आडाखा ग्रॅण्डमास्टरने बांधला होता.

**४ घो × ई५?, व जी५!; ५ घो × एफ७?** अशा प्रकारे हे प्यादे गारद करणे चूक ठरते; आणि घोडा जी४ मध्ये नेला तरीही काळा ५..., डी५! ने सी४ मधील उंटावर हल्ला चढवून जी४ च्या घोड्यावर उंटाचा छुपा मारा जारी करतो. येथे समयोचित चाल म्हणजे ५ उं × एफ७+, रा डी८, ६-०-०, व × ई५; ७ सी३, आणि पुढे ८ डी४ ने गेलेल्या दलाची भरपाई पांढऱ्याला मिळू शकते.

**५..., व × जी२ ६ ह एफ१** किंवा ६ घो × एच८ व × एच१ +७ उं एफ१, व × ई४+; ८ उं ई२, घो × सी२+ आणि काळा जिंकतो. जर ९ रा एफ१?? मग पुढील चालीत मात ९..., व एच१ मात होते.)

**६..., व × ई४+, ७ उं ई२?, घो एफ३** मात – घोड्याने चिरडणारी मात केली आहे.

### सलामीच्या सौंदर्याची शान

१९३४ मध्ये लष्कर वि. म्युलर यांच्यामधील डाव पुढं दिला आहे.

**सुरुवात कारोकान बचावाने :**

**१ ई४, सी६ २ घो सी३, डी५; ३ घो एफ३, डी × ई४, ४ घो × ई४, उं उफ५?** पांढरा, गतिवाढ राखून डी४ घराविषयी सावधगिरी घेऊन, राजा घोड्याची डाववाढ साधतो. अशा परिस्थितीत काळ्याने केलेली चौथी चाल चुकीची आहे. येथे त्याची समयोचित चाल ४..., उं जी ४ आहे. येथे ४..., घो डी७ किंवा ४..., घो एफ ६ सुद्धा चालू शकतील.

**५ घो जी३, उं जी६?** येथे याहून सरस म्हणजे ५..., उं जी४, ६ एच ३, उं × एफ३; ७ व × एफ३, ई६ होत.

६ एच ४! एच६ नाही तर मग पुढे एच५ ची चाल करून उंट गारद करता येतो.

**घो ई५! उं एच ७, ८ व एच५!** आणि एफ ७ वर मात करण्याची दहशत देतो. आ. ११८ पहा.

**८..., जी६, ९ व एफ३.** येथे आणखी जोरदार चाल म्हणजे ९ उं सी४, ई६, १० व ई२ ने पुढे ११ घो × एफ७, रा × एफ७ व × ई६ मात) १०..., व ई ७ मुळे पांढऱ्याच्या स्थितीत फार मोठी सुधारणा होते.

**९..., घो एफ६** येथे ९..., व डी५ नकोच; कारण मग १० व × डी५, सी × डी५, ११ उं बी५+

आकृती क्र. : ११८

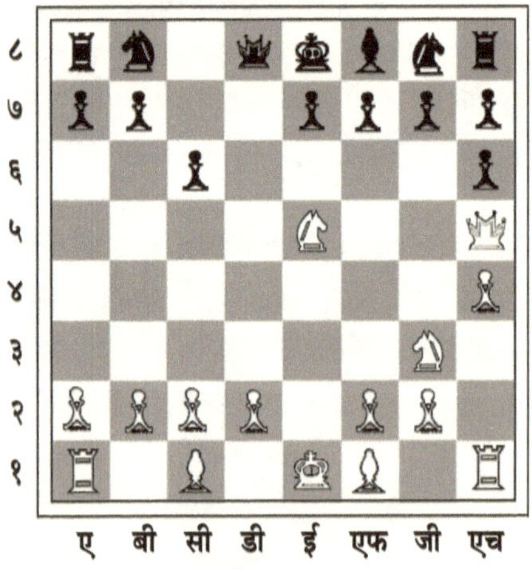

**१० व बी३! व डी५, ११ व × बी७, व × ई५+ १२ उं ई२, व डी६;** नाही तर पुढे १३ व सी ८ मातची दहशत

**१३ व × ए८, व सी७** काळा, पांढऱ्या वजिराला पकडण्याची आशा करतो.

**१४ एं४!** ने ए१ मध्ये हत्ती आणून पुढे नजीकच्या मार्गाने वजिराला साहाय्य करता येते.

**१४..., उं जी७; १५ ह ए३, ०-०; १६ ह बी ३** आणि पांढरा जिंकतो. खेळाडू देऊ केलेल्या बलिदानी प्याद्याला गारद करून आपले प्यादे राखण्याची कोशिश करतो. वजिराच्या आमिषामधील कावेबाज सापळा यावरच आधारलेला आहे.

## विषारी प्यादे

**१ डी४, डी५, २ सी४, डी × सी४,** या चालीतून **वजिराच्या आमिषाचा स्वीकार** या डाव्सुरुवातीचा प्रकार सिद्ध होतो.

**३ ई३, बी५?** येथे सी४ मध्ये आलेल्या प्याद्याला जोर करण्याचा नाद सोडून येथे ३..., ई६, ४उं × सी४, सी५ समयोचित आहे. तसेच येथे ३..., ई५ सुद्धा चालते.

**आकृती क्र. : ११९**

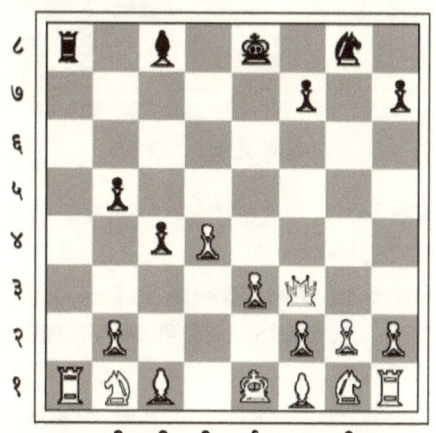

**४ ए४! सी६?** येथे केव्हाही ४..., ए६ नको; कारण मग ए × बी५, मग काळ्याला बी५ चे प्यादे गारद करता येत नाही. कारण ए८ च्या हत्तीला जोर नाही. तुलनात्मकदृष्ट्या ४..., बी × ए४, ५ उं × सी४, ई६ या चाली चांगल्या असून, त्यातून गेलेल्या प्याद्यांचा बदला मिळू शकतो.

**५ए × बी५; सी × बी५? ६ व एफ३!** आ. ११९ पाहा. बिनजोर असणारा ए८ च्या हत्तीवर मारा जारी आहे. त्याचा बचाव कसा बरे साधावयाचा, तेव्हा बड्या हत्तीऐवजी घोड्याचे अर्घ्य द्यावे. (६..., घो सी६, ७ व × सी६+, उं डी७) एका प्याद्याच्या पाठलागापोटी काळ्याला एका मोहऱ्याला मात्र मुकावे लागेल.

वजीर आमिषामधील आणखीन एक सापळा म्हणजे त्यातून अनपेक्षितपणे हार पत्करावी लागते; अर्थात यामधील मुख्य नायक म्हणजे काळे प्यादे होय.

## वजिराहून घोडा चांगला

**१ डी४, डी५, २ सी४, ई५ ३ डी × ई५, डी ४;** अशा प्रकारे प्यादे बलिदान करून केलेल्या सुरुवातीला 'अलबिनचे प्रतिआमिष' म्हणतात.

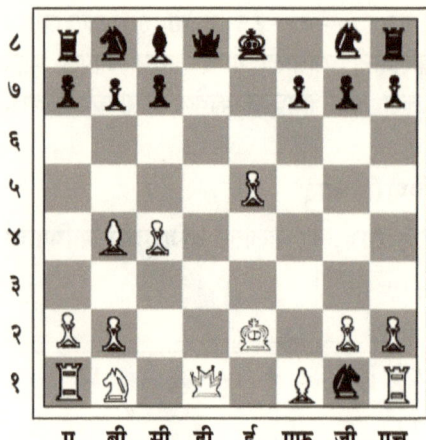

आकृती क्र. : १२०

**४ ई३?** येथे पुढीलप्रमाणे चाली प्रणाली चिगोरिनने सुचविली आहे. ४ घो एफ३, घो सी६, ५ जी३ सरस आहे.

**४..., उं बी४+, ५ उं डी२,** डी × ई३ येथे काळ्याने घोडचूक केली आहे, हे उघडच दिसते. आता उंट गारद करू या!

**६ उं × बी४?** काळ्याची उत्तरदायी चाल दर्शवते की, पारितोषिकाचा स्वीकार असा करावयाचा नसतो. येथे उत्कृष्ट चाल म्हणजे ६ एफ × ई३ मधून जरी दुहेरी प्यादी रचना होत असली तरीही चालेल.

**६..., ई × एफ२+७ रा ई२** आता एफ२ चे प्यादे राजाने गारद करणे योग्य नाही; कारण मग पांढऱ्या वजिराचा जोर जातो. आता आश्चर्याची धक्कादायक चाल पाहा!

**७..., एफ × जी१ = घो +!** अगदी क्वचित उद्‌भवणारी बाब आहे. पटावर सर्व दले जरी असली तरीही काळे प्यादे एकाच चालीत त्याच्या आठव्या घरात शिरून नवघोड्यांत रूपांतर करून राजावर मर्मघातक शहमारा करण्याची किमया करते. येथे प्याद्याचे रूपांतर नववजिरात करणे कमी दर्जाचे ठरते. उदा. जर ७..., एफ × जी = व मग पांढरा ८ व × डी ८ने वजिरावजिरी करू शकतो आणि मग पांढरा अधाशीपणाने काळा नववजीर गिळंकृत करतो.

८ ह × जी१, उं × जी४+ मग काळा जिंकतो.

◆

# १९. कायदेशीर मातचे आधुनिकीकरण

१९२९ साली **(पां)** चेरॉन वि. **(का)** नवोदित यांच्यामध्ये झालेला डाव पुढे दिला आहे. **सुरुवात 'फिलिडोर बचावाने'**

**१ ई४, ई५; २ घो एफ३, घो सी६, ३ उं सी४, डी६, ४ घो सी३, उं जी४, ५ एच३!** (हा डाव एककालिक प्रदर्शनीय स्पर्धेत खेळला गेला. बऱ्याच वेळा चॅम्पियनशिप मिळविलेल्या फ्रान्सच्या चेरॉन या नामवंत तत्त्ववेत्याने, त्याच्या प्रतिस्पर्ध्यावर चतुराईने सापळा टाकला आहे.)

**५..., उं एच ५?** (येथे जर ५..., उं × एफ३ मग ६ व × एफ३, घो एफ६, एफ७ मध्ये होणारी मात टाळण्यासाठी हा बचाव साधला आहे. पांढऱ्याची स्थिती सरस आहे; परंतु आता लढाईला तोंड फुटले आहे.

६ घो × ई५! असे हे वजिराने बलिदान कायदेशीररीत्या अगदी बरोबर आहे.

**६..., उं × डी१??** पुढील चालीतून प्यादे गारद होणार याची दखल काळ्याने घेऊन येथे उचित चाली करावयास हव्या होत्या. उदा. ६..., घो × ई५; ७ व × एच५, घो × सी४, ८ व बी५ + आणि पुढे ९ व × सी४,

**७ उं × एफ७ +, रा ई७, ८ घो डी५ मात होते.**

**कृत्रिम बलिदान**

**तीन घोड्यांचा डाव**

**(पां) कॅपाब्लांका वि. नवोदित १९१४ यू. एस.ए. येथे झाला)**

**१ ई४, ई५, २ घो एफ३, घो सी६ ३ घो सी३, उं सी५** या चालीप्रणालीच्या सुरुवातीमध्ये पांढऱ्याला सुसंघटित मारा करण्याची मुभा मिळते - ते 'कृत्रिम बलिदान' या नावाने सुपरिचित आहे, व असा प्रकार इतर विविध सुरुवातींमधूनही दिसतो.

**४ घो × ई५, घो × ई५,** काळा ४... उं एफ२ + ची चाल करून पांढऱ्याला किल्लेकोट करण्यापासून वंचित करू शकतो. परंतु, पांढरा ५ रा × एफ२, घो × ई५, ६ डी४! अशा चाली करून, केंद्र काबीज करून डावात सरस स्थिती उत्पन्न करू शकतो.

**५डी४,** अशा रीतीने दुहेरी हल्ला चढविला आहे.

**५..., उं × डी४** येथे जर ५..., उं डी६, मग ६ डी × ई५, उं × ई५ ने पांढऱ्याला चांगला डाव खेळता येतो.

**६ व × डी४, व एफ६** आणि पुढे ७..., घो एफ३+ ने वजीर गारद करण्याची धमकी देतो.

**७ घो बी५!** खूपच जोरदार चाल आहे. घोडा सी७ वर हल्ला चढवतो व त्याच वेळी वजिराचा बचावही करतो.

**७..., रा डी८?** अत्यंत दयनीय स्थितीमध्ये काळ्याने केलेली ही एक आत्मघातकी चूक ठरते. येथे त्याने जर ७... सी६ मग पांढरा ८ घो डी६+ ची उत्तरदायी चाल करून उत्तम स्थितिवाचक लाभ मिळवू शकतो. परंतु येथे त्याने ८ घो सी७+? ची चुकीची चाल करता कामा नये; मग ८..., रा डी८ ने पुढे काळा ९..., रा × सी७ आणि ९..., घो एफ३+ ने वजीर मारतो.

**८ व सी५!** एफ८ व सी७ वर दुहेरी हल्ला चढवतो.

**८..., घो सी६??** प्यादे वाचवता येते खरे; परंतु पाठोपाठ ९ व एफ ८ मात होते.

**स्वाध्याय पाठ**

**आ.क्र. १२१ पाहा :** वरील स्थितीत काळ्याला बचाव उरत नाही, हे दाखवून द्या (उत्तर पुढे दिले आहे.)

**स्वाध्याय पाठ उत्तर**

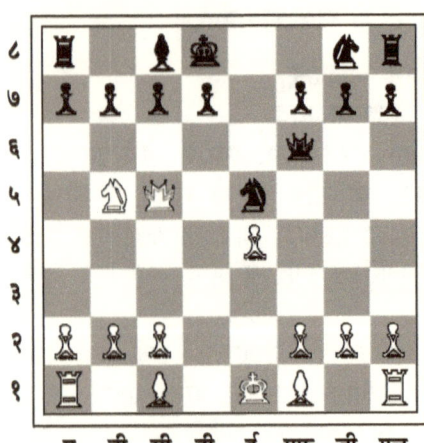

**आकृती क्र. : १२१**

**आकृती १२१ पहा.** अशा या काळ्याच्या दयनीय स्थितीत काळ्याला बचावच उरत नाही. उदा. जर (अ) ८..., घो जी ई७, ९ व × सी७, रा ई८, १० घो डी६+, रा एफ८, ११ व डी ८ मात.

(ब) ८..., घो एच६; ९ घो × सी७, ह बी८, १० घो डी५ मग पुढीलप्रमाणे दहशतीविरुद्ध काळ्याला बचाव उरत नाही. ११ व सी७+ किंवा व ई७ मात. किंवा (क) ८...,

व ई७; ९ व × सी७+ रा ई८, १० घो डी६+ रा एफ८, ११ घो × सी८ किंवा (ड) ८..., व ई६, ९ घो × सी७ किंवा (फ) ८..., घो जी६; ९ उं जी.

◆

# २०. प्रेक्षकासमान वजीर

१९२० साली रोटरडॅम येथे (पां) रेटी वि. (का) युवे यांच्यामधील झालेला डाव पुढे देत आहे.

**डावाची सुरुवात डच बचावाने**

**१ डी४, एफ५** (पांढऱ्याला केंद्रात प्यादे निर्मिती करता येऊ नये, म्हणून काळा 'ई४'च्या घरावर ताबा मिळवितो. अशा या डावसुरुवातीचे नाव 'डच बचाव' आहे.

**२ ई४,** (याला स्टॉंटमचे आमिष म्हणतात. हे नाव १९ व्या शतकातील प्रतिभावान इंग्लिश बुद्धिबळपटू हॉवर्ड स्टॉंटम यांच्या नावावरून पडले आहे.)

**२..., एफ × ई४, ३ घो सी३, घो एफ६; ४ उं जी५,** येथे याहून धारदार म्हणजे ४ एफ३ ची चालसुद्धा वापरतात. पांढरा गेलेल्या प्याद्याचा बदला घेण्याऐवजी, हल्ला चढविता येण्याजोगे मार्ग मोकळे करतो.

**४..., जी६,** (येथे याहून सरस४..., घो सी ६ आहे.)

**५ एफ३!** (येथे जर ५ उं × एफ६, मग ५..., ई × एफ६, ६ घो × ई४, डी५ ७ घो जी३, उं डी६, यातून उद्‌भवणारी स्थिती जवळजवळ समान असते.)

**५..., ई × एफ३ ६ घो × एफ३, उं जी७; डी३, सी५** (येथे जर का ७..., ०-० मग त्यातून पुढील भीतिदायक संभाव्य चाली उदा. ८ व डी२ आणि पुढे ०-०-० नंतर एच४ उद्‌भवतील म्हणून काळा वजिराच्या बाजूकडून केंद्रातून क्रियाशील पवित्रा घेतो.)

**८ डी५, व बी६** (मूळच्या योजनेनुसार कार्यवाही सुरू आहे. येथे ८..., डी६ सरस आहे.)

**९ व डी२!** (यातून फक्त वजिरानिशी हल्ला चढविणार आहे, अशी काळ्याची उत्कंठित समजूत व्हावी, हा हेतू. )

**९... व × बी२??** (याने काळा हरतो. येथे उशिरा का होईना त्याने ९..., डी६ ची चाल करावी.)

**१० ह बी १!, घो × डी५;** (जर १०..., व ए३ मग ११ घो बी५, व

× एर, १२०-० यातून परतवता येणार नाही, असा हल्ला उद्‌भवतो. पुढील चाल केल्यास असे भासते की, काळ्याचा अपक्व हल्ला यशस्वी होईल; कारण त्याच्याकडे तीन जादा प्यादी असून, तो जोरदार धमक्या देतो.

## सुडाचा आविष्कार दाखविणाऱ्याला

**११ घो × डी५!** यांतून उद्‌भवणारी स्थिती आकृती क्र. १२२ मध्ये पाहा.

**११..., व × बी१+; १२ रा एफ२, व × एच१** (काळा वजीर सुरक्षित असल्यासारखा वाटतो खरा; परंतु तूर्त तो पटाच्या दूरच्या कोपऱ्यात अडकून बसला असल्याने, तो असहाय झाला आहे. कारण, पांढऱ्याने त्याच्या मोहऱ्यांची अशी आक्रमक यशस्वी वाढ केली आहे की, जेणे करून तो लवकरच काळ्या राजाला डाव सोडावयास लावेल.)

**१३ उं × ई७, डी६, १४ उं × डी६, घो सी६; १५ उं बी५, उं डी ७; १६ उं × सी६, बी × सी६, १७ व ई२+**

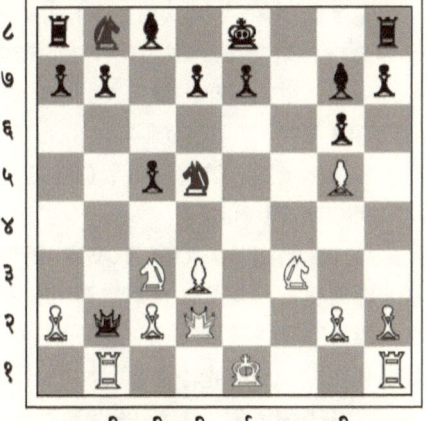

ए बी सी डी ई एफ जी एच

**आकृती क्र. : १२२**

काळा राजीनामा देतो.

कारण, जर १७..., रा डी८ १८ उं सी७+ किंवा १७..., रा एफ ७; १८ घो जी ५+ रा जी८, १९ घो ई७+, रा एफ८, २० घो × जी६+ ने मात टाळता येत नाही.

अशा रीतीने प्रतिभावान (झेक) बुद्धिबळपटू ग्रॅण्डमास्टर रिचार्डरेटी (१८८९ - १९२९) ने तरुण खेळाडू मॅक्स युवेला, (जो पुढे जागतिक विजेता झाला) डावसुरुवातीच्या व्यूहरचनेतील उद्‌बोधक धडा शिकवला आहे.

◆

# २१. भटकणारा राजा

डावाची सुरुवात **दोन घोड्यांचा बचाव** ने झाली. १८५८ साली न्यू ऑर्लिन्स येथे मॉर्फी वि. एक नवोदित यांच्यामधील डाव पुढे दिला आहे.

**१ ई४, ई५; २ घो एफ३, घो सी६; ३ उं सी४, घो एफ६; ४ डी४, ई × डी४; घो जी५** (येथे ५०-० ही समयोचित चाल आहे.)

**५..., डी५;** (येथे याहून ५..., घो ई५ ही जास्ती जोरदार चाल असून काळ्याला समान डाव खेळता येतो.)

**६ ई × डी५, घो × डी५?** (येथे खूप उशीर न करता ६..., घो ई५ ही चाल करणे रास्त आहे.

**७ ०-०, उं ई७.** (येथे जर ७..., उं ई६; मग ८ ह ई१, व डी७; (८..., उं ई७; ९ ह × ई६ एफ × ई६; या पाठोपाठ ११ व एच५ + आणि १२ व × डी५) ९ घो × एफ७, रा × एफ ७ (९..., व × एफ७; १० उं × डी५) १० व एफ३ + रा जी८; ११ ह × ई६ने जिंकतो.)

**८घो × एफ७!, रा × एफ७; ९ व एफ३ + रा ई६ १० घो सी३!** (डी उभी पट्टी (स्तंभ) मोकळा करण्यासाठी केलेले आणखी एक बलिदान.)

आकृती क्र. : १२३

**१०..., डी** × सी३; (ही चाल लादलेली आहे.)

**११ ह ई१+, घो ई५ १२ उं एफ!, उं एफ६; १३ उं × ई५ उं × ई५**

**आकृती क्र. १२३**

**१४ ह × ई५ :** (असे हे तिसरे बलिदान निर्णायक ठरते.)

**१४..., रा × ई५, १५ ह ई१+, रा डी४;** ( येथे जर

१५..., रा डी६; मग १६ व × डी६ मात होते.)

**१६ उं × डी५, ह ई८** (जेथे जर का १६..., व × डी५ मग १७ व × बी३ मात किंवा जर १६..., सी × बी२. मग १७ ह ई४+, रा सी५; (१७..., रा × डी५, १८ व डी३+ वगैरे)

१८ व ए३+, रा × डी५; (जर १..., रा बी५, किंवा रा बी६ मग १९ व बी३+, रा ए६; २० उं सी४+, बी५, २९ व × बी५ मात) १९ व डी३+, रा ई५; वगैरे)

**१७ व डी३+, रा सी५; १८ बी४+!** (असा हा आहे अगदी जवळचा मार्ग.)

**१८..., रा × बी४;** (जर १८... रा बी६ मग १९ व डी४+, रा ए६; २० व सी४+.)

१९ व डी४+, रा ए५; २० व × सी३+, रा ए४; २१ व बी ३+ रा ए५; २२ व ए३+, रा बी५; २३ ह बी १ मात होते.)

वरील डाव- सहा पट असणाऱ्या 'एककालीय प्रदर्शनीय' (सायमलटेनिस एक्झिबिशन) सामन्यात मॉर्फीने डोळे बांधून घेऊन हा डाव जिंकला आहे.

**दुःखदायी आश्चर्य**

१८९२ साली तराश वि. मार्को यांच्यामध्ये ड्रेसडेन येथे झालेला डाव पुढे दिला आहे. डावाची सुरुवात 'रुय लोपेझ' ने झाली.

**१ ई४, ई५; २ घो एफ३, घो सी६; ३ उं बी५** १५ व्या व १६ व्या शतकातील स्पॅनिश खेळाडू लुसेना व लोपेझ या अव्वल दर्जाच्या खेळाडूंना ही मनोवेधक डावसुरुवात आवडत असे.

**३..., डी६** (पहिल्या विश्वविजेत्या विल्यम स्टेन्रीझने काळ्याने खेळावयाच्या डावसुरुवातीचे सूतोवाच केले आहे. या स्टेन्रीझ बचावामुळे काळ्याचा डाव आवळला जातो खरा; परंतु त्याला भक्कम स्थिती प्राप्त करून घेता येते.)

**४ डी४, उं डी७; ५०-०, घो एफ६; ६ घो सी३, उं ई७ ७ ह ई१,** (अशा या प्राप्त स्थितीमध्ये, काळ्याने त्याच्या ई५ मध्ये असणाऱ्या प्याद्याविषयी चिंता बाळगू नये. पांढऱ्याने ते प्यादे गारद करण्याचा प्रयत्न करणे म्हणजे त्याचे प्रत्यंतर त्याचे ई४ चे प्यादे जाण्यात होते. तथापि, पांढऱ्याच्या ७ह ई१ च्या चालीने फरक पडतो - तो म्हणजे ई५ च्या प्याद्याला धोक्याचा इशारा आहे.

**७..., ०-०?** (येथे समयोचित चाल म्हणजे ७ ई × डी४ होय. त्या शतकाअखेर आघाडीवर असणाऱ्या सुविख्यात ग्रॅण्ड मास्टर तराशने टाकलेल्या नावीन्यपूर्ण चालीच्या जाळ्यात अडकण्याचा मोह आता मार्कोला पडतो.)

**८ उं × सीद, उं × सीद ९ डी × ई५, डी × ई५. १० व × डी८, ह × डी८** (पुढील चाली प्रणालीतूनही काळ्याला मुक्त होता येत नाही. उदा. १०..., ह एफ × डी८; ११ घो × ई५, उं × ई४; १२ घो × ई४, घो × ४ १३ घो डी३, एफ५, १४ एफ३, उं सी५+, १५ रा एफ१! आणि पांढरा जिंकतो.)

**११ घो × ई५, उं × ई४; १२ घो × ई४, घो × ई४** सर्व काही ठीक आहे खरे; परंतु आता १३ ह × ई४ ही चाल करणे अशक्य ठरते; कारण मग..., ह डी१+ परंतु,

**१३ घो डी३, एफ५** (ही एकमेव चाल उरते)

**१४ एफ३, उं सी५+** (यातून पुढीलप्रमाणे चालीची अपेक्षा उदा. १५ रा एफ१, उं बी६; १६ एफ × ई४, एफ × ई४+ ने गेलेल्या मोहऱ्याचा बदला घेता येतो.)

**१५ घो × सी५! घो × सी५; १६ उं जी५!** (या चालीनंतर उद्भवणारी स्थिती अभ्यसनीय व उद्बोधक आहे, यातून एक महत्त्वाची बाब दिसून येईल!

**१६..., ह डी५;** (होणाऱ्या १७ उं ई७ या दुहेरी घोड्याचा बचाव साधला आहे.)

**१७ उं ई७, काळा राजीनामा देतो (कारण जर १७... ह एफ ई८; (किंवा एफ७) मग १८ सी४ ने उंट देऊन हत्ती मरतो.**

◆

# आधार ग्रंथ

| Name of the book | Author |
|---|---|
| 1) Chess : a way to learn | By W. Ritson Norry and W. Melville Mjtchel |
| 2) Chess Openings | By J.A. Horowitz |
| 3) New Traps in Chess Openings | By J.A. Horowitz |
| 4) An Invitation to Chess | By Irving Chernev and Keneth Hrkhness |
| 5) Logical Chess move by move | By Irving Chernev |
| 6) Practical Chess endings | By Irving Chernev |
| 7) The Most Instructive games of Chess ever played | By Irving Chernev |
| 8) A guide to Chess Openings | By Barden Loonard |
| 9) Your book of Chess | By Raymond Bott and Stanley Morrison |
| 10) Discovering of Chess | |
| 11) Chess Tactics for Beginners | By R.G. Wade |
| 12) History of Chess | By R.J.R. Murray |
| 13) Fisher V/s Spasky | By Svetozar Gilgoric |
| 14) Basic Chess Endings | By Reuben Fine |
| 15) The Complete Book of Chess | By J.A. Horowstz and P.L.Rothenberg |
| 16) Chess is an easy game, | By Fred Reinfeld |
| 17) Chess in Nutshell, | By Fred Reinfeld |
| 18) Improving your Chess | By Fred Reinfeld |
| 19) Great Short Games Of the Chess Masters | |

20) Chess positions              By C.H.O.D. Alexander

21) बुद्धिबळे                       ना. रा. वडनप

22) बुद्धिबळाचा ओनामा          ना. रा. वडनप

23) बुद्धिबळातील पेचप्रसंग        ना. रा. वडनप

24) चतुरंग बुद्धिबळातील सापळे भाग १, २, व ३    ना. रा. वडनप

◆

www.ingramcontent.com/pod-product-compliance
Lightning Source LLC
Chambersburg PA
CBHW030545030726
47495CB00004B/1139
*9788177663662*